AF758872

ഗ്രീൻ ബുക്സ്

നീലപ്പരുന്ത്

ഹരിത ആർ.

എറണാകുളം നോർത്ത് പറവൂരിൽ
മനയ്ക്കപ്പടിയിൽ ജനനം.
അച്ഛൻ: കൊട്ടാരപ്പാട്ട് വീട്ടിൽ രമേഷ്കുമാർ (Late)
അമ്മ: പ്രിയ രമേഷ്
വിദ്യാഭ്യാസം: കരുമാല്ലൂർ ഗവൺമെന്റ് എൽ.പി സ്കൂൾ,
പറവൂർ പുല്ലംകുളം ശ്രീനാരായണ ഹയർ സെക്കന്ററി
സ്കൂൾ, എറണാകുളം സെന്റ് തെരേസാസ്
കോളേജിൽ നിന്ന് സോഷ്യോളജിയിൽ ബിരുദം,
വൈക്കം കോളേജ് ഓഫ് ടീച്ചർ എഡ്യൂക്കേഷനിൽ
നിന്നും സാമൂഹ്യശാസ്ത്രത്തിൽ ബി.എഡ്.
കുടവെച്ചൂർ സെന്റ് മൈക്കിൾസ് സ്കൂളിൽ
സാമൂഹ്യശാസ്ത്ര അധ്യാപികയായി
സേവനം അനുഷ്ഠിച്ചിട്ടുണ്ട്.
E-mail : harithakr261195@gmail.com

നോവൽ

നീലപ്പരുന്ത്

ഹരിത ആർ.

ഗ്രീൻബുക്സ്

green books private limited
gb building, civil lane road, ayyanthole,
thrissur- 680 003, kerala, ph: +91 487-2381066, 2381039
website: www.greenbooksindia.com
e-mail: info@greenbooksindia.com

branches:
thrissur 0487-2422515
thiruvananthapuram 0471-2335301
calicut 0495 4854662

malayalam
neelapparunth
novel
by
haritha r

published august 2022
reprinted july 2023

cover design : rajesh chalode
cover painting : ambili

printed in india
repro india ltd

isbn : 978-93-93596-11-6

₹ 240.00
GBPL/1239/2022/X001

മുഖക്കുറിപ്പ്

വിസ്മയിപ്പിച്ച ഒരു രചനയാണ് നീലപ്പരുന്ത്. ഇത് ഒരു പ്രതികാരത്തിന്റെ കഥയാണോ നഷ്ടസ്വപ്നങ്ങളുടെ വിഭ്രാന്തികളാണോ എന്ന് പറയാൻ കഴിയില്ല. പക്ഷേ, ഒന്നു മാത്രം ഉറപ്പായി പറയാം. പ്രണയം എന്താണ് എന്ന് ഹരിത ഒരു നവീനദർശന കാഴ്ചപ്പാടിലൂടെ വളരെ തീക്ഷ്ണമായി ഈ കൃതിയിലൂടെ വരച്ചുവെക്കുന്നു.

ഹരിതയുടെ വാക്കുകളുടെ ഘടനയും ആശയങ്ങളും തമ്മിലുള്ള സംയോജനം വായനയ്ക്ക് പുതിയ മാനം നൽകുന്നു. ശ്രുതിയും താളവും ചേർന്ന ഒരു ഗാനം നൽകുന്ന ശ്രവ്യാനുഭൂതി പോലെ സാർത്ഥകമായിത്തീരുന്ന വായനാനുഭവം. കൂടുതലൊന്നും എഴുതാതെ ഇതിലെ ചില വരികളിലെ ഭംഗി മാത്രം വായനക്കാർക്കായി പങ്കുവെക്കുന്നു.

"പ്രണയമെന്നാൽ, ഭൂതകാലമില്ലാത്ത, ഭാവികാലമില്ലാത്ത, രണ്ടാത്മാക്കൾ, വർത്തമാനത്തിന്റെ അതിഗംഭീരമായ സൗന്ദര്യത്തെ ഉൾക്കൊള്ളുന്നത് മാത്രമാണ്."

"ഞാൻ എന്റെ കുറ്റബോധത്തെ പുറത്തേക്ക് വലിച്ചെറിഞ്ഞു. പ്രണയം വഞ്ചനയാണെന്ന് ഞാൻ വിശ്വസിക്കുന്നില്ലെന്നുള്ള മേലങ്കി എടുത്തണിഞ്ഞു."

"ഞാൻ എന്റെ മിഴികളെ ഓർമ്മകളുടെ നീലിച്ച സമുദ്രത്തിലേക്ക് എടുത്തെറിഞ്ഞു."

"ഓർമ്മപ്പിശാചുക്കളെ തത്ക്കാലം എന്റെ തലച്ചോറിന്റെ ശ്മശാനത്തിൽ കല്ലറ പൊളിച്ചു വരാൻ കഴിയാത്ത തരത്തിൽ അടക്കിയിട്ടിരിക്കുകയാണ്."

"മധുരമുള്ള വാക്കുകൾകൊണ്ട് പൊതിഞ്ഞുപിടിക്കുക."

"മണ്ണും മഴയും പരസ്പരം ഭോഗിക്കുമ്പോൾ അവയെ കീറിമുറിച്ചുകൊണ്ട് അവരുടെ രതിയെ തടസ്സപ്പെടുത്തി, ഞാൻ നടന്നു."

പുരുഷനെക്കുറിച്ച് വളരെ കാര്യമാത്രപ്രസക്തമായി പറഞ്ഞുവെക്കുന്നത് ഇതാണ്. "അവർക്ക് ആഗ്രഹം തോന്നുന്ന സ്ത്രീകൾ

അതിപ്പോൾ പതിനാറുകാരിയായാലും അറുപതുകാരിയായാലും വേശ്യയായാലും വിവാഹിതയായാലും അവർക്കറിയാം എങ്ങനെ ഇവളെ വരുതിയിൽ നിർത്തണമെന്ന്, എങ്ങനെ പ്രണയിക്കണമെന്ന്. അത് അവർ കണ്ടെത്തും. അതിൽ അകപ്പെടുത്തും. ഒടുവിൽ വലിച്ചെറിയും''

സ്വന്തം ഭർത്താവിന്റെ താല്പര്യങ്ങളെയും പ്രണയത്തേയും ഒട്ടും വ്യത്യസ്തമല്ലാത്ത ഒരു തലത്തിലൂടെയാണ് ഇതിലെ മുഖ്യ കഥാപാത്രമായ ലിപിക കാണുന്നത്. ''അയാളുടെ ജീവിതത്തിൽ നടപ്പാതകളിൽ കാലുകൾ നോവിക്കാത്ത റോഡുകളോ സ്വപ്നങ്ങളിൽ പ്രണയം പൊഴിക്കുന്ന മഞ്ഞമന്ദാരപ്പൂക്കളോ ശരീരത്തിൽ പാരിജാതമണം പേറുന്ന, മുടിയിഴകളിൽ പിച്ചിപ്പൂക്കൾ മണക്കുന്ന സ്ത്രീകളോ ഉണ്ടായിരുന്നില്ല. ജീവിക്കാൻ പണം വേണം. അതുണ്ടാക്കാൻ ജോലി വേണം. ശരീരം വൃത്തിയാവാൻ കുളിക്കണം, വിശക്കാതിരിക്കാൻ കഴിക്കണം, ക്ഷീണിക്കുമ്പോൾ ഉറങ്ങണം, ശരീരത്തിന്റെ ഉയർന്നു പൊങ്ങുന്ന വികാരം ശമിപ്പിക്കാൻ ഒരു പെണ്ണ് വേണം.''

സ്ത്രീയുടെ ഭാഗത്തുനിന്നും തീർത്തും വ്യത്യസ്തമായാണ് ഇതിനെ ലിപിക കാണുന്നത്. ''എല്ലാ, സ്ത്രീകളിലും പുരുഷന്റെ ലൈംഗികതയെ വെറുക്കുന്ന ഒരുവൾ ഉണ്ടാകും. എത്ര വലിയ ലൈംഗികാസക്തി ഉള്ളവർ ആണെങ്കിൽ പോലും അത് ഒരാളിൽ മാത്രം നിക്ഷിപ്തമാകുമ്പോൾ തോന്നിയേക്കാവുന്ന വെറുപ്പോ പകയോ പ്രതികാരമോ ആവാം. മുലകളിലോ യോനിയിലോ ശരീരമാകമാനമോ അപമാനവിഷം താങ്ങുന്നവരാണ് ലൈംഗികതയിലേർപ്പെടുന്ന ഓരോ സ്ത്രീകളും.''

ഇതിൽ നിന്നെല്ലാം വ്യത്യസ്തമായി പ്രണയത്തിലേക്ക് വരുമ്പോൾ ''അയാളുടെ പേര് എന്റെ കാതുകളിൽ പതിഞ്ഞത് ഞാൻ ഓർക്കുന്നു. ആ പേരിനെ ഞാൻ രുചിക്കുകയും എന്റെ നാവിന്റെ രസമുകുളങ്ങളിൽ താലോലിക്കുകയും മെല്ലെ, എന്റെ ആമാശയത്തിനു നൽകുകയും അയാളോടുള്ള എന്റെ പ്രണയത്തിന്റെ വിശപ്പ് മാറ്റുകയും ചെയ്തിരുന്നു. എന്റെ പ്രണയപ്പട്ടിണികളിൽ അതിനുശേഷമെന്നും അയാളുടെ പേര് ഞാൻ ആഹാരമാക്കുമായിരുന്നു.''

ഈ മനോഹര രചനയ്ക്കുള്ളിൽ ഒളിപ്പിച്ചുവെച്ചിരിക്കുന്ന അത്യന്തം ദുരൂഹമായ കഥ 'A riddle wrapped in a mystery inside an enigma' എന്ന് പറഞ്ഞതുപോലെ വായനക്കാരെ പുനർവായനയ്ക്ക് പ്രേരിപ്പിക്കും. തീർച്ച.

എഡിറ്റർ

ആമുഖം

മനസ്സിൽ ഉള്ളതൊക്കെ ആരോടെങ്കിലും പറയുവാൻ ഭയപ്പെട്ടിരുന്ന ഒരു പതിനഞ്ചുവയസ്സുകാരി കണ്ടെത്തിയ ഏറ്റവും ഭംഗിയുള്ള ഒരു മാർഗമായിരുന്നു എഴുത്ത്.

പ്രായത്തിന്റെ ഒരു കാലഘട്ടത്തിനു ശേഷം, തീർത്തും വിഷാദച്ഛായയിൽ വളർന്നു വന്നൊരു പെൺകുട്ടിയായിരുന്നു ഞാൻ. എനിക്കാരുമില്ലെന്നുള്ള തോന്നലുകൾ എന്നെ പുസ്തകങ്ങളിലേക്കും വായനയിലേക്കും മാത്രം തളച്ചിട്ടിരുന്നു. അവിടെ ഞാൻ കഥാപാത്രങ്ങളിൽ എന്നെ സങ്കല്പിച്ചു. അവരോടൊക്കെ കലഹിച്ചു, തർക്കിച്ചു, അവരെ മാത്രം സ്നേഹിച്ചു. അപ്പോഴെല്ലാം എനിക്ക് തോന്നുമായിരുന്നു, ആരൊക്കെയോ എന്നെ സ്നേഹിക്കുന്നുണ്ടെന്ന്.

ഞാൻ ഒരു കഥയെഴുത്തുകാരി ആയേക്കുമെന്ന് എല്ലാ കാലത്തും എനിക്ക് ബോധ്യമുണ്ടായിരുന്നു. പക്ഷേ എന്റെ കഥകൾ ആരെങ്കിലും വായിച്ചേക്കുമോ എന്ന് ഞാൻ ചിന്തിച്ചിരുന്നില്ല. 'നീലപ്പരുന്ത്' കൃത്യമായി പറഞ്ഞാൽ എന്റെ മൂന്നാമത്തെ കൃതിയാണ്.

'പ്രണയത്തെ പ്രണയിച്ചവൾ' എന്നൊരു ഇ ബുക്ക് ആണ് ആദ്യം ചെയ്തത്. 'ആഭേരി' എന്നൊരു കഥാസമാഹാരവും എന്റേതായി ആളുകൾ വായിച്ചു.

അടുത്ത പുസ്തകം എന്നാണ് പ്രസിദ്ധീകരിക്കുക?!! ആഭേരി വായിച്ച് ഇഷ്ടമായ ഒരുപാട് പേരുടെ ചോദ്യത്തിന് മുന്നിൽ ഞാൻ ചിരിച്ചുകൊണ്ട് ഒഴിഞ്ഞുമാറി. മഴ പെയ്തു തോർന്നിരുന്ന ഒരു ഉച്ചനേരം, എവിടെ നിന്നോ എനിക്കുള്ളിലേക്ക് കയറി വന്നൊരു ചെറുകഥയാണ് 'നീലപ്പരുന്ത്'.

വളരെ കുറച്ചു സമയമെടുത്ത്, എളുപ്പം ഞാൻ അത് തീർത്തു.

'നീ, ഭയമില്ലാതെ എഴുതുക' എന്ന് എനിക്കെപ്പോഴും ധൈര്യം തന്നിരുന്ന ഒരാൾ ഉണ്ടായിരുന്നു. (പേര് വെളിപ്പെടുത്തുന്നില്ല) ആ ചെറുകഥ ഞാൻ അദ്ദേഹത്തിന് അയച്ചുകൊടുത്തു. അദ്ദേഹം അന്ന് അതിന് ഒരുപാട് അഭിപ്രായങ്ങൾ പറഞ്ഞു. എന്നിരുന്നാലും അതൊരു നോവൽ ആക്കുവാൻ വേണ്ടുവോളം എന്തേലും അതിലുണ്ടാകുമോയെന്ന് ഞാൻ ചിന്തിച്ചിരുന്നില്ല. ആ ചെറുകഥ ഒരു പബ്ലിക്കേഷന്റെ ഒരുപാട് പേര് ഒന്നിച്ചെഴുതുന്ന, പുസ്തകത്തിലേക്ക് കൊടുക്കുകയും പിന്നീട് അത് പ്രസിദ്ധീകരിക്കണ്ട എന്ന് ഞാൻ ആവശ്യപ്പെട്ടുകൊണ്ട് തിരികെ വാങ്ങുകയുമായിരുന്നു.

എന്റെ സുഹൃത്ത്, സന്തോഷേട്ടനാണ്, അതിൽ ഒരു നോവലിന്റെ സ്കോപ്പ് ഉണ്ടെന്ന് പറഞ്ഞത്. എന്നിട്ടും എന്റെ അലസതയുടെ തട്ടിൽതന്നെ ഞാൻ ഇരുന്നു. മറ്റൊരു നോവൽ തുടങ്ങി വെയ്ക്കുകയും ചെയ്തു. പക്ഷേ ഏതോ ഒരു ഉച്ചനേരത്ത്, വിട്ടു പോകാതെ എന്നെ പിടിമുറുക്കിയതാണ് 'നീലപ്പരുന്ത്'. ആദ്യമായി, ഞാൻ പേപ്പറിൽ ഒരു നോവൽ എഴുതാൻ ആരംഭിക്കുകയും ചെയ്തു. ആദ്യം എഴുതിവെച്ച വാചകങ്ങൾ അല്ല, വേണ്ടത്, ആ കഥയല്ല നീ പറയേണ്ടത് എന്ന് എന്നോട് ആരോ പറയുന്നതുപോലെ ആയിരുന്നു. ഒരിക്കലും ഞാൻ ചിന്തിക്കാത്ത മേഖലയിലൂടെ, വഴികളിലൂടെ'നീലപ്പരുന്ത്' എനിക്കൊപ്പം പറന്നുകൊണ്ടിരുന്നു. ഈ നോവലിന്റെ ഒരുപാട് ഘട്ടങ്ങളിൽ ഞാൻ വഴിമുട്ടി നിന്നു പോയിട്ടുണ്ട്. നോവൽ പൂർണ്ണമാകില്ലെന്ന് വിശ്വസിച്ചിട്ടുണ്ട്. അപ്പോഴും ഞാൻ പറയുന്നത് വെറുമൊരു കെട്ടുകഥയല്ലെന്നുള്ള ബോധ്യം എനിക്കുണ്ടായിരുന്നു. ഒരുപാട് പേര് പറയുവാൻ ബാക്കി വെച്ചത് എന്തോ എന്നിലൂടെ സാധ്യമാകുകയാണെന്ന് അറിയാമായിരുന്നു. ഈ കഥയുടെ അവസാനമെഴുതിയ രാത്രി എന്റെ ഓർമ്മകളിൽ എന്നും ഉണ്ടാകും. ഒരുപാട് ഉച്ചത്തിൽ എന്നെപ്പോലും നിയന്ത്രിക്കുവാൻ കഴിയാതെ കരഞ്ഞൊരു രാത്രി! എന്തിനെന്നുള്ള ചോദ്യത്തിന് ഇന്നും ഉത്തരമില്ലാത്ത രാത്രി.

എഴുതിക്കഴിഞ്ഞ്, ഗ്രീൻ ബുക്സിന് അയയ്ക്കുമ്പോൾ പോലും മുതിർന്ന ഒരു പബ്ലിക്കേഷനിൽ എന്റെ നോവൽ

പ്രസിദ്ധീകരിക്കപ്പെടുമെന്ന് എനിക്കൊരു ഉറപ്പും ഉണ്ടായിരുന്നില്ല. ആകെ, ഗ്രീൻ ബുക്സിന് മാത്രമാണ് അയച്ചതും. എന്റെ ഇ മെയിലിന് റിപ്ലൈ വരുമ്പോഴും നരേന്ദ്രൻ സാർ വിളിച്ചിട്ട്, പുസ്തകം നമുക്ക് ചെയ്യാമെന്ന് പറയുമ്പോഴും ശ്രീനിവാസൻ ചേട്ടൻ (മാർക്കറ്റിങ് വിഭാഗം ഗ്രീൻ ബുക്സ്) വീണ്ടും ഉറപ്പ് തരുമ്പോഴും എന്തിന് എഗ്രിമെന്റ് ഒപ്പ് വെയ്ക്കുമ്പോൾ പോലും എനിക്കിതൊക്കെ സ്വപ്നം ആണെന്നൊരു തോന്നൽ മാത്രമേ ഉണ്ടായിരുന്നുള്ളൂ.

എന്നെ എഴുത്തിൽ പ്രോത്സാഹിപ്പിക്കുന്ന ഒന്ന് രണ്ടു കൂട്ടുകാരോട് പണ്ട് ഗമയ്ക്ക് ഞാൻ പറഞ്ഞിട്ടുണ്ട്. ''നോക്കിക്കോ ഇനി വലിയ പബ്ലിക്കേഷൻസ് ഒക്കെ എന്റെ ബുക്ക് ഇറക്കുംന്ന്.'' ആ സ്വപ്നമാണ് ഇതിലൂടെ നിറവേറുന്നത്.

ഒരുപാട് പേരോട് നന്ദി പറയുവാൻ ഉണ്ട്. അതിൽ ഏറ്റവും ആദ്യം പറയുന്നത്, മീരച്ചേച്ചിയോട് (കെ.ആർ. മീര) ആണ്. വെറും ഒരു തുടക്കക്കാരിയായ എന്റെ പുസ്തകം, (ആഭേരി) വായിക്കുകയും അതിനൊരു ആസ്വാദനം തരികയും ഒരിക്കൽ കാണുമ്പോൾ, 'എന്തായി എഴുത്ത്?' എന്ന് ചോദിക്കുകയും ചെയ്തതിൽ. ഞാൻ പഠിപ്പിച്ചിരുന്ന സ്കൂളിന്റെ മാനേജർ അച്ചൻ ഒരിക്കൽ എന്നോട് പറഞ്ഞിട്ടുണ്ട്.

''മീരയൊക്കെ സ്വന്തം പേനയിൽ വിശ്വസിക്കുന്ന ആളാണ്. അവർക്ക് പുതിയ കുട്ടികളെ പ്രോത്സാഹിപ്പിക്കുവാൻ അപ്പോൾ ഒരു മടിയും പേടിയും തോന്നുകയില്ലെന്ന്.''

ഇന്നും ഞാൻ ആ വാചകങ്ങൾ ഓർക്കുന്നു. ഒരുപക്ഷേ ഒരു ഘട്ടത്തിൽ എഴുത്ത് നിർത്തുവാൻ തീരുമാനിച്ചു സോഷ്യൽ മീഡിയയിൽ നിന്നെല്ലാം ഒഴിവായ എന്നെ തിരിച്ചു കൊണ്ടുവന്നത്, ആഭേരിയുടെ അസ്വാദനത്തിൽ മീരച്ചേച്ചി പറഞ്ഞ ഒരൊറ്റ വാചകമാണ്.

''ഓരോ കഥയും വായിച്ച് തീർന്നപ്പോൾ, അടുത്തത് വായിക്കാൻ പ്രേരണ ഉണ്ടായി. ആദ്യ പുസ്തകത്തിലേ അത് സാധിക്കുന്ന എഴുത്തുകാരിക്ക് ഇനിയും ഒരുപാട് എഴുതിത്തീർക്കാൻ ഉണ്ട്.''

ഇത് എന്നും എന്റെ പ്രചോദനം ആയിരിക്കും.

പ്രിയപ്പെട്ട വായനക്കാരോട്,

ഇത്, പൂർണ്ണമായും ഒരു സ്ത്രീപക്ഷരചനയാണോ എന്ന് ചോദിച്ചാൽ എനിക്കറിയില്ല. ഒരു സ്ത്രീ ഒരിക്കൽ അനുഭവിച്ചു പോയത്, അനുഭവിക്കേണ്ടി വന്നത്, ഞാൻ പകർത്തുക മാത്രമാണ് ചെയ്തത്. ഒന്ന് ഞാൻ പറയാം. ഇതൊരിക്കലും, ഒരു മാന്ത്രികദണ്ഡ് വായുവിൽ വീശി ഞാൻ ഉണ്ടാക്കിയെടുത്ത കഥയല്ല. ജീവിച്ചിരിക്കുന്നവരും മരണപ്പെട്ടു പോയവരുമായി ഈ കഥയ്ക്ക് ബന്ധമുണ്ട്. നിങ്ങൾ... നിങ്ങളിലൂടെ വായിക്കുക... മറ്റൊരാളിന്റെ മനസ്സിലൂടെയും വായിക്കുക.

'നീലപ്പരുന്ത്' നോവലായി കാണുവാൻ,ആഗ്രഹിച്ചു കൊണ്ട് എനിക്കൊപ്പം ഉണ്ടായിരുന്ന എല്ലാ മനുഷ്യർക്കും ഞാൻ നന്ദി പറയുന്നു. ഈ പുസ്തകം പ്രസിദ്ധീകരണത്തിനായി തിരഞ്ഞെടുത്ത ഗ്രീൻ ബുക്സിനും നന്ദി പറയുന്നു. 'ആഭേരി' എന്റെ ആഗ്രഹമായിരുന്നുവെങ്കിൽ, 'നീലപ്പരുന്ത്' എന്റെ സ്വപ്നമാണ്.

ഹരിത ആർ.

സമർപ്പണം

'നീലപ്പരുന്തി'ന്റെ രചനയിൽ
ഞാൻ പൂർണ്ണമായും
ഒരാളോട് മാത്രം കടപ്പെട്ടിരിക്കുന്നു.
അജ്ഞാതനായ മനുഷ്യാ...
നിങ്ങൾ ഇല്ലായിരുന്നുവെങ്കിൽ
ഈ കൃതി സംഭവിക്കുകയില്ലായിരുന്നു.
ഭൂമിയിലെ ഏതോ കോണിൽ ജനിച്ച്...
ജീവിച്ച്... മരണപ്പെട്ടു മാത്രം
പോയേക്കാമായിരുന്ന അങ്ങയെ ഇതാ ഞാൻ
ഇവിടെ രേഖപ്പെടുത്തിയിരിക്കുന്നു.
ഈ കൃതി പൂർണ്ണമായും
നിങ്ങൾക്ക് സമർപ്പിക്കുന്നു.

ഒന്ന്

എന്തുമാത്രം നിസ്സംഗതയോടെയാണ് ഞാൻ, ഈ മരയഴി ജനലിലൂടെ മേഘങ്ങളുടെ പലായനങ്ങൾ കാണുന്നത്. സൂര്യൻ നഗ്നനാകുവാൻ തയ്യാറെടുക്കുകയാണ്. ഒരുപാട് പകൽവസ്ത്രങ്ങൾ സ്വന്തമായുള്ള, ധനികനാണ് സൂര്യൻ. ഈ പകൽ അവസാനിക്കുമ്പോൾ അഴുക്കുപുരണ്ട വസ്ത്രം ഊരിക്കളയുന്ന ലാഘവത്തോടെ അവൻ അടുത്ത വസ്ത്രമെടുത്ത് അണിയുവാൻ തയ്യാറാകും. ഈ കഴിഞ്ഞ നാഴിക, വിനാഴികകൾ ഒരു ചരിത്രത്തിലുമടയാളമാകാതെ മാഞ്ഞു പോകും. അല്ലെങ്കിൽ തന്നെ എന്തിന് അടയാളമാകണം? എന്തിന് അവശേഷിക്കണം? ഒരിക്കൽ അഴുകിത്തീരേണ്ട അവയവങ്ങൾക്ക് കാവലിരിക്കുകയാണ് ഓരോ മനുഷ്യരും.

ഞാനിപ്പോൾ എന്നും കാണുന്ന ഈ ആകാശത്തിന്റെ നിറമളക്കുകയാണ്. ഒരു ദിവസം എന്റെ മടിയിലിരുന്നുകൊണ്ട്, അമലു പറഞ്ഞു.

''ദീദി, നോക്കൂ. ആകാശം കണ്ടോ? ചുവന്നു തുടുത്ത നാരങ്ങാമിട്ടായിപോലുണ്ട്.''

അവളുടെ ചിരിക്ക് ഭംഗം വരുത്തേണ്ടതില്ല എന്ന് തോന്നിയതുകൊണ്ടാവണം, ഞാനും വെറുതെ ചിരിച്ചതേയുള്ളൂ. വർണ്ണാന്ധത ബാധിക്കാതിരുന്നിട്ടും എന്റെ കണ്ണുകൾ കൊണ്ട് ഞാൻ കാണുന്ന ആകാശത്തിനു ചിലപ്പോൾ നിറം പച്ചയാണ്. ചിലപ്പോൾ കടും നീലയും മറ്റു ചിലപ്പോൾ വയലറ്റുമാണ്. വെറും വയലറ്റ് അല്ല, ശംഖുപുഷ്പങ്ങളിൽ നാരങ്ങ പിഴിഞ്ഞ് എടുക്കുമ്പോഴുള്ള വയലറ്റ് ഉണ്ടല്ലോ, അതുതന്നെ. രാജകീയമായ വിഷത്തിന്റെ വയലറ്റ്. സുഗന്ധിയക്കയുടെ വേശ്യാലയത്തിൽ എത്തുമ്പോൾ എന്റെ ദേഹം മുഴുവൻ സഞ്ചരിച്ച, ചുവന്ന കുറിയ കണ്ണുകളിലും അതേ വയലറ്റ് ആയിരുന്നു. ഞാൻ എന്റെ ശ്രദ്ധ ഓർമ്മകളിൽ നിന്നും അഴിച്ചുവിട്ടു. നൂലുപൊട്ടിയ പട്ടം കണക്കെ അത് നിലത്തു വീണു കിടന്നു. തളർന്നു പോയെന്ന് നെടുവീർപ്പിട്ടു.

താഴെ, വെള്ളിയാഴ്ചച്ചന്ത പിരിയുന്നതിന്റെ സാമാന്യം നല്ല തിരക്കുണ്ടായിരുന്നു. വീതി കുറഞ്ഞ ബുലേശ്വർ റോഡിലൂടെ ഉറുമ്പിൻകൂട്ടങ്ങൾ പോലെ നടന്നു നീങ്ങുന്ന ആളുകൾ, വിദഗ്ധരായ കച്ചവടക്കാർ, അവരെയും വിലപേശി പറ്റിക്കുന്ന ധനികർ. കണ്ണഞ്ചിപ്പിക്കുന്ന നിറത്തിലുള്ള സാരി അഭംഗിയോടെ ഉടുത്ത്, ശരീരത്തിന്റേതായ എല്ലാ മുഴുപ്പുകളും വില്പനയ്ക്ക് വെയ്ക്കുന്ന രാത്രിയുടെ കാമുകിമാർ. എനിക്ക് വല്ലാത്ത തമാശ തോന്നി. ആകർഷിക്കുന്ന എന്തിലേക്കും മാമ്പഴത്തിൽ ഈച്ചകളെയെന്നതുപോലെ, പൊതിയുന്നവരാണ് മനുഷ്യർ. ആകർഷിക്കുന്നവയിൽ മാത്രം? അങ്ങനെയെങ്കിൽ അനാകർഷയായ ഞാൻ ആരാണ്? പഴുപ്പ് കൂടിപ്പോയി വേണ്ടാതായി വലിച്ചെറിയപ്പെട്ട ഫലമോ? ഒരിക്കലും പഴുക്കാത്ത കായ് മാത്രമോ?

എന്റെ വ്യക്തിത്വം ഞാൻ നിർണ്ണയിക്കേണ്ട സമയവും കാലവും കടന്നുപോയിരിക്കുന്നു. ഇന്ന് ഞാൻ ആരാണ്? പത്തു വർഷത്തോളം അന്ധേരിയിലെ അഴുക്കുപുരണ്ട ചേരിയിൽ വേശ്യാവൃത്തി നടത്തിയിരുന്നവൾ. തുടയിടുക്കുകളിൽ ഇപ്പോഴും ഉണങ്ങിയ ശുക്ലക്കറകൾ പേറുന്നവൾ. ഞാൻ വീണ്ടും എന്റെ കണ്ണുകളെ ആകാശത്തേക്ക് കെട്ടിയിട്ടു. നഗ്നരായ രണ്ടു മേഘങ്ങൾ രതിയിൽ ഏർപ്പെടുകയാണ്. രണ്ടും ഒന്നു ചേരവേ, ഒന്നു പൂർണ്ണമായും മാഞ്ഞുപോകുന്നു. മനുഷ്യന്റെ രതിയും അങ്ങനെത്തന്നെയാണ്. രണ്ടിലൊന്ന് മാത്രമേ ഒടുവിൽ അവശേഷിക്കുകയുള്ളൂ.

താഴെ, തെരുവിൽ വീണ്ടും ചിലമ്പുന്ന ശബ്ദങ്ങൾ. കൂട്ടുകാർക്കൊപ്പം തർക്കിച്ചും തമാശ പറഞ്ഞും പരസ്പരം പൊട്ടിച്ചിരിച്ചും നടന്നുനീങ്ങുന്ന കുട്ടികൾ. അവർ വലിച്ചെറിയുന്ന, മുഴുവനായി തീർന്ന ഐസ്ക്രീം സ്റ്റിക്കുകൾ, മിഠായി കടലാസുകൾ, സിപ്പ് അപ്പ് എന്ന് അമലു വിശേഷിപ്പിക്കുന്ന നീണ്ട പ്ലാസ്റ്റിക് പാനീയത്തിന്റെ ചതഞ്ഞ അവശിഷ്ടങ്ങൾ. അവയിൽ പലതും അഴുക്കുചാലിൽ വീണുകിടക്കുന്നുണ്ടാകും. തിരികെ കയറിവരുവാൻ സാധിക്കാത്ത ചില മനുഷ്യജന്മങ്ങളും ആരൊക്കെയോ കടിച്ചു ചീമ്പി വലിച്ചെറിയുന്ന ഐസ്ക്രീം സ്റ്റിക്കുകളാണ്.

"നിങ്ങൾ, എന്താണ് പറയുന്നത്? രണ്ടുമണിക്കൂറിന് ഇരുന്നൂറ് രൂപയോ? ബാപ് രേ... അഞ്ഞൂറ് എങ്കിലും തരാതെ ഞാൻ വരില്ല."

"ഓഹ്, പിന്നെ, നീ വിശ്വസുന്ദരി അല്ലേ? നിനക്ക് ഇരുന്നൂറ് തന്നെ അധികമാണ്. ഈ തെരുവിൽ നീ മാത്രമല്ല ഉള്ളത്. വരുന്നെങ്കിൽ വാ. വെറുതെ സമയം മെനക്കെടുത്താൻ."

താഴെ, ഈ കെട്ടിടത്തിന്റെ ഇളംനീല ചുവരിനോട് ചേർന്ന് രണ്ടുപേർ തർക്കിക്കുകയാണ്. അയാളുടെ വാക്കുകൾക്ക്, അവൾ

രണ്ടോ മൂന്നോ നിമിഷങ്ങൾ മൗനം പാലിച്ചു. അവൾ എന്തായിരിക്കും ചിന്തിക്കുകയെന്ന് എനിക്ക് അറിയാം. അവളുടെ കൈയിൽ കിട്ടുന്ന തുകയ്ക്ക് അവകാശികൾ ഏറെയുണ്ടാകും. ഒടുവിലൊരു പത്തു രൂപ, അവളുടെ ബ്ലൗസ്സിനുള്ളിൽ തിരുകി നൽകുമായിരിക്കണം. ആ പത്ത് എങ്കിലും കിട്ടുമോയെന്നുള്ള ചിന്ത, എന്നെയും അലട്ടി. അവരെ കടന്ന് ഒരു ഓട്ടോറിക്ഷ നീങ്ങി. ഈ കെട്ടിടത്തിനും വീതിയില്ലാത്ത റോഡിനും കുറുകെ, ദുർഗന്ധം വമിക്കുന്ന അഴുക്കുചാലാണ്. അവർക്ക് അതിന്റെ ഗന്ധമേൽക്കുന്നില്ലെയെന്നു ഞാൻ ശങ്കിച്ചു. ഓട്ടോറിക്ഷ വരുമ്പോൾ അവർ കൂടുതലായി ഓടയോട് ചേർന്നു നിന്നു. അയാൾ പറഞ്ഞ തുകയ്ക്ക് അവൾ സമ്മതിച്ചിരിക്കുന്നു. അവളുടെ സാരിയുടെ ഇടയിലേക്ക് കൈയെത്തിച്ച് അയാൾ അവളുടെ ശരീരത്തെ തൊട്ട് തുടങ്ങിയിരുന്നു. ഉടമയുടെ അധികാരം. എനിക്ക് ഒരു അസ്വസ്ഥതയും തോന്നേണ്ടതില്ലായിരുന്നു. എന്നിട്ടും അവളിലെ അസ്വസ്ഥത എന്നെയും വെറുതെ കാർന്നുതിന്നുകൊണ്ടിരുന്നു. ഞാൻ വീണ്ടുമവരുടെ ശയനത്തെക്കുറിച്ചോർത്തു. അതെങ്ങനെയാകും?

ഓർക്കുന്നതിൽ എനിക്ക് രസം തോന്നി. ഓർക്കുവാൻ സുഖം, കണ്ണുകൾ അടയ്ക്കുമ്പോഴാണ്. ഞാൻ കണ്ണട ഊരി മാറ്റി, അവരുടെ ശയനത്തെ ഓർമ്മിച്ചു. ആ സ്ത്രീയുടെ നഗ്നതയിലേക്ക് ആഴ്ന്നിറങ്ങുന്ന പുരുഷൻ. അവന്റെ തിളങ്ങുന്ന കണ്ണുകൾ. അവളുടെ ഇടത്തെ മാറിടത്തിലെ കറുത്ത മറുക്. അയാളുടെ കഴുത്തിലെ സ്വർണ്ണശംഖ് ലോക്കറ്റ് മാല. ഞാൻ, ഞെട്ടലോടെ കണ്ണ് തുറന്നു. ആ സ്ത്രീ, ഞാനായിരുന്നു. ആ പുരുഷൻ അയാളും. എന്റെ ശരീരത്തിൽ വസ്ത്രങ്ങൾ ഉണ്ടോയെന്നും എന്റെ മാറിടത്തിലെ മറുകിൽ ചെറിയ നീണ്ട പല്ലുകൾ കൊണ്ട് കടിച്ച ക്ഷതമുണ്ടോയെന്നും ബോധം നശിച്ചവളെപ്പോലെ വീണ്ടും ഞാൻ പരിശോധിച്ചു.

ഒരിക്കൽകൂടി കണ്ണുകൾ അടച്ച് ആ ശയനത്തെ ഓർക്കുവാൻ എനിക്ക് ധൈര്യമില്ലായിരുന്നു. മണിപ്ലാന്റ് പടർത്തിയ ജനലിനരികെയുള്ള വാഷ്ബേസിനു അടുത്തുവന്ന്, തണുത്ത വെള്ളത്തിൽ ഞാൻ മുഖം കഴുകി. ഓരോ തവണയും തണുത്ത വെള്ളം എന്റെ കണ്ണുകളെയും ചുണ്ടുകളെയും പൊള്ളിച്ചിരുന്നു. എളുപ്പമല്ല. ശയനത്തെക്കുറിച്ച് ഓർത്തു പൊള്ളുന്നത് തീരെ എളുപ്പമല്ല.

“ഇഥികാദീദീ, നിങ്ങളെ കാണുവാൻ കുറച്ച് പെൺകുട്ടികൾ വന്നിരിക്കുന്നു.”

ചായ്ഖാനയിലെ മുസാഫറിന്റെ മകൻ ദാവൂദാണ്. ഒരിക്കലും അനുവാദമില്ലാതെ അവൻ എന്റെ ഈ മുറിയിൽ പ്രവേശിച്ചിരുന്നില്ല. ഇളംമഞ്ഞ തൊങ്ങലുകൾ തൂങ്ങിയ കർട്ടന് അപ്പുറം നിന്നുകൊണ്ട് അവൻ ഉറക്കെ വിളിച്ചു പറയുകയാണ് ഉണ്ടായത്.

''അവരോട് വരാൻ പറയൂ ചോട്ടൂ.''

ഞാൻ ഒരിക്കൽ കൂടി കണ്ണാടിയിൽ എന്റെ മുഖം നോക്കി. നെറ്റിയിലെ ചുവന്ന, വലിയ കുങ്കുമപ്പൊട്ട്, കണ്ണുകളിൽ പടർന്നിട്ടുള്ള കണ്മഷി, ചുണ്ടിൽ വേണ്ടുവോളമുള്ള ചുവന്ന ചായം. ഇടതൂർന്ന് അഴിഞ്ഞു കിടക്കുന്ന മുടി. കറുപ്പിൽ മെറൂൺ നിറം ചേർന്ന ചന്ദേരി കോട്ടൺ സാരി. ഇരുകൈകളിലും ചുവപ്പും മഞ്ഞയും നീലയും കറുപ്പും നിറങ്ങൾ ചേർന്ന കുപ്പിവളകൾ. കാലിൽ തടിച്ചു കിലുങ്ങുന്ന പാദസരം. വിരലുകളിൽ ചുവന്നു തിണർത്തു കിടക്കുന്ന ആൽത്ത.

ഉം, മതി എനിക്ക് തൃപ്തി തോന്നി. തൊഴിൽ ഉപേക്ഷിച്ചുകഴിഞ്ഞും വേശ്യയുടേതായ എല്ലാ കലകളും എന്നിൽ ഇന്നും അവശേഷിക്കുന്നുണ്ട്. പൂർണ്ണതൃപ്തിയോടെ ഞാൻ ചിരിച്ചു. അവർക്കു മുന്നിൽ വേശ്യാവൃത്തി ചെയ്യുന്നവൾ ആയിട്ടിരിക്കണം. അവർക്ക് വേണ്ടതും ഇഥികാദൂത് എന്ന് പേരായ വേശ്യയെ തന്നെയാണല്ലോ. റാങ്ക് കൂടിയ ഏതോ ആപ്പീസറിന്റെ മുറിയിലേക്ക് ആദ്യമായി ഭയപ്പെട്ടു കയറുന്ന അഭയാർത്ഥികളെപോലെ ആ അഞ്ച് പെൺകുട്ടികളും എന്റെ മുറിയുടെ പടിവാതിലിൽ തന്നെ നിന്ന് പരുങ്ങി. ഞാൻ, കണ്ണുകൾ മാത്രം ചലിപ്പിച്ചുകൊണ്ട് അവരെ അകത്തേക്ക് ക്ഷണിച്ചു. അവർ അകത്തേക്ക് വന്നു. അതൊരു വേശ്യയുടെ മാത്രം കഴിവാണ്. പുരികക്കൊടികൊണ്ടോ കണ്ണുകളുടെ ഇമയനക്കം കൊണ്ടോ ഇരയെ ക്ഷണിക്കുക. ഇന്നിപ്പോൾ ഒരു വ്യത്യാസം മാത്രം. ഇവിടെ ഇര ഞാനാണ്. അല്ല, എന്നും ഇര ഞാൻ തന്നെയാണ്. ഞാൻ അവരെ നോക്കി. ഏറ്റവും വശ്യതയോടെ പുഞ്ചിരിച്ചു. അവരും ചിരിച്ചു. അല്പം ഭയം മേമ്പൊടി കലർന്ന ചിരികൾ ആയിരുന്നുവെങ്കിലും അവയ്ക്ക് ഒരു ഭംഗി തോന്നി.

''ഉം, പറയൂ. നിങ്ങൾ ഏത് കോളേജിലാണ് പഠിക്കുന്നത്?''

അവർ ഉത്തരം പറയാതെ എന്നെത്തന്നെ നോക്കിയിരുന്നു. ഞാൻ മെല്ലെ ചിരിച്ചു.

''എന്താ, നിങ്ങൾക്ക് ഭയം തോന്നുന്നുണ്ടോ?''

അഞ്ചു തലകളും ലോകന്ത്വാല തെരുവുകളിൽ വില്പനയ്ക്ക് വെയ്ക്കാറുള്ള പ്രതിമകളെ പോലെ ഒരേപോലെ ചലിച്ചു. എനിക്ക് പൊട്ടിച്ചിരിക്കുവാൻ തോന്നി. പുഞ്ചിരിയോടെ തന്നെ ഞാൻ ചോദിച്ചു.

''ഭയമാണ് എന്നോടുള്ള നിങ്ങളുടെ വികാരമെങ്കിൽ, എങ്ങനെ ഞാൻ നിങ്ങൾക്ക് എന്റെ ജീവിതം പറഞ്ഞു തരും?''

''ദീദി, അങ്ങനെ വിളിച്ചോട്ടെ?''

കൂട്ടത്തിൽ ചെറിയവൾ അനുവാദം ചോദിച്ചു. ഞാൻ, വിളിച്ചോളൂ എന്ന് കൈയനക്കിപ്പറഞ്ഞു. കുപ്പിവളകൾ പരസ്പരം ചെറിയൊരു മന്ദഹാസം അവർക്ക് വെച്ചു നീട്ടി.

''കുടിക്കാൻ കുറച്ച് വെള്ളം.''

ഞാൻ ആ പെൺകുട്ടിയിൽ നിന്ന് കണ്ണുകൾ ചലിപ്പിക്കാതെ ഉറക്കെ വിളിച്ചു.

''യാദൂ, ഉനെ പീനെ കേ ലിയേ കുച്ച് പാനി ദോ.''

സ്ത്രൈണത പ്രകടിപ്പിക്കുന്നവനും ചെറിയ താടിരോമങ്ങളുള്ളവനും ഉയരം കുറഞ്ഞവനുമായ യാദു വെള്ളവുമായി വന്നു. ആ പെൺകുട്ടികൾ യാദുവിനെ രൂക്ഷമായി ശ്രദ്ധിച്ചുകൊണ്ടിരുന്നു. യാദു, വെള്ളം ടീപ്പോയിൽ വെച്ചുകൊണ്ട് തിരിച്ചു നടന്നു.

''അവൾ എന്റെ ദത്തുപുത്രിയാണ്.''

ഞാൻ നനുത്ത ചിരിയോടെ തന്നെ അവരോട് പറഞ്ഞു.

''പുത്രി?''

അവരിൽ ഒരുവൾ കൂടുതൽ വിശദീകരണം ആവശ്യപ്പെടുന്ന കണ്ണുകളോടെ ചോദിച്ചു. അവരുടെ ആശങ്ക, പുരുഷരൂപത്തിനുള്ളിലെ സ്ത്രൈണതയെക്കുറിച്ചാണ് എന്ന് ഞാൻ ഊഹിച്ചു കഴിഞ്ഞിരുന്നു.

''ഉം...''

ഞാൻ ദീർഘമായൊന്നു മൂളിക്കൊണ്ട് ആ പെൺകുട്ടിയെ നിരാശപ്പെടുത്തി. മുൻപും അതെനിക്ക് ഇഷ്ടമായിരുന്നു. പ്രതീക്ഷിക്കുന്നത് മനസ്സിലാക്കിയും പ്രതീക്ഷിക്കുന്നവരെ നിരാശപ്പെടുത്തുക. മുന്നിലിരിക്കുന്നയാളിന്റെ നിരാശയിൽ ആഹ്ലാദിക്കുക. അതിനോളം ലഹരി ഭാംഗ്ന് പോലുമില്ല. ഗൂഢമായ ആനന്ദത്തെ ഉള്ളിൽ ഒളിപ്പിച്ചുകൊണ്ടുതന്നെ, ഞാൻ അവരോട് സൗമ്യമായി ചോദിച്ചു.

''എന്തിനാണ്, എന്നെപ്പോലെ ഒരു വേശ്യയെക്കുറിച്ച് ഡോക്യുമെന്ററി ചെയ്യുന്നത്? പുരോഗമനവാദങ്ങൾ തന്നെയാണോ നിങ്ങളുടെ ഉദ്ദേശ്യം?''

കഴിഞ്ഞ രണ്ടുമൂന്ന് ആഴ്ചകളായി ഇവർ എന്നെ കണ്ടെത്താൻ ശ്രമിക്കുന്നത് മുസാഫിർ ഭായ് ആണ് പറഞ്ഞത്. ഭായിയോട് അവരെ എന്റെ അരികിൽ വിടുവാൻ ആവശ്യപ്പെട്ടതും ഞാൻ തന്നെയാണ്. അവർ പരസ്പരം നോക്കി. കണ്ണട വെച്ച വലിയ കണ്ണുകളുള്ള ഒരുവൾ ചെറുതായി മന്ദഹസിച്ചുകൊണ്ട് പറഞ്ഞു.

''ദീദി, നമ്മുടെ സമൂഹത്തിലെ ജനങ്ങൾ, ചിന്തകളിൽ ഒരുപാട് മുന്നിലേക്ക് വന്നിട്ടുണ്ട്. അവരിപ്പോൾ നിങ്ങളെ പോലുള്ളവരെ ശരീരം വിറ്റു ജീവിക്കുന്നവരായി മാത്രമല്ല കാണുന്നത്. ഉപജീവനത്തിനു വേണ്ടിയോ സാഹചര്യങ്ങളുടെ സമ്മർദ്ദം കൊണ്ടോ ഇങ്ങനെ ആകേണ്ടി വന്നവരാണ് നിങ്ങളെന്നു കുറെയധികം ജനങ്ങൾ മാറി ചിന്തിക്കുന്നുണ്ട്.''

ഞാൻ ചിരിച്ചു.

‘‘മാറി ചിന്തിക്കുന്ന ശ്രമണവിഭാഗങ്ങൾ ഇതിനു മുൻപും ഉണ്ടായിട്ടുണ്ട്. ബുദ്ധനും ചാർവാകന്മാരും മഹാവീരനുമൊക്കെ ആ ഗണത്തിൽ ഉൾപ്പെട്ടവരാണ്. പക്ഷേ നമ്മുടെ സമൂഹത്തിൽ ബുദ്ധന്മാർ വളർന്നുതുടങ്ങിയെന്നു വിശ്വസിക്കുവാൻ എനിക്ക് പ്രയാസമാണ്. ഞാൻ അങ്ങനെ ആരെയും കാണാത്തതുകൊണ്ടാവാം.’’

എന്നോട് സംസാരിച്ച പെൺകുട്ടിയെ നോക്കിക്കൊണ്ടുതന്നെ ഞാൻ ചോദിച്ചു.

‘‘ശരി, ഉണ്ടെന്ന് തന്നെയിരിക്കട്ടെ. വേശ്യകളുടെ ജീവിതത്തോട് എന്താണ് അവർക്ക് താല്പര്യം?’’

അവൾ വീണ്ടും പറഞ്ഞു തുടങ്ങി.

‘‘ഞാൻ, പറഞ്ഞുവല്ലോ ദീദി. നിങ്ങളുടെ സാഹചര്യങ്ങളെ...’’

അവൾ പറഞ്ഞു തീരും മുൻപ് ഞാൻ ഉറക്കെ ചിരിച്ചു. ആ പെൺകുട്ടികളിൽ ഒരുവൾ ഒഴികെ എല്ലാവരും എന്നെ പകപ്പോടെ നോക്കി.

‘‘വേശ്യകളെന്നാൽ ഉപജീവനത്തിനോ സാഹചര്യത്തിനോ വേണ്ടി മാത്രം നഗ്നയാകുന്നവളാണെന്നാണോ നിങ്ങൾ കരുതുന്നത്? ഒരു പക്ഷേ ആയിരിക്കാം. തൊണ്ണൂറ്റിയൊൻപത് ശതമാനവും അങ്ങനെ ആയിരിക്കാം. ഞാൻ ബാക്കിയുള്ള ഒരു ശതമാനം മാത്രമാണ്. എനിക്കു സാഹചര്യങ്ങളോ സമ്മർദ്ദമോ പട്ടിണിയോ ഉണ്ടായിരുന്നില്ല. എനിക്കു നിരവധി പുരുഷന്മാരുടെ ഗന്ധം അറിയണമായിരുന്നു. വിസ്തൃതമായ പുരുഷന്റെ നെഞ്ചിൽ അവന്റെ അധരങ്ങളിൽ ഉറങ്ങി ഉണരണമായിരുന്നു. എന്റെ കാമാസക്തിയെ അടക്കണമായിരുന്നു. ഞാൻ അതിനാണ് വേശ്യയായത്.’’

‘‘ഇഥികാദീദീ, ഇപ്പോൾ നിങ്ങൾ ചോദിച്ച ചോദ്യത്തിന്, ഉത്തരമായിരിക്കുന്നു. ബാക്കി തൊണ്ണൂറ്റിയൊൻപത് ശതമാനത്തെയും ഉപേക്ഷിച്ചുകൊണ്ട് നിങ്ങൾക്ക് മുന്നിൽ ഞങ്ങൾ വന്നിരിക്കുന്നതിന്റെ കാരണം ഇതാണ്. തീർച്ചയായും ഞങ്ങൾക്ക് വേണ്ടത്, ഏതെങ്കിലും ഒരുപ്രോസ്റ്റിറ്റ്യൂട്ടിനെയല്ല. ഇഥികാദൂതെന്ന നിങ്ങളെയാണ്. ’’

ആ പെൺകുട്ടികളുടെ കൂട്ടത്തിൽ എന്റെ ചിരിയിൽ അത്ഭുതപ്പെടാത്തവളായ, ഏറ്റവും ഭംഗിയുള്ള ചിരിയുള്ളവളുമായ പെൺകുട്ടി പറഞ്ഞു. അവളുടെ സംസാരത്തിലെ വാക്കുകൾ കൊണ്ടെന്നെ പരാജയപ്പെടുത്തി എന്നുള്ള ആത്മവിശ്വാസം നിറയുന്നത് ഞാൻ കണ്ടു.

‘‘എന്റെ പേര് നൈനിക. ഞങ്ങൾ രാം നിരഞ്ജൻ കോളേജ് ഓഫ് ആർട്സ് ആൻഡ് സയൻസിലെ സോഷ്യോളജി ഡിപ്പാർട്ട്മെന്റ് സ്റ്റുഡന്റ്സ് ആണ്. ഞങ്ങൾ ‘വുമൺ എംപവർമെന്റ്’ എന്ന ഒരു പ്രോജക്റ്റ് ചെയ്യുന്നുണ്ട്. അതിൽ പ്രോസ്റ്റിറ്റ്യൂട്ട് ആയിരുന്ന ഒരു

സ്ത്രീയുടെ Thoughts ഉൾക്കൊള്ളുന്ന ഒരു ഡോക്യുമെന്ററി കൂടി വേണം. അതിനാണ്, ഞങ്ങൾ ദീദിയെ കാണുവാൻ വന്നത്.''

എന്നെ പരാജയപ്പെടുത്തിയ ആഹ്ലാദത്തോടെയോ ആത്മവിശ്വാസ ത്തോടെയോ അവൾ പറഞ്ഞു. നൈനികയത് പറയുമ്പോൾ, മറ്റുള്ളവ രുടെ മുഖത്ത് ഉണ്ടായ അമ്പരപ്പ് ഞാനും ശ്രദ്ധിച്ചു.

''നിങ്ങളുടെ പേരുകൾ പറഞ്ഞില്ലല്ലോ?''

''ഇഷ, മാലിനി, ഖുഷി, ദീപിക.''

അമ്പരപ്പോടെ തന്നെ അവർ പേരുകൾ പറഞ്ഞു. ഞാൻ നൈനിക യുടെ പേര് കൂടി ചേർത്ത്, അഞ്ചു പേരും എന്റെ കൈവിരലുകളിൽ മടക്കിക്കൊണ്ട് ആവർത്തിച്ചു.

''ഞങ്ങളുടെ പേരുകൾ ഓർക്കുമോ? ഞങ്ങളുടെ മുഖങ്ങൾ ഇനി യൊരിക്കൽ കണ്ടാൽ, ദീദി തിരിച്ചറിയുമോ?''

ഇഷ ആകാംക്ഷയോടെ ചോദിച്ചു.

ഞാൻ അവളുടെ നീണ്ടുയർന്ന നാസികയിലെ കരിനീലക്കല്ലു മൂക്കുത്തിയുടെ ഭംഗിയെ കണ്ണുകളാൽ ഉഴിഞ്ഞുകൊണ്ട് മന്ദഹസിച്ചു.

''തീരെ സാധ്യതയില്ല, പക്ഷേ, നിങ്ങളുടെ ഗന്ധം ഞാൻ ഓർ ത്തേക്കാം.''

''അതെങ്ങനെ? ഞങ്ങളുടെ ഗന്ധമെന്നാൽ അത് ഏതേലും പെർഫ്യൂമിന്റേതാവില്ലേ?''

അവൾ വീണ്ടും അത്ഭുതത്തോടെ ചോദിച്ചു.

''അല്ല, ഓരോ മനുഷ്യനും ഓരോ ഗന്ധമാണ്. ചിലപ്പോൾ സുഗന്ധം. മറ്റു ചിലപ്പോൾ ദുർഗന്ധം. ഓർത്തിരിക്കുവാൻ എളുപ്പം ദുർഗന്ധ ങ്ങൾ ആണ്. പക്ഷേ നിങ്ങൾക്ക് ഒക്കെയും വിടർന്ന പാരിജാത പ്പൂക്കളുടെ ഗന്ധമാണ്.''

ബീഡി പുകയുടേതോ റോജാപാക്കുകളുടെയോ പാൻപരാഗു കളുടേയോ ബീഡയുടെയോ പരിചിതമായ ദുർഗന്ധങ്ങൾ എന്റെ നാസാരന്ധ്രങ്ങളിലൂടെ ഒഴുകി നീങ്ങി. എല്ലാ മനുഷ്യരുടെയും ഗന്ധ ങ്ങൾ എങ്ങനെ ഓർത്തുവെയ്ക്കുവാൻ സാധിക്കും ദീദി?''

മാലയിൽ കൊരുക്കുന്ന മുത്തുകൾ പോലെ അവരുടെ ചോദ്യങ്ങൾ ഒന്നിനു പുറകെ ഒന്നായി കോർത്തു വന്നു. ഞാൻ അവരെ നോക്കി മെല്ലെ ചിരിച്ചുകൊണ്ട് പറഞ്ഞു.

''വേശ്യകൾ, ഒരിക്കലും അവളുടെ വേശ്യാവൃത്തിയിൽ പരിചയ പ്പെടുന്ന പുരുഷന്മാരുടെ മുഖങ്ങൾ ഓർത്തിരിക്കേണ്ടതിന്റെ ആവശ്യം ഒന്നുമില്ല. ഓർത്തിരുന്നാലും രാത്രിയിൽ വേശ്യകൾക്കൊപ്പം ശയി ക്കുന്ന പുരുഷന് പകലിൽ മുഖം വേറെയാകും. പക്ഷേ, അവന്റെ

ഗന്ധം ഓർത്തിരിക്കേണ്ടതുണ്ട്. പ്രത്യേകിച്ച് എന്നെപ്പോലെ ഭോഗാസക്തിയുള്ള വേശ്യകൾ. അയാൾ വീണ്ടും അവൾക്കരികിൽ എത്തുമോയെന്നു അവൾ നോക്കിയിരിക്കും. ആദ്യത്തേതിലും ആസക്തിയോടെ അയാളെ പ്രാപിക്കുവാൻ വേണ്ടിയാണത്.''

ഞാൻ പൊട്ടിച്ചിരിച്ചുകൊണ്ടിരുന്നു. അവർ പരസ്പരം ഭയം കലർന്ന് നോക്കിയത് എന്നെ തൃപ്തിപ്പെടുത്തുകയും ചെയ്തു. എന്റെ ഉള്ളിൽ ഞാനേറ്റവും കലുഷിതയാകുമ്പോഴെല്ലാം ഞാൻ എന്റെ ചിരികളെ ആയുധമാക്കി. ആർക്കു മുന്നിലും എപ്പോഴും പൊട്ടിച്ചിരിച്ചുകൊണ്ടിരുന്നു.

''എന്തുകൊണ്ട് ദീദി വേശ്യയായി?''

''എനിക്കു പുരുഷന്റെ കാമത്തിനോട് വല്ലാത്ത ആർത്തി തോന്നിയതുകൊണ്ട്.''

''പുരുഷന്റെ സെക്സ് അത്രമേൽ മികച്ചതാണോ? അവന്റെ സുഖത്തിനുമാത്രം പ്രാധാന്യം നൽകുന്ന തരം എക്സർസൈസ് മാത്രമല്ലേ അത്? മിക്കവാറും സ്ത്രീകൾക്ക് ഓർഗാസം പോലും ലഭിക്കാറില്ലല്ലോ?''

നൈനികയുടെ വാക്കുകളിലെ അസാമാന്യമായ വാക്ചാതുര്യവും ധൈര്യവുമെനിക്ക് ഇഷ്ടപ്പെട്ടു. അവളുടെ ഈ പ്രായത്തിൽ ഞാൻ ഓർഗാസമെന്നുള്ള വാക്കുപോലും കേട്ടിട്ടുണ്ടായിരുന്നില്ല.

''സ്ത്രീകൾ എന്നും കടമയ്ക്ക് വേണ്ടിയല്ലേ ദീദി, സെക്സിനു സമ്മതിക്കുന്നത്?''

മുൻപ് എപ്പോഴോ വായിച്ച ഒരു വാചകം എന്റെ തലച്ചോറിനുള്ളിൽ മിന്നിമറഞ്ഞു. ഒലിവർ മാർക്കസ് മല്ലോയ്യുടേത്.

''സ്നേഹം ലഭിക്കാൻ, സ്ത്രീകൾ ലൈംഗികത ഉപയോഗിക്കുന്നു. ലൈംഗികതയ്ക്കായി പുരുഷൻ സ്നേഹം ഉപയോഗിക്കുന്നു.''

''ലൈംഗികത, സ്ത്രീയുടെ കടമയൊന്നുമല്ല കുട്ടീ. ഒരുപക്ഷേ പ്രസവിക്കുവാൻ താല്പര്യമില്ലാത്ത ഒരുവൾക്ക് പ്രസവിക്കേണ്ടിവരുന്ന ദുരവസ്ഥകളെ കടമയെന്നു വിളിക്കാം. എങ്കിലും ലൈംഗികത കടമയേ അല്ല.''

അവൾ ഒരു നിമിഷം അതേക്കുറിച്ച് ചിന്തിച്ചെന്ന് അവളുടെ വലിയ കണ്ണുകൾ എന്നെ തോന്നിപ്പിച്ചു.

''ദീദിക്ക്, ലസ്റ്റിനോട് ഇത്രമേൽ അഡിക്ഷൻ തോന്നുവാൻ കാരണമെന്താണ്? ഐ മീൻ എന്തേലും കാരണം അതിനുണ്ടോ?''

''ഞാൻ മുൻപ് പറഞ്ഞു കഴിഞ്ഞല്ലോ, എനിക്കു പുരുഷന്മാരെ വളരെ ഇഷ്ടമാണ്. ഓരോ പുരുഷനും ഓരോ ഗന്ധം, ഓരോ നിറം, ഓരോ മുഖം, ഓരോ ചുംബനം, ഓരോ ആലിംഗനം. അത് എനിക്ക്

ആസ്വദിക്കുവാൻ ഇത്രയും ഭംഗിയുള്ള മറ്റൊരു മാർഗവും ഞാൻ കണ്ടതേയില്ല.''

അവരോട് അത് പറഞ്ഞു ചിരിക്കുമ്പോഴും എന്റെ കണ്ണുകൾ നനഞ്ഞുകഴിഞ്ഞിരുന്നു.

എന്നെയൊന്നു സ്നേഹിക്കാമോയെന്ന് പറഞ്ഞു കരയുന്ന ഏതോ സ്ത്രീ എന്റെ ഉള്ളിലൂടെ സഞ്ചരിച്ചുകൊണ്ടിരുന്നു. നിർഭാഗ്യവശാൽ അവൾക്ക് എന്റെ മുഖമായിരുന്നു.

''ദീദി, പിന്നെ എന്തിന് ഈ തൊഴിൽ ഉപേക്ഷിച്ചു?''

മാലിനി തന്റെ സ്വാഭാവികമായ സംശയത്തെ ഉതിർത്തു വിട്ടു.

''സ്കന്ദഭഗവാൻ രചിച്ച പുരുഷലക്ഷണങ്ങളെല്ലാം തികഞ്ഞ പുരുഷന്മാരെയെല്ലാം ആസ്വദിച്ചു കഴിഞ്ഞതുകൊണ്ട്.''

''അതൊരു കള്ളമല്ലേ? ഇത്രയും ചുരുങ്ങിയ പുരുഷന്മാരെ നമുക്കുള്ളോ ദീദി?

നൈനിക ചെറുപുഞ്ചിരിയോടെ വീണ്ടും ചോദിച്ചു. ഞാനും മറുപടിയായി ഒന്നു ചിരിച്ചു.

''അതൊരു പരമാർഥമാണ് കുട്ടീ. അംഗീകരിച്ചല്ലേ മതിയാകൂ. പുരുഷനെന്നു തോന്നിപ്പിക്കുന്ന ജീവികൾ പരിമിതമാണ്. പിന്നീട് ഉള്ളതെല്ലാം വെറും ആവർത്തനങ്ങളോ അവരുടെ നിഴലുകളോ ആയിരിക്കും. സ്ത്രീകളുടെ കാര്യത്തിലും ഇത് അങ്ങനെത്തന്നെയാണ്. പാവം സ്ത്രീ-പുരുഷന്മാർ. അവരിതൊന്നും അറിയാതെ, താൻ തന്നെ കേമമെന്ന് വിശ്വസിച്ച് ജീവിച്ചു മരിക്കുന്നു.''

ശരിയാണെന്ന മട്ടിൽ അവൾ മെല്ലെ ശിരസ്സ് ചലിപ്പിച്ചു. ആ ചലനം വീണ്ടും ഏതോ നാട്ടിലെ ബൊമ്മക്കൊലുവിനെ ഓർമ്മപ്പെടുത്തി.

''എന്തുകൊണ്ടാണ് ദീദിയിപ്പോൾ ഈ ഡോക്യുമെന്ററിയിൽ നിങ്ങളുടെ ജീവിതം ഉൾപ്പെടുത്തണം എന്ന് ആഗ്രഹിക്കുന്നത്? അല്ലെങ്കിൽ ഞങ്ങൾക്ക് അതിന് അനുവാദം നൽകിയത്?''

''ഞാൻ, വ്യഭിചരിച്ചിരുന്നവളായതുകൊണ്ട്. ഞങ്ങളുടെ ഭൂതകാലങ്ങൾക്ക് ചരിത്രത്തിലെന്നും ഇടമുള്ളതുകൊണ്ട്. ഭൂമിയിലെ ഓരോ മനുഷ്യർക്കുള്ളിലും ഇടമുള്ളതുകൊണ്ട്.''

''ഇതിൽ പുതുമയൊന്നുമില്ലെന്ന് പറഞ്ഞു നിങ്ങൾ അവഗണിക്കപ്പെട്ടാലോ?''

'' എനിക്കു ദുഃഖമുണ്ടാവുകയില്ല. പരിഗണിക്കപ്പെട്ടാൽ സന്തോഷവും.''

''കാരണം?''

"ഞാൻ ചരിത്രത്തിൽ ജീവിച്ചവൾ മാത്രമാണ്. ചരിത്രത്തെയും മനുഷ്യന്റെ ചിന്തകളെയും തിരുത്തിയെഴുതാൻ വന്നവൾ അല്ല. അല്ലേയല്ല."

"പ്രണയത്തെക്കുറിച്ച് നിങ്ങളുടെ അഭിപ്രായമെന്താണ്, ദീദി? ദീദി, ആരെങ്കിലുമായി പ്രണയത്തിൽ അകപ്പെട്ടിട്ടുണ്ടോ?"

ഖുഷി, പ്രണയം എന്ന് പറഞ്ഞതുപോലും അല്പം നാണിച്ചാണ് എന്ന് എനിക്ക് തോന്നി.

"അകപ്പെടുക! അതൊരു നല്ല വാക്കാണ്. പരസ്പരം അല്ലെങ്കിൽ ഒരാൾ അകപ്പെട്ടിരിക്കുകയാണ് എന്ന് അറിയുന്നതുവരെ അതൊരു ഭംഗിയുള്ളവാക്കാണ്. അതറിഞ്ഞു കഴിഞ്ഞാൽ, പിന്നെയുള്ളത് വെപ്രാളമാണ്. കെണിയിൽ അകപ്പെട്ട അണ്ണാറക്കണ്ണനെ പോലെ പുറത്ത് ചാടുവാനുള്ള വ്യഗ്രത. അത് തുടങ്ങുന്നതോടെ പ്രണയം അവസാനിക്കും."

"നിങ്ങൾ ആ കെണിയിൽ അകപ്പെട്ടിരുന്നില്ല എന്നാണോ ദീദി?"

ഞാൻ വീണ്ടും ചിരിച്ചു. കണ്ണുകൾ മുറുക്കിയടച്ചു കൊണ്ട് വിരലുകൾ കണ്ണുകൾക്ക് മുകളിൽ വെച്ചുകൊണ്ട് പറഞ്ഞു.

"ആ കെണിയിൽ അകപ്പെടുവാൻ കൊതിക്കാത്തവർ ആരാണുള്ളത് കുട്ടീ? ഭൂമിയിൽ നിലനിൽക്കുന്ന, ഏറ്റവും സത്യസന്ധമായ കെണി, അത് പ്രണയം മാത്രമാണ്. ആഗ്രഹിച്ചു കയറുന്നു. ഇറങ്ങിപ്പോരാൻ കഴിയാതെ അകപ്പെടലിൽ ജീവിക്കുന്നു. എനിക്ക് അങ്ങനെ ജീവിക്കുവാൻ പോലും ഇഷ്ടമായിരുന്നു."

"എങ്ങനെയായിരുന്നു ദീദിയുടെ പ്രണയം? ഡോക്യുമെന്ററി, ഓർമ്മകളിൽനിന്ന് തുടങ്ങാം."

നൈനികയുടെ ചോദ്യം ഞാൻ എനിക്കുള്ളിൽ ആവർത്തിച്ചു. അതേ, അത് എങ്ങനെയായിരുന്നു? ഞാൻ എന്റെ മിഴികളെ ഓർമ്മകളുടെ നീലിച്ച സമുദ്രത്തിലേക്ക് എടുത്തെറിഞ്ഞു. ഉയർന്നു പൊങ്ങുന്ന തിരമാലകളിൽ എന്റെ ഓർമ്മകൾ പൊങ്ങുതടി പോലെ ഉപരിതലത്തിൽ മാത്രം അവശേഷിച്ചു. എന്റെ മുന്നിലിരുന്നിരുന്ന പെൺകുട്ടികളെ ഞാൻ വിസ്മരിച്ചു. വെറുമൊരു ഇരുപത്തിയഞ്ചുകാരിയിലേക്ക് എന്റെ മനസ്സ് തുഴഞ്ഞു തുടങ്ങുന്നു. എനിക്കു മുന്നിൽ അമാവാസിക്ക് ശേഷം തെളിയുന്ന ചന്ദ്രന്റെ മുഖം പോലെ അയാളുടെ സുന്ദരമായ മുഖം തെളിയുന്നു. മത്തുപിടിപ്പിക്കുന്ന അയാളുടെ ഗന്ധം എന്റെ നാസാരന്ധ്രങ്ങളെ തഴുകുന്നു. അയാളെ ഓർക്കുമ്പോഴെല്ലാം എന്റെ അടിവയറ്റിൽ നിന്ന് ലാവ പോലൊന്നു പ്രവഹിക്കുന്നു. എന്റെ അടിവസ്ത്രം നനയുന്നു. രതിയിൽ ഏർപ്പെടാതെ മൂർച്ഛയിൽ എത്തുന്നു.

"ദീദീ"

കടലിന്റെ ആഴങ്ങളിൽ നിന്നും ഞാൻ കരയിലേക്ക് അതിശക്തമായി ചുഴറ്റിയെറിയപ്പെട്ടു. ഞാൻ കണ്ണുകൾ തുറക്കുമ്പോൾ തീർച്ചയായും അത് ചുവന്നിട്ടുണ്ടാകണം. നനഞ്ഞിട്ടുണ്ടാകണം. പാവം കുട്ടികൾ, എനിക്കെന്തോ വലിയ ദുഃഖമുണ്ടെന്ന് വിചാരിച്ചു കാണണം. എന്റെ പുരുഷന്റെ ഓർമ്മകളാൽ ഞാൻ ഭോഗിക്കപ്പെട്ടതാണെന്ന് ഈ പെൺകുട്ടികളെ എങ്ങനെ ഞാൻ ബോധ്യപ്പെടുത്തും?

''ക്യാ ഹുവാ ദീദി, ആർ യു ഓകെ?''

ഞാൻ സാരിത്തുമ്പു കൊണ്ട് കണ്ണുകൾ തുടച്ചു. ദീർഘമായി നിശ്വസിച്ചുകൊണ്ട് അവർക്കൊരു ചിരി സമ്മാനിച്ചു.

''ഒന്നുമില്ല. ഞാൻ, ഞാനെന്റെ പ്രണയത്തെക്കുറിച്ച്, എന്റെ കാമുകനെക്കുറിച്ച് ഓർത്തുപോയതാണ്.''

''കണ്ണുകൾ നന്നായി ചുവന്നിരിക്കുന്നു. ദീദി.''

മാലിനി, എന്റെ കണ്ണുകളിലേക്ക് ദയനീയമായി നോക്കി.

''കണ്ണുകൾ, പ്രതിഫലനങ്ങളാണ്. വിശപ്പിന്റെയോ രതിയുടെയോ പ്രണയത്തിന്റെയോ പ്രതിഫലനങ്ങൾ. ഇതിലേതോ ഒന്ന് എന്റെ മനസ്സിലൂടെ കടന്നു പോയിട്ടുണ്ടാകണം. നിങ്ങൾക്ക് വിശ്വസിക്കുവാൻ എളുപ്പത്തിൽ എന്റെ കണ്ണുകളിലെ ചുവപ്പ് രതിയാണെന്ന് കരുതിക്കോളൂ.''

എന്റെ കണ്ണുകളിലേക്ക്, അവൾ വീണ്ടും സൂക്ഷിച്ചു നോക്കി.

''ഞാൻ, ആ ചുവപ്പ് നിറത്തെ പ്രണയമെന്ന് വിളിക്കുവാൻ ആഗ്രഹിക്കുന്നു. അത് തെറ്റാവില്ലെന്നു കരുതുന്നു.''

നൈനിക, ഒരിക്കൽ കൂടി വാക്കുകളാൽ ഞെട്ടിച്ചു. അവൾ അസാമാന്യബുദ്ധിമതിയാണെന്ന് മനസ്സിൽ ഞാൻ അവളെ അഭിനന്ദിച്ചു. പക്ഷേ അവളോട് പറഞ്ഞത് ഇങ്ങനെയാണ്.

'' ഉം, കരുതിക്കോളൂ. പക്ഷേ, അത് രതിയാണ്. കണ്ണിൽ ചുവപ്പ് പടർത്തുന്ന ഒരു പ്രണയവും എനിക്കിന്നേവരെ ഉണ്ടായിട്ടില്ല.''

എനിക്കവളെ നിരാശപ്പെടുത്തണമെന്നോ തെറ്റിദ്ധരിപ്പിക്കണമെന്നോ തോന്നി. അവൾ എന്നെ നോക്കാതെ പുച്ഛഭാവത്തിൽ ഒരു ചിരി കുടഞ്ഞെറിഞ്ഞു കളഞ്ഞു.

''നിങ്ങൾ, എത്ര ആളുകളുമായി രതിയിൽ ഏർപ്പെട്ടിട്ടുണ്ട്? അങ്ങനെ ഒരു കണക്ക് സൂക്ഷിക്കുന്നുണ്ടോ?''

അവൾ, അടുത്ത ചോദ്യത്തെ, ബലൂൺ പോലെ വീർപ്പിച്ചു വെച്ചു. എന്നോട് ചോദ്യം ചോദിക്കേണ്ടതും എന്നെക്കുറിച്ച് അറിയേണ്ടതും അവൾക്ക് മാത്രമാണെന്ന് എന്തുകൊണ്ടോ എനിക്കു തോന്നി.

''ഒരാളുമായി, ഒരേയൊരു ആളുമായി.''

ഞാൻ നിസ്സാരമായ വാക്കുകൾ കൊണ്ട്, അവളുണ്ടാക്കിവെച്ച ആകാംക്ഷയുടെ ബലൂൺ പൊട്ടിച്ചുകളഞ്ഞു. അഞ്ച് പെൺകുട്ടികളും പരസ്പരവും അത്ഭുതത്തോടെയും എന്നെ നോക്കി.

''അപ്പോൾ, ദീദി, നിങ്ങൾ ഒരു, പ്രോസ്റ്റിറ്റ്യൂട്ട് അല്ലെന്നാണോ പറയുന്നത്?''

''എന്താണ്, സംശയം? ഞാൻ വെറും പ്രോസ്റ്റിറ്റ്യൂട്ട് തന്നെയാണ്.''

അവർ ഒന്നും മനസ്സിലാകാത്തതുപോലെ പരസ്പരം നോക്കി. എനിക്ക് അവരുടെ ആശങ്കകൾ നിറഞ്ഞ മുഖങ്ങളോട് തമാശ തോന്നി.

''അതേ, ഞാൻ രതിയിൽ ഏർപ്പെട്ട എല്ലാ പുരുഷന്മാരും ഒരാൾ മാത്രമായിരുന്നു.''

നൈനികയുടെ ചുണ്ടുകൾ മന്ദഹാസം പോലെയെന്തോ ഒന്ന് പ്രകടിപ്പിച്ചുവെന്ന് എനിക്ക് തോന്നി. അവളുടെ അടുത്ത ചോദ്യം എന്താകുമെന്ന് ഞാൻ ഊഹിച്ചു. അവൾ അതുതന്നെ ചോദിക്കുകയും ചെയ്തു.

''ദീദിയെ പ്രണയിച്ചിരുന്നവൻ അല്ലേ?''

''ഊഹും, അങ്ങനെ തോന്നിപ്പിച്ചിരുന്നവൻ.'' ഞാൻ നിഷേധിച്ചു.

''എന്നിട്ടും എങ്ങനെ നിങ്ങൾ വേശ്യയായി? എന്നിട്ടും എന്തു കൊണ്ട് പുരുഷന്മാരോട് അഭിനിവേശം തോന്നി?''

ഇഷയുടെ ചോദ്യത്തിനോട് ഞാൻ ചിരി തന്നെ പകരം നൽകി. പിന്നീട് പറഞ്ഞു.

''നിങ്ങൾക്ക്, പുരുഷന്മാരെക്കുറിച്ച് അറിയാത്തതുകൊണ്ടാണ്. അവർക്ക് ആഗ്രഹം തോന്നുന്ന സ്ത്രീകൾ, അതിപ്പോൾ, പതിനാറുകാരിയായാലും അറുപതുകാരി ആയാലും വേശ്യയായാലും വിവാഹിതയായവൾ ആയാലും അവർക്കറിയാം എങ്ങനെ ഇവളെ വരുതിയിൽ നിർത്തണമെന്ന്. എങ്ങനെ പ്രണയിപ്പിക്കണമെന്ന്. അത് അവർ കണ്ടെത്തും. അതിൽ അകപ്പെടുത്തും. ഒടുവിൽ വലിച്ചെറിയും. ഓമനിച്ചു വളർത്തുന്ന നായ്ക്കുട്ടികളെ പ്രായമാകുമ്പോൾ തെരുവിൽ ഉപേക്ഷിച്ചു പോകുന്ന യജമാനന്മാരെ പോലെ, അവർ നമ്മളെ എളുപ്പം മറക്കും. മറ്റൊരു നായക്കുട്ടിയെ സ്വന്തമാക്കും. തെരുവിൽ വലിച്ചെറിയപ്പെട്ട നായക്കുട്ടിയോ? അത് അലഞ്ഞു തിരയും. രാത്രിയുടെ ഇരുട്ടിൽ തനിയെ കരയും. ഒരിക്കൽ വാലാട്ടിയതോർത്ത്, ഒരിക്കൽ അയാൾക്ക് വേണ്ടി സ്നേഹം നൽകിയതോർത്ത്, അയാളുടെ സ്നേഹം സത്യമാണെന്നു വിശ്വസിച്ച്, ആ കാൽക്കീഴിൽ ചുരുണ്ടു ഉറങ്ങിയിരുന്നത് ഓർത്ത് തനിയെ കരയും. ചിലത് അങ്ങനെ ചാകും. മറ്റു ചിലതിനെ ആരേലുമൊക്കെ കടിച്ചു കുടയും.''

''എല്ലാ പുരുഷന്മാരും അങ്ങനെ ആകുമോ ദീദി?''

മാലിനിയുടെ ചോദ്യത്തിലെ ദയനീയതയിൽ നിന്നും അവളുടെ കണ്ണുകളിലെ നനവുകളിൽ നിന്നും അവളുടെ പുരുഷനെക്കുറിച്ച് ആശങ്കപ്പെട്ടത് ഞാൻ തിരിച്ചറിഞ്ഞു.

“പുരുഷന്റെ പ്രണയം, ജലം പോലെയും സ്ത്രീയുടെ പ്രണയം വ്യത്യസ്ത ആകൃതിയിലുള്ള പാത്രങ്ങൾ പോലെയുമാണ്. ജലം, ഏത് ആകൃതിയുള്ള പാത്രത്തിൽ ഒഴിച്ചാലും അതവിടെ ഉൾക്കൊള്ളും. നമ്മൾ സ്ത്രീകൾ ഈ ജലം മറ്റൊരു പാത്രത്തിലേക്ക് പകർത്തപ്പെട്ടേക്കാം എന്നോർക്കാതെ, നമ്മിൽ വീണു കിടക്കുന്ന കാലമത്രയും ആ നനവിൽ ഉറങ്ങും. മറ്റൊരു പാത്രത്തിൽ പകർത്തപ്പെട്ട ശേഷം, വെയിൽ കൊണ്ട് നനവില്ലാതെ ഉരുകും.”

അവളുടെ മുഖം, വീണ്ടും കുനിഞ്ഞു. ഇന്ന് തീർച്ചയായും അവൾ തന്റെ കാമുകനെ വിളിക്കും. നീ എന്നെ സ്നേഹിക്കുന്നുണ്ടോ എന്ന് പുലമ്പും. അവൻ ഉണ്ടെന്ന് കള്ളം പറയും. അവൾ വാക്ക് വാങ്ങിക്കും. അവനിൽ വീണ്ടും ഉറങ്ങിയുണരും.

ഞാൻ ജനലിന്റെ, അഴികളിലൂടെ വീണ്ടും ആകാശത്തേക്ക് നോക്കി. കുറച്ച് മുമ്പേ രതിയിൽ ഏർപ്പെട്ട അതേ മേഘങ്ങൾ വീണ്ടുമതിനു തയ്യാറെടുക്കുന്നുണ്ടായിരുന്നു. അതേ മേഘങ്ങൾതന്നെ. അരികുകൾ നീണ്ട ആൺമേഘവും ചുവന്നു തുടുത്ത പെൺമേഘവും. എനിക്ക് മേഘങ്ങളിലെ ആണിനേയും പെണ്ണിനേയും എളുപ്പം തിരിച്ചറിയാം. പക്ഷികൾ, ആകാശത്ത് വരയ്ക്കപ്പെട്ട സമരേഖകളിലൂടെയെന്നതുപോലെ, നിരയൊപ്പിച്ചു പറന്നുപോകുന്നുണ്ട്. ജുഹു കടൽത്തീരം അണയുവാനാകണം അവർ തിരക്കിട്ട് പോകുന്നത്. അവയുടെ തിരക്കുകൾക്കാണ് ചിലപ്പോൾ ഏറ്റവും ഭംഗി. കടലിൽ ആഴ്ന്നു മറയുന്ന സൂര്യനെ, ഒരു നോക്കുകൂടി കാണുവാനുള്ള വ്യഗ്രതയിൽ അവർ കൂടുതൽ ചിറകടിച്ചു പറന്നു. അയാളും സൂര്യൻ ആയിരുന്നു. ഞാൻ അയാളിലേക്ക് പറന്നടുത്ത അനേകായിരം പക്ഷികളിൽ ഒരുവൾ മാത്രവും. അയാളുടെ രശ്മികളുടെ അവസാന കടാക്ഷം ലഭിക്കാൻ കാത്തുനിന്ന പക്ഷികളിൽ ഒരുവൾ മാത്രം. അയാളെ ഓർക്കുമ്പോഴെല്ലാം ഞാൻ ഇഥികയല്ലെന്നു തോന്നുന്നു. മറ്റേതോ ഒരുവൾ എന്നിൽ അവേശിക്കുന്നു.

“ദീദി, ഒരു...”

ഞാൻ കൈയെടുത്ത് അവളെ വിലക്കി.

“നേരം സന്ധ്യയാകുന്നു. മറ്റൊരു ദിവസം വരൂ. മുംബൈ മഹാനഗരം വെളിച്ചത്തിൽ ഒളിഞ്ഞിരിക്കുന്ന ഒരു കാട്ടുമൃഗമാണ്. ഇരുട്ടുമ്പോൾ ഇരയെ തിരക്കി കാട് ഭേദിച്ച് അത് പുറത്ത് വരും. അതിന് മുൻപ് പൊയ്ക്കോളൂ.”

ഞാൻ എഴുന്നേറ്റു. വിസ്തൃതമായ ആ ഹാളിലെ വെളുത്ത കർട്ടനുകൾ മാറ്റി, അവർ തിരികെ പോകുന്നോയെന്ന് നോക്കാതെ, അവരെ യാത്രയയ്ക്കാൻ നിൽക്കാതെ, എന്റെ മുറിക്കുള്ളിൽ കയറി. ഇളംനീലപ്പൂക്കൾ നിറഞ്ഞ എന്റെ വിരിപ്പുകൾ എന്നെ ആലിംഗനം ചെയ്യുവാൻ ഭ്രാന്തെടുത്തു കിടക്കുന്നതുപോലെ തോന്നി. ഞാൻ അതിന്റെ നെഞ്ചിൽ മനസ്സിനാൽ പരിപൂർണ നഗ്നയായി കിടന്നു. ആ കിടക്കയുമായി സുദീർഘമായ സംഭോഗത്തിൽ ഏർപ്പെട്ട് ഒന്നു മോർക്കാതെ മയങ്ങി.

രണ്ട്

ഇഥികാദൂതിന്റെ ഭവനത്തിൽ നിന്ന് ഇറങ്ങുമ്പോഴും വഴിമദ്ധ്യേയും ആ പെൺകുട്ടികൾ അഞ്ചുപേരും അവരെക്കുറിച്ചുതന്നെ ചിന്തിച്ചു. ഒരാളിൽനിന്നും ഇറങ്ങി വന്നതിനുശേഷവും അവരെക്കുറിച്ച് ചിന്തിക്കുകയെന്നാൽ ആ സ്ത്രീ അവരിൽ ഏൽപ്പിച്ചതെന്തോ അത് നിസ്സാരമല്ലെന്നാണ് അർത്ഥം. ചിലപ്പോൾ അവർ തീർത്തും നിസ്സാരമാണെന്നും.

‘‘നൈനികാ, നമുക്ക് പ്രോജക്റ്റിൽ ഉൾപ്പെടുത്താനുള്ള സ്റ്റഫ് അവരിൽനിന്നും കിട്ടുമെന്ന് എനിക്കു തോന്നുന്നില്ല.’’

ഇഷ, ഒരല്പം ആശങ്കയോടെയും അമർഷത്തോടെയുമാണ് സംസാരിച്ചത്.

‘‘ശരിയാണ്. അവർ ഭാഷകൊണ്ട് വാക്യങ്ങൾ സൃഷ്ടിക്കുന്നു. കേൾക്കുന്നവരെയും അടിമകളാക്കുന്നു. ഒരു പ്രോസ്റ്റിറ്റ്യൂട്ടിന് ഭാഷ ഇങ്ങനെ കൈകാര്യം ചെയ്യാൻ പറ്റുന്നത് ശരിക്കും അത്ഭുതപ്പെടുത്തുന്നു.’’

മാലിനി, ഇഷയുടെ അഭിപ്രായത്തോട് യോജിച്ചു.

‘‘ഇനിയും അവരുടെ അടുത്ത് പോകണോ? മറ്റൊരാളെ കണ്ടെത്തിയാൽ നമ്മുടെ പ്രോജക്റ്റ് എളുപ്പം തീർക്കാം. പ്രൊഫസർ നിർമ്മലയുടെ സ്വഭാവം അറിയാമല്ലോ, സമയത്ത് സബ്മിറ്റ് ചെയ്തില്ലെങ്കിൽ, അവർ ഇന്റേർണൽ മാർക്ക് മൊത്തത്തിൽ കട്ട് ചെയ്യും.’’

ഖുഷിയുടെ വാക്കുകളിൽ മാർക്ക് നഷ്ടമാകുമെന്ന ഭയം ഉണ്ടായിരുന്നു. എല്ലാവരും നൈനികയുടെ അഭിപ്രായത്തിനു വേണ്ടിയാകണം, അവളെ നോക്കി. അവൾ ഈ അഭിപ്രായങ്ങൾക്കൊന്നും മറുപടി പറയാതെ മുന്നോട്ട് നടക്കുകയായിരുന്നു.

‘‘നീ എന്തു പറയുന്നു? ഇവിടെ വേശ്യാപ്പണി ചെയ്തവർക്കും

അത് ഉപേക്ഷിച്ചു ജീവിക്കുന്നവർക്കും പഞ്ഞമൊന്നുമില്ല. നമുക്ക് മറ്റൊരാളെ തിരയാം.''

മാലിനി അവളുടെ പ്രതികരണമില്ലായ്മ കണ്ടു ചോദിച്ചു.

''വേശ്യകൾക്കും ആ ജീവിതം ഉപേക്ഷിച്ചു ജീവിച്ചവർക്കും പഞ്ഞമില്ല. പക്ഷേ, അവർക്കൊന്നും പറയുവാൻ ജീവിതമുണ്ടാ യെന്നു വരില്ല. കാമാസക്തി അടക്കുവാനാണ് താൻ വേശ്യയായ തെന്ന് പറയാനുള്ള ധൈര്യവും ഉണ്ടാവില്ല.''

നൈനിക, നടത്തം നിർത്താതെ പറഞ്ഞു. അല്പം പുറകിൽ ആയിരുന്ന മറ്റു നാലുപേരും അവളെ അത്ഭുതത്തോടെ നോക്കി.

''മാലിനി, പറഞ്ഞതുപോലെ, അവർ ഭാഷകൊണ്ട് മികച്ച വാക്യ ങ്ങൾ സൃഷ്ടിക്കുന്നു. ഓരോ മറുപടികളിലും ഒരായിരം കാര്യങ്ങൾ കണ്ടെത്തുന്നു. ഞാൻ അവരെ എന്റെ പ്രോജക്റ്റ് ടൂൾ ആയി ഉപ യോഗിക്കാൻ തന്നെയാണ് ഉദ്ദേശിക്കുന്നത്.''

അവരുടെ മറുപടികൾ ഒന്നും കേൾക്കാത്തതിനാൽ നൈനിക തിരിഞ്ഞ് അവർക്ക് അഭിമുഖമായി നിന്നു.

''നിനക്ക്, ആദ്യമേ തന്നെ ഇങ്ങനെ മനസ്സിലാകാത്ത തരത്തിൽ സംസാരിക്കുന്ന സ്ത്രീകളോടും പുരുഷന്മാരോടും വലിയ ഒബ് സെഷനാണ്. എനിക്കവരെ കണ്ടിട്ട്, ഏതോ മനോരോഗിയെപോലെ തോന്നി.''

ഖുഷി, തമാശമട്ടിൽ പറഞ്ഞു.

''മാനസികരോഗികൾ അല്ലാത്തവർ ആരുമില്ല ഖുഷീ. അവർക്ക് ഭ്രാന്താണെന്നു തോന്നിയെങ്കിൽ, നിനക്കും എനിക്കും ഈ നടന്നു നീങ്ങുന്ന എല്ലാ ജീവജാലങ്ങൾക്കും ഭ്രാന്ത് തന്നെയാണ്.''

നൈനിക, അവളെ രൂക്ഷമായി നോക്കി. അവൾ തലകുനിച്ചു നിന്നു.

''നിങ്ങൾ, ഈ പ്രോജക്റ്റ് ഉപേക്ഷിക്കുന്നുവെങ്കിൽ ഉപേക്ഷിക്കാം. പക്ഷേ, ഞാൻ ഇതുമായി മുന്നോട്ടു പോകുകയാണ്. എനിക്ക് അവരെക്കുറിച്ച് അറിഞ്ഞേ മതിയാകൂ.''

ഉറച്ച സ്വരത്തിൽ നൈനിക പറഞ്ഞു നിർത്തി. മുന്നോട്ട് നടന്നു. ഒരു കാര്യം തീരുമാനിച്ചാൽ, അതിൽ നിന്നും അവളെ പിന്തിരിപ്പി ക്കാൻ കഴിയില്ലയെന്ന് അറിയാവുന്നതുകൊണ്ട് കൂട്ടുകാരികൾ ഒന്നും മിണ്ടിയില്ല. ഇവൾക്ക് ഭ്രാന്ത് തന്നെയാണെന്ന് അവർ ഉള്ളിൽ അടക്കി ച്ചിരിച്ചിട്ടുണ്ടാകണം.

ഹോസ്റ്റലിൽ ചെന്നതിനു ശേഷം, നൈനിക അക്ഷരങ്ങൾ ചിതറി ത്തുടങ്ങിയ, ഡയറി എടുത്തു മറിച്ചു നോക്കി. ഉടയാത്ത, എങ്കിലും അല്പം പഴകിയതെന്നു തോന്നിപ്പിക്കുന്ന ചിത്രങ്ങളിൽ നോക്കി.

തിരികെ വെച്ചുകൊണ്ട്, പ്രൊഫസർ നിർമ്മലയുടെ നമ്പറിൽ ഡയൽ ചെയ്തു.

''മാം, ഞങ്ങൾ ഇന്ന് അവരെ കണ്ടു.''

''ഉം.''

അവർക്കിടയിലെ സംസാരത്തിൽ കാറ്റ് പോലും നിശ്ശബ്ദത പാലിച്ചു. വലിയ എന്തോ രഹസ്യത്തെ കാതുകളിൽ മന്ത്രിക്കുന്നതു പോലെ അവൾ ആവർത്തിച്ചു.

''അവർ, വെറുമൊരു പ്രോസ്റ്റിറ്റ്യൂട്ട് അല്ലെന്നു മാം പറഞ്ഞതിന്റെ പൊരുൾ ഇന്ന് അവരോട് സംസാരിച്ചപ്പോഴാണ് മനസ്സിലായത്. അവരേതോ ദുർമന്ത്രവാദിനിയെ ഓർമ്മിപ്പിച്ചു.''

''ഉം, നിന്നോട് ഞാൻ പറഞ്ഞുവല്ലോ. ഇഥികാദൂതിന്റെ പൂർവ്വ കാലമാണ് നമുക്ക് അറിയേണ്ടത്. അവർ അതിൽ ഒന്നും ഒളിപ്പി ക്കാതെ പറയണമെങ്കിൽ, അവർക്ക് അപരിചിതരായവർ ആയിരി ക്കണം. നീ ഇപ്പോൾ അവർക്ക് അപരിചിതയാണ്.''

''പക്ഷേ, മാം, അവർ ആരും ഇനിയെന്റെ കൂടെ വരുമെന്ന് തോന്നു ന്നില്ല. അവർ പറയുന്നത് മറ്റൊരു പ്രോസ്റ്റിറ്റ്യൂട്ടിനെ തിരയണമെ ന്നാണ്.''

നൈനിക സുഹൃത്തുക്കളുടെ അതൃപ്തിയെക്കുറിച്ച് പറഞ്ഞു.

''അവരുടെ ലക്ഷ്യം പ്രോജക്റ്റ് തീർക്കുക മാത്രമാണ്. നിന്റേത് അങ്ങനെയല്ല. ആ ബോധ്യം നിനക്കുണ്ടല്ലോ. ഒരു തരത്തിൽ അവർ കൂടെ ഇല്ലാത്തതാണ് നിനക്ക് നല്ലത്.''

നിർമ്മല, ഫോൺ വെച്ചതിനു ശേഷവും നൈനിക, ഇഥികയെ ക്കുറിച്ച് ആലോചിച്ചുകൊണ്ടിരുന്നു. എന്തായിരിക്കും അവരുടെ കഥ? കേട്ടു ശീലിച്ചതോ അതോ പുതിയ ഏടുകളോ? എന്തുതന്നെ യായാലും അവരെ ഇനിയും കണ്ടേ മതിയാകൂ. ഏറ്റവും കലുഷിത മായ മനസ്സോടെ അവൾ ഉറങ്ങുവാൻ കിടന്നു.

ഇന്നും ഈ ആകാശത്തിന് വയലറ്റ് നിറമാണ്. ഹോ! എന്തൊരു ആവർത്തനമാണ് ഓരോ ദിവസവും. വിരസത നിറഞ്ഞ ആവർത്ത നങ്ങൾ. വേശ്യയായിരിക്കുമ്പോഴും പകലുകൾ വിരസതയുടേതാ യിരുന്നു. രാത്രികളോ? അതും ചിലപ്പോഴൊക്കെ. പുരുഷന് സ്ത്രീ യുടെ ഒരൊറ്റ അവയവത്തിന്റെ ആവശ്യം മാത്രമേയുള്ളൂ. അത് ചെത്തിക്കൊടുത്തു കഴിഞ്ഞിരുന്നെങ്കിൽ പാവം ഇവർ സ്ത്രീകളെ വെറുതെ വിടുമായിരുന്നു. ഞാൻ ഇങ്ങനെ ഇടയ്ക്ക് സ്ത്രീവിരുദ്ധമോ പുരുഷവിരുദ്ധമോ ആയ കാര്യങ്ങളെ ഇട്ട് കൊടുത്ത് എന്റെ തല ച്ചോറിന് ഭാരം കൂട്ടും. അതല്ലെങ്കിൽ ഓർമ്മകളാൽ ഹൃദയം ആ ഭാരം ഏറ്റെടുക്കും.

ഹൃദയത്തിന്റെ ഭാരത്തിനേക്കാൾ എന്തുകൊണ്ടും നല്ലത് തലച്ചോറിലെ ഭാരമാണ്. ഞാൻ അവിടെ ജനലിനോരം ചേർന്നു നിന്ന് താഴേക്ക് നോക്കി. ഒരു പോസ്റ്റ്മാൻ, ധൃതിയിൽ എത്തുന്നു. താഴെ രണ്ട് വീടുകൾക്ക് കുറുകെയുള്ള അഴുക്കുചാൽ, കവച്ചു ചാടിക്കടന്ന് ആ വീടിന്റെ മണിയടിക്കുന്നു. ഇളംനീലനിറത്തിലെ ഇൻലന്റ് സമ്മാനിക്കുന്നു. സാരികൊണ്ട് തലഭാഗം മറച്ചു വെച്ച സ്ത്രീയുടെ മുഖത്ത് പുഞ്ചിരി വിരിയുന്നു. ദൂരദേശത്തേക്ക് പോയ അവരുടെ ഭർത്താവിന്റെ കത്തായിരിക്കണം. ഭർത്താവിന്റെ കത്ത് കാണുമ്പോൾ ഇത്രയും സന്തോഷിക്കാൻ തോന്നുമോ? എനിക്കൊരിക്കലും തോന്നിയിട്ടില്ല. അതിന് എന്റെ ഭർത്താവ് എനിക്ക് ഒരു കത്തുപോലും എഴുതിയിട്ടില്ലല്ലോയെന്ന് ഞാൻ, പൊടുന്നനെ ചിരിയോടെ ഓർത്തു. എന്റെ കാമുകൻ എനിക്കു നിരന്തരം കത്തുകൾ അയച്ചുകൊണ്ടിരുന്നിരുന്നുവല്ലോയെന്നും ഓർത്തു. ആ സ്വീകരണമുറിയിലെ എന്റെ മലയാളവും ഇംഗ്ലീഷും ഹിന്ദിയും നിറഞ്ഞ പുസ്തകശേഖരത്തിലൂടെ ഞാൻ കണ്ണോടിച്ചു. അതിനിടയിൽ പൊടിഞ്ഞു പോകാതെ സൂക്ഷിച്ചു വെച്ചിരിക്കുന്ന കത്തുകളുണ്ട്. മുൻപ് എപ്പോഴോ മുസാഫിർഭായ്, കാശ്മീരിൽ നിന്ന് കൊണ്ടുവന്ന് തന്ന, ചെന്നായത്തുകൽകൊണ്ട് നിർമ്മിച്ച ഒരു ചുരുളിൽ ആണ് ഞാൻ ആ കത്തുകൾ അമൂല്യവസ്തുവായി സൂക്ഷിച്ചുവെച്ചിരുന്നത്.

അയാളുടെ കത്തുകൾ, ഒരിക്കലും മുടങ്ങാതെ എന്നെ തേടി വന്നിരുന്ന അയാളുടെ കത്തുകൾ. ഷെൽഫിൽനിന്നും ആ തുകൽ വലിച്ചെടുത്തു. അതിന്റെ രണ്ടറ്റങ്ങളേയും തമ്മിൽ ബന്ധിപ്പിച്ചിരുന്ന, ഇളംമഞ്ഞ തൊങ്ങലുകൾ അഴിച്ചു മാറ്റി. ആ കത്തുകളിൽ തലോടി. എന്റെ വിരലുകളിൽ ഓർമ്മകളുടെ സ്വരങ്ങൾ ഉണർന്നു വന്നു. ഞാൻ അവയെ ഗാനമായി ഉണരുവാൻ അനുവദിക്കാതെ സ്വരങ്ങളുടെ സ്ട്രിങ് പൊട്ടിച്ചു കളഞ്ഞുകൊണ്ട് അത് അവിടെത്തന്നെ വെച്ചു. ആ പെൺകുട്ടികൾ ഇനിയും എന്നെ തിരക്കി വരുമെന്ന് തോന്നുന്നില്ല. എനിക്ക് മനോരോഗമാണെന്ന് പരസ്പരം പറഞ്ഞുകൊണ്ട് അവർ ചിരിക്കുന്നുണ്ടാകണം. അടുത്ത നിമിഷമാണ് ചിലമ്പിച്ച പക്ഷിയുടെ സ്വരവും വാതിൽ തുറക്കുന്ന ശബ്ദവും കേട്ടത്.

‘‘ഓയ്, ദീദി.’’

യാദു എന്റെ മുറിയുടെ വാതിൽക്കൽ വന്നു നിന്നു വിളിച്ചു.

‘‘ഇന്നലെ വന്ന ആ പെൺകുട്ടികളിൽ ഒരുവൾ വന്നിരിക്കുന്നു.’’

‘‘ഉം, ഞാൻ ഇപ്പോൾ വരാം.’’

കത്തുകൾ തിരികെ ഷെൽഫിൽ വെച്ച്, ഹാളിലേക്ക് ചെന്നു. ഊഹിച്ചതുപോലെ നൈനിക തന്നെയായിരുന്നു അത്. കടുംനിറമുള്ള പച്ചയിൽ ശലഭങ്ങളെ പ്രിന്റ് ചെയ്തിരിക്കുന്ന നീളൻ കുർത്തയും കരിനീല ജീൻസുമാണ് വേഷം. തോളിൽ വലിയൊരു നീണ്ട തുകൽ

ബാഗ് ഉണ്ട്. ഇന്നലെ മുതൽ ആലോചിക്കുകയാണ്, ഇവളെ മുൻപ് എവിടെയോ കണ്ടിട്ടുണ്ട്. പക്ഷേ എവിടെ? ഓർമ്മകൾ ഒളിച്ചു കളിക്കുന്നു.

''എന്താ തനിച്ചു വന്നത്, കൂട്ടുകാരികൾ എവിടെ?''

അവൾ, തെല്ലൊന്ന് ആലോചിച്ചു. എന്തോ കള്ളമാണ് പറയുവാൻ ഉദ്ദേശിക്കുന്നതെന്നുള്ളതിന്റെ വെപ്രാളം, അവളുടെ മുഖത്ത് ഉണ്ടായിരുന്നു.

''അവർക്ക് ഇന്നൊരു സെമിനാർ കോൺഫ്രൻസ് ഉണ്ട്. അത് അറ്റൻഡ് ചെയ്യാൻ പോയിരിക്കുകയാണ്.''

ഞാൻ അവളുടെ കണ്ണുകളിൽ സൂക്ഷിച്ചു നോക്കി മന്ദഹസിച്ചു.

''കള്ളം പറയാൻ ശ്രമിക്കുമ്പോൾ കണ്ണുകളാണ് മോളെ കൂടുതൽ ശ്രദ്ധിക്കേണ്ടത്. നമ്മുടെ നാവ് പറയുന്ന കള്ളത്തെ, കണ്ണുകൾ എതിരെ നിൽക്കുന്നവന് കാണിച്ച് കൊടുക്കാത്ത വിധത്തിൽ അവയെ പരിശീലിപ്പിക്കണം.''

അവൾ മെല്ലെ മുഖം കുനിച്ചു.

''ക്ഷമിക്കണം ദീദീ. അവർക്ക് ഈ പ്രോജക്റ്റിൽ ദീദിയെ ഉൾപ്പെടുത്തുവാൻ എന്തോ താല്പര്യമില്ല.''

''ഉം, എനിക്കത് മനസ്സിലായി. എല്ലാ മനുഷ്യർക്കും എല്ലാ മനുഷ്യരെയും മനസ്സിലാക്കാൻ സാധിക്കണമെന്നില്ല. എന്നെപ്പോലെ നോർമൽ അല്ലാത്ത സ്ത്രീകളെ ആരും തന്നെ കേൾക്കുവാൻ തയ്യാറാകുകയുമില്ല. മുസാഫിർഭായ്, നിങ്ങളെക്കുറിച്ച് ആദ്യം പറഞ്ഞപ്പോൾ എനിക്ക് അത്ഭുതം തോന്നി. എന്നെ നിങ്ങൾ എങ്ങനെ കണ്ടെത്തി എന്നുള്ളതിൽ.''

ഞാൻ, ചോദ്യമെറിഞ്ഞുകൊണ്ട് നൈനികയെ നോക്കി. അവളുടെ മുഖത്ത് വലിയൊരു പരിഭ്രമത്തിന്റെ കാക്കപ്പുള്ളി കണ്ടു. എനിക്കുള്ള ഉത്തരത്തിനു വേണ്ടി പ്രപഞ്ചം മുഴുവൻ അവൾ തിരയുന്നതുപോലെ.

''വർഷങ്ങളായിക്കഴിഞ്ഞിരിക്കുന്നു. എന്റെ ജന്മനാട് ഉപേക്ഷിച്ച് ഇവിടെ വന്നിട്ട്. അതിലും കൂടുതൽ വർഷങ്ങൾ ആയിരിക്കുന്നു വേശ്യാപ്പണി നിർത്തിയിട്ട്. മുംബൈ നഗരത്തിൽ വേശ്യകൾക്ക് ബുദ്ധിമുട്ട് ഇല്ലല്ലോ. പിന്നെ എന്തുകൊണ്ട് ഞാൻ? എങ്ങനെ ഞാൻ?''

അവളുടെ മുഖത്തെ പരിഭ്രമത്തിന്റെ കാക്കപ്പുള്ളി വികസിക്കുന്നതും വൃത്താകൃതിയിലുള്ള വെളുത്ത മുഖമാകെ പടർന്നു കയറുന്നതും അത് ഒരു കാടാവുന്നതും കണ്ടു.

''എനിക്ക് ദീദിയെക്കുറിച്ച് അറിയുവാൻ താല്പര്യം ഉണ്ട്. ആഗ്രഹവും. അതാണ് വന്നത്.''

അവളെയൊന്നു നോക്കിയശേഷം ഞാൻ, വീണ്ടും ജനലഴികളിലൂടെ ആകാശത്തേക്ക് നോക്കി. ഇപ്പോൾ, മേഘങ്ങളുടെ സംഗമങ്ങൾ ഒന്നുംതന്നെയില്ല. അതല്ലെങ്കിലും അങ്ങനെ തന്നെയാണ്. ആർക്കാണ്, തുടർച്ചയായി ഒരു പങ്കാളിയിൽ തന്നെ ലൈംഗികസുഖം ലഭിക്കുക? മേഘങ്ങൾക്കും മടുത്തുകാണും. ഞാൻ സ്വസ്ഥതയോടെ വീണ്ടും അവളെ നോക്കി.

"നീ കാപ്പി കുടിച്ചതാണോ? എനിക്ക് ആഥിത്യമര്യാദ തീരെ ഇല്ലെന്ന് നിനക്ക് തോന്നിയിട്ടുണ്ടാകും അല്ലേ."

"ഇല്ല, ദീദി, അങ്ങനെയൊന്നുമില്ല. ഞാൻ കാപ്പി കുടിച്ചിട്ടാണ് ഇറങ്ങിയത്."

അവളങ്ങനെ എന്നെ വിലക്കിയെങ്കിലും ഞാൻ ചിരിച്ചുകൊണ്ട് എഴുന്നേറ്റു.

"ഇരിക്കൂ. ഞാൻ ഇപ്പോൾ വരാം."

പിങ്ക് നിറമുള്ള കടലാസ്പൂക്കൾ നിറയെ വരച്ചു വെച്ചിരുന്ന പാത്രത്തിൽ രണ്ടു കഷ്ണം ഷൊന്ദേഷും താൽ സർബത്തും എടുത്തു. ഞാൻ തിരികെ സ്വീകരണമുറിയിൽ എത്തുമ്പോൾ, വലിയ ആ മുറിയിലെ നഗ്നമായ പെയിന്റിംഗുകൾ അവൾ പരിശോധിക്കുകയായിരുന്നു.

"രാസക്രീഡയുടെ ചിത്രമാണ്."

എന്റെ ശബ്ദം കേട്ട്, അവൾ തിരിഞ്ഞു നോക്കി. ഭംഗിയായി പുഞ്ചിരിച്ചു. ഞാൻ വീണ്ടുമോർത്തു. ഈ ചിരി, ഇതെനിക്ക് പരിചയമുണ്ടല്ലോ?

"ഇത് ആരു വരച്ച ചിത്രമാണ്?"

സർബത്ത് ഗ്ലാസും പ്ലേറ്റിൽ നിന്ന് ഒരു കഷ്ണം ഷൊന്ദേഷും എടുത്ത് അവൾ ചോദിച്ചു.

"ഞാൻ, വരച്ചതാണ്."

അവൾ, സർബത്ത് ഒരിറക്ക് കുടിച്ചുകൊണ്ട് സന്തോഷത്തോടെ തലയാട്ടി.

"ദീദി, നന്നായി വരച്ചിരിക്കുന്നു. നഗ്നതയെ ഇത്രയും ഭംഗിയായി ഞാൻ മറ്റെവിടെയും കണ്ടിട്ടില്ല."

അവൾ അത്ഭുതത്തോടെ, വീണ്ടും ചിത്രത്തിലേക്ക് നോക്കി. ഞാനും നോക്കിയിട്ട് പറഞ്ഞു.

"പുരുഷന്മാർ വരയ്ക്കാറുള്ള സ്ത്രീകളെ എനിക്ക് തീരെ ഇഷ്ടമല്ല. അവർ സാധാരണയായി, സ്ത്രീ അവയവങ്ങൾക്ക് അനാവശ്യമായ മുഴുപ്പ് നൽകി ചിത്രീകരിക്കുവാനാണ് ശ്രമിക്കാറ്. നഗ്നചിത്രങ്ങൾ കാണുന്ന പുരുഷന്മാരിൽ കാമത്താലല്ലാതെ, പ്രേമത്താൽ ലിംഗം ഉദ്ധരിക്കണം. ഭോഗിക്കാൻ തോന്നാതെ പ്രേമിക്കാൻ തോന്നണം.

അത്തരം ചിത്രങ്ങൾ കാണുന്ന സ്ത്രീകൾ നാണത്താൽ മുഖം കുനിക്കണം. എന്തിന് ഇത് കണ്ടെന്നുള്ള ജാള്യതയോടെ തിരിഞ്ഞു നടക്കരുത്.''

ആ പെൺകുട്ടി എന്റെ വാക്കുകളെ അതിസൂക്ഷ്മമായി കേൾക്കുന്നുണ്ടെന്നു തോന്നി. അവൾ, എന്റെ ഓരോ വാക്യത്തിൽ നിന്നും സമുദ്രം പോലെ ഓരോ കഥ മെനയുകയാണെന്നും.

''നൈനിക, കഥകൾ എഴുതാറുണ്ടോ?''

ഞാൻ, അവളുടെ കണ്ണുകളിലേക്ക് ഉറ്റുനോക്കിക്കൊണ്ട് ചോദിച്ചു.

''ഉണ്ടല്ലോ. എന്തേ, ദീദി അങ്ങനെ ചോദിച്ചത്?''

''നിന്റെ വലിയ കണ്ണുകൾ കണ്ടിട്ട്. എഴുത്തുകാർക്കൊക്കെയും വലിയ കണ്ണുകളാകും. അവർ കണ്ണുകൊണ്ട് ജീവിതങ്ങൾ കാണും. ചിത്രങ്ങൾ കാണും. മനുഷ്യരെ കാണും. കണ്ണുകൊണ്ട് കണ്ട്, മനസ്സുകൊണ്ട് എന്നും എഴുതിക്കൊണ്ടിരിക്കും.''

അവൾ പതിയെ ചിരിച്ചു.

''അങ്ങനെയെങ്കിൽ ദീദിയുടെ കണ്ണുകളും വലിയ കണ്ണുകളാണ്. ലോകത്തിന്റെ മുന്നിലേക്ക് തുറന്നു വെച്ചിരിക്കുന്ന വലിയ ക്യാമറാക്കണ്ണുകൾപോലെ. ദീദിയും കഥകൾ എഴുതുമോ? എന്നെങ്കിലും എഴുതിയിട്ടുണ്ടോ?''

ഞാൻ ഓർത്തു. കഥകൾ എഴുതാത്തവർ ആരാണ് ഉള്ളത്. ചിലർ അത് കടലാസിൽ പകർത്തുന്നു. പുസ്തകങ്ങളാക്കി ആർക്കോ വായിച്ച് പോകുവാനോ വായിച്ചു നോക്കുവാനോ പുച്ഛിച്ചു തള്ളുവാനോ വിമർശിക്കപ്പെടുവാനോ വേണ്ടി നൽകുന്നു. മറ്റു ചിലർ, അടുക്കളയുടെ കരിപിടിച്ച ചുവരിലോ എരിഞ്ഞു തീരാറായ സിഗരറ്റു കുറ്റിയിലോ കാലിയാകുവാൻ തുടങ്ങുന്ന മദ്യക്കുപ്പിയുടെ അവസാന തുള്ളിയിലോ ജീവിതം എഴുതി വെയ്ക്കുന്നു. ആരാലും അറിയപ്പെടാതെ. ആരാലും വായിക്കപ്പെടാതെ.

''ഞാൻ, ദാ വരുന്നു.''

എന്റെ മുറിയിലെ, പുസ്തകഷെൽഫിൽ നിന്നും പുറംചട്ടയിൽ വലിയൊരു പൂമ്പാറ്റയെ ബൈൻഡ് ചെയ്തു വെച്ചിരിക്കുന്ന ആൽബം എടുത്തു. ഞാൻ എഴുതിക്കൂട്ടിയ, പഴകി മറന്ന കഥകളാകും തടിച്ച ആ പുസ്തകമെന്ന്, തീർച്ചയായും അവൾ വിചാരിച്ചിട്ടുണ്ടാകും. അത്രമേൽ, ആകാംക്ഷയോടെ വലിയ ആ പൂമ്പാറ്റയുടെ ചിറക് അറുത്തുമാറ്റി അവൾ അതിന്റെ ആദ്യത്തെ പേജിൽ കണ്ണുകളാൽ പ്രവേശിച്ചു. അതിന്റെ ആദ്യപേജിൽ, നിറം മങ്ങിത്തുടങ്ങിയ പത്രത്തിന്റെ പഴമയുടെ മഷി ഉണങ്ങിയ, വെട്ടിയെടുത്ത ഒരു ഭാഗമായിരുന്നു. അവൾ എന്നെ ഒന്നുനോക്കി.

''നിനക്ക്, മലയാളം വായിക്കുവാൻ അറിയാമോ?''

''ഇല്ല. ദീദി. കേട്ടാൽ മനസ്സിലാകും. എന്റെ അമ്മ മദ്രാസിയാണ്.''

ഞാനാ തടിച്ച പൂമ്പാറ്റയെ എന്റെ മടിയിൽ വിടർത്തി വെച്ചു. ആദ്യത്തെ തലക്കെട്ട് ഉറക്കെ വായിച്ചു.

''എഴുത്തുകാരി ലിപികാ നേത്രയ്ക്ക് അവിഹിതബന്ധം. കാമുക നൊപ്പം ഒളിച്ചോടി.''

ഞാൻ ആ തലക്കെട്ട് അവൾക്ക് വായിച്ചു കൊടുത്ത ശേഷം, ആൽബം അവളുടെ കൈകളിൽ കൊടുത്തുകൊണ്ട് പറഞ്ഞു.

''ഇനി, അതിലെ ചിത്രം നോക്കൂ.''

അവൾ, ആ ചിത്രവും എന്നെയും മാറി മാറി നോക്കി. നിശ്ചിത മായ അകലങ്ങളിൽ നീങ്ങുന്ന അവളുടെ മിഴികളുടെ മനോഹാരിത ഞാൻ നോക്കി നിന്നു. മെലിഞ്ഞു വെളുത്ത, നെറ്റിയിൽ വലിയ പൊട്ട് തൊട്ട ആ ചിത്രത്തിലെ പെൺകുട്ടിയെയും എന്നേയും തിരിച്ചറി യാൻ അവൾക്ക് വേഗം സാധിച്ചു.

''ദീദീ, ഇത്... ഇത് നിങ്ങളാണോ? ഈ ലിപികാ നേത്ര?''

അവളുടെ ആദ്യത്തെ സംശയത്തിന്റെ വിത്തുകളെ തടഞ്ഞു നിർത്തിക്കൊണ്ട് പറഞ്ഞു.

''നീ അത് തരൂ. വാർത്ത എന്താണെന്നു ഞാൻ വായിക്കാം.''

എഴുത്തുകാരി ലിപികാ നേത്രയെ കാണാതായി

''നീലപ്പരുന്ത് എന്നുള്ള ആദ്യ നോവൽകൊണ്ട് പ്രശസ്തയായ എഴുത്തുകാരി ലിപികാ നേത്രയെ(25)യും അവരുടെ സുഹൃത്തി നെയും വിഴിഞ്ഞത്തുനിന്നും ഈ മാസം 26 മുതൽ കാണാതെയായി. 24നു വൈകുന്നേരം വിഴിഞ്ഞം ഹാർബറിന് അടുത്തുള്ള റിസോർട്ടിൽ തന്റെ പുരുഷസുഹൃത്തിനോടൊപ്പമാണ് അവസാനമായി അവരെ കണ്ടതെന്നാണ് റിസോർട്ട് മാനേജർ പൊലീസിൽ നൽകിയ മൊഴി. പുരുഷസുഹൃത്ത് ആരാണെന്നും എവിടേക്കാണ് ഇരുവരും കടന്നു കളഞ്ഞതെന്നും ദുരൂഹമായി തുടരുന്നു. സെക്രട്ടേറിയേറ്റിലെ താത് കാലിക ജീവനക്കാരിയാണ് ലിപികാ നേത്ര. SBI ജീവനക്കാരനായ ചന്ദ്രദാസാണ് ലിപികയുടെ ഭർത്താവ്.''

നൈനികയ്ക്ക് മനസ്സിലാവുന്ന വിധത്തിൽ ഞാൻ ഹിന്ദിയിലും വിവരിച്ചു.

''ദീദി, എനിക്ക് ഒന്നും മനസ്സിലാകുന്നില്ല. ലിപികാ നേത്ര ദീദി യാണോ? ഒളിച്ചോടി വന്നതാണെങ്കിൽ അദ്ദേഹം എവിടെ? ദീദിയൊരു പ്രോസ്റ്റിറ്റ്യൂട്ട് ആയതെങ്ങനെ?''

ഞാൻ, വീണ്ടും അവളെ നോക്കി മന്ദഹസിച്ചു. എന്റെ ഉള്ളിൽ ഒരു പക്ഷി ചിറകിട്ടടിച്ചുകൊണ്ടിരുന്നു. ഏതോ പെൺകുട്ടിക്ക് മുന്നിൽ ഹൃദയത്തിൽ അടച്ചിട്ട, ഭൂതകാലത്തിന്റെ പക്ഷിയെ തുറന്നുവിടുവാൻ ഒരുങ്ങുകയാണെന്ന് എന്റെ ഉച്ഛ്വാസശ്വാസം പോലും എന്നോട് പറഞ്ഞു കൊണ്ടിരുന്നു.

''നീ നാഗങ്ങൾ പടം പൊഴിക്കുന്നതിനെക്കുറിച്ച് കേട്ടിട്ടുണ്ടോ?''

അവൾ, യാന്ത്രികമായി ഉണ്ടെന്ന് തലയാട്ടി.

''ഏതാണ്ട് അതേപോലെ, ഞാൻ പൊഴിച്ചുകളഞ്ഞ ജന്മമാണ് ലിപികാ നേത്ര. ഇന്നലെ നിങ്ങൾ എനിക്കു പ്രണയമുണ്ടായിരുന്നുവോ കാമുകൻ ഉണ്ടായിരുന്നുവോ എന്നെല്ലാം തിരക്കിയില്ലേ? ഉണ്ടായിരുന്നു. അത്, ഇത്തരം ചീപ്പ് പബ്ലിസിറ്റിക്ക് വേണ്ടി മാധ്യമ ധർമ്മം ഒഴുക്കുന്ന അവിഹിതമല്ല. എന്റെ കഴിഞ്ഞുപോയ ഒരു ജന്മത്തിലെ ഒരേയൊരു ഹിതം.''

ഞാൻ അവളെ അഭിമുഖീകരിക്കാതെ വീണ്ടും ജനലിനടുത്തു വന്നുനിന്ന് പറഞ്ഞു.

''അപ്പോൾ അദ്ദേഹമോ? എവിടെപ്പോയി? ദീദിയെ ഉപേക്ഷിച്ചോ? നിങ്ങൾ ഒളിച്ചോടി വന്നത് ഇവിടെ ആണോ? അതോ വേറെ എവിടേക്കെങ്കിലുമാണോ?''

അവളുടെ ആകാംക്ഷയെ മുതലെടുത്തുകൊണ്ട് ഞാൻ മൗനമായി ഒന്നോ രണ്ടോ മൂന്നോ നിമിഷങ്ങൾ നിന്നു.

''നിനക്കെന്റെ കഥ കേൾക്കുവാനുള്ള ക്ഷമയുണ്ടോ?''

അവൾ, കൂടുതലൊന്നും പറയാതെ, എന്റെ കാൽച്ചുവട്ടിൽ വിരിച്ചിട്ടിരുന്ന, പരവതാനിയിൽ കേൾവിക്കാരിയായി ഇരുന്നു. തയ്യാർ എന്ന് അവളുടെ കണ്ണുകൾ വിളിച്ചു പറഞ്ഞു.

''വിവാഹിതരായ സ്ത്രീകൾ കാമത്തിനുവേണ്ടി മാത്രമാകും മറ്റൊരു പുരുഷനെ തിരയുക എന്നതാണ്, നമ്മുടെ സമൂഹമെന്നും പഠിപ്പിക്കുന്നത്. പക്ഷേ ഞാൻ അയാളെ തിരഞ്ഞത്, കണ്ടെത്തിയത്, പ്രണയിച്ചത് എന്റെ കാമദാഹം ശമിക്കാത്തതുകൊണ്ടല്ല. കാമദാഹം ശമിക്കുമെന്ന് തോന്നിയതുകൊണ്ടുമല്ല. ഭൂമിയുടെ ഏതോ രണ്ടു കോണുകളിൽ ഇരുന്ന് എന്നുമെന്നും ഞങ്ങൾ പരസ്പരം തിരഞ്ഞുകൊണ്ടിരുന്നു. കണ്ടുമുട്ടുവാൻ വൈകിയെന്ന് ബോധ്യപ്പെട്ടിട്ടും ഏതോ ജന്മത്തിൽ വിട പറഞ്ഞു പോയവരെപ്പോലെ, ഞങ്ങൾ ഞങ്ങൾക്കു വേണ്ടി കാത്തിരുന്നു.''

എന്റെ ഉള്ളിൽ നിന്നും ഭൂതകാലത്തിന്റെ പക്ഷി, കൂട് പൊളിച്ചു വന്നു. അത് ഉച്ചത്തിൽ കരഞ്ഞു പറന്നു.

മൂന്ന്

''പ്രിയപ്പെട്ട ലിപികാ,

നിനക്ക്, സുഖമായിരിക്കുമെന്നുതന്നെ ഞാൻ വിശ്വസിക്കുന്നു. എന്റെ എഴുത്തുകൾ നിന്നെ അലോസരപ്പെടുത്തുന്നുണ്ടാകുമോയെന്നുള്ളത് യഥാർത്ഥത്തിൽ ഞാൻ

ചിന്തിക്കുന്നേയില്ല. നിനക്ക്, ഇതിനോടകം ഞാൻ എത്രയോ എഴുത്തുകൾ അയച്ചു കഴിഞ്ഞിരിക്കുന്നു. കൃത്യമായി പറഞ്ഞാൽ ഇതെന്റെ പന്ത്രണ്ടാമത്തെ കത്താണ്. നിന്റെ മറുപടികൾ ഒന്നും എന്നെ തേടി വരാൻ പാകത്തിൽ ഒരു കത്തിലും എന്റെ മേൽവിലാസം വെച്ചിരുന്നില്ല എന്നിരുന്നാലും ഈ കത്തുകളൊക്കെ നിനക്ക് തന്നെയാകുമോ കിട്ടുന്നത്, എന്നൊരു സന്ദേഹം എന്നെ എപ്പോഴും ചൂഴ്ന്നു നിൽക്കുന്നുണ്ട്. നിന്നെ നേരിൽ വന്നൊന്നു കാണണമെന്ന് അതിയായി ആഗ്രഹിക്കുന്നുണ്ടെങ്കിലും എന്തുകൊണ്ടോ എന്റെ പ്രേമം അത്രമേലൊന്നും ധൈര്യപ്പെട്ടിട്ടില്ല. ഇപ്പോൾ, നിർത്താതെ മഴ പെയ്യുന്നുണ്ട്. മനസ്സിൽ ഞാനും നീയും ഏതോ ടെറസ്സിൽ നനഞ്ഞു കുതിർന്നു പരസ്പരം പുണർന്നു ചേർന്ന് കിടക്കുന്നുണ്ട്. ലിപികാ, നിർത്താതെ മഴ പെയ്തു കൊണ്ടിരിക്കുന്ന രാത്രികളിൽ ഒക്കെയും നിന്നെയോർത്ത് സ്വയംഭോഗം ചെയ്യാറുണ്ട് ഞാൻ. സത്യമാണ്, ഇങ്ങനെയൊന്നും നിനക്ക് എഴുതരുതെന്നും നിന്നോട്, ഏറ്റവും സഭ്യമായി മാത്രമേ സംസാരിക്കാവൂയെന്നും എന്നും കരുതുന്നതാണ്. പക്ഷേ, എന്തുകൊണ്ടോ നിനക്ക് മുന്നിൽ സഭ്യതയുടെ അതിർവരമ്പുകൾ ഭേദിക്കപ്പെടുന്നു.

എന്നിലെ യാഥാർഥ്യമനുഷ്യനെ നിനക്ക് മുന്നിൽ തുറന്നു വെയ്ക്കുവാൻ ആഗ്രഹിക്കുന്നു. നിർത്തട്ടെ. നീ ഈ കത്തിനും മനസ്സിൽ മറുപടി എഴുതി ഉറപ്പിച്ചു വെയ്ക്കുമെന്ന് കരുതുന്നു.

നിന്റെ ഞാൻ.''

അതേ, ഇത് അയാളുടെ പന്ത്രണ്ടാമത്തെ കത്താണ്. അയാളുടെ കത്തുകളെല്ലാം കൃത്യമായി എന്റെ കൈകളിൽ എത്തുന്നു. ഞാൻ അത്, തിരിച്ചും മറിച്ചും മുടി കോതിയും കെട്ടിവെച്ചും വായിച്ചു തീർക്കുന്നു. ഒരു തവണയല്ല. എത്രയോ തവണകൾ. ഓരോ തവണയും ഓരോ വികാരമെന്നെ പൊതിയുന്നു. എന്നാൽ ഇന്ന് ഇത് വായിക്കുമ്പോൾ എന്തോ കടുത്ത നിർവികാരത തോന്നുന്നു. ആദ്യമൊക്കെ ഒരുതരം ഭീതിയായിരുന്നു. ആരെന്നോ എന്തെന്നോ അറിയാത്ത ഒരാൾ എന്നെ പ്രണയിക്കുന്നുവെന്നും ഭോഗിക്കുവാൻ ആഗ്രഹിക്കുന്നുവെന്നും എഴുതുന്നു. പിന്നീടത്, വെറുപ്പായി മാറി.

അങ്ങനെ ആർക്കെങ്കിലും നയനസുഖം നൽകുന്ന ഒരുവൾ മാത്രമാണോ ഞാൻ. എന്റെ സാരിമടക്കുകൾ എന്റെ പൊക്കിൾച്ചുഴിയെ മറച്ചുവെക്കാറുണ്ട്. ആദ്യമായി സാരി ഉടുത്തവളെപോലെ നിറയെ

സേഫ്റ്റി പിന്നുകളാൽ ഒരു നേരിയ വയററ്റം പോലും പുറത്ത് കാണിക്കാതെ ഞാൻ നടക്കാറുണ്ട്. പാഡ് ഉള്ള ബ്രാ ഞാൻ ധരിക്കാറില്ല. മെലിഞ്ഞ ശരീരമുള്ളവൾ ആയതുകൊണ്ട് എന്റെ മുലകൾക്ക് തുള്ളിച്ചാടുന്ന ഭംഗിയുമില്ല. പിന്നെ എന്തിനാണ് അയാൾ എന്നെ ഭോഗിക്കാൻ വെമ്പുന്നത്?

എനിക്ക് അയാളോട് വെറുപ്പ് തോന്നി. ഇപ്പോൾ ഒരു വികാരവും തോന്നുന്നില്ല. വിവാഹിതയായിക്കഴിഞ്ഞ ഒരു സ്ത്രീക്ക് കത്തുകൾ എഴുതുന്ന ഏതോ ഒരു വിഡ്ഢി. അവളെ പ്രേമിക്കാൻ കൊതിക്കുന്ന, കാമിക്കാൻ കൊതിക്കുന്ന ഏതോ ഒരു ഭ്രാന്തൻ. ഇതുവരെ തമ്മിൽ കാണാത്ത ഒരാൾ. ഒരു നോട്ടം കൊണ്ടുപോലും കടാക്ഷിക്കാത്ത ഒരാൾ, എന്നെയോർത്ത് സ്വയംഭോഗം ചെയ്യുന്നുവത്രേ. ഛെ, എനിക്ക് എന്റെ ശരീരത്തിനോട് അറപ്പു തോന്നുന്നു. വിവാഹം കഴിഞ്ഞ ആദ്യനാളുകളിൽ, നഗ്നനായി എന്നെ പൊതിഞ്ഞിരുന്ന എന്റെ ഭർത്താവിനോടും എന്റെ മാത്രം സ്വകാര്യതയെന്ന് ഞാൻ ഉറച്ചു വിശ്വസിച്ചിരുന്ന, എന്റെ ശരീരത്തെ അയാൾക്ക് മുന്നിൽ പ്രദർശിപ്പിക്കേണ്ടി വന്നപ്പോഴും ഞാൻ അനുഭവിച്ച അതേ അറപ്പ്. വായിൽ ഉപ്പുരുചി കലർന്ന ലിംഗാഗ്രത്തെ നുണയേണ്ടി വന്ന ആദ്യത്തെ പുളിപ്പ് വീണ്ടും തികട്ടി വന്നു. ഉച്ചയ്ക്ക് കഴിച്ച ചോറും സാമ്പാറും മെഴുക്കുപുരട്ടിയും വാഷ്ബേസനിൽ മഞ്ഞ കലർന്ന് ഒഴുകി. അയാൾ എന്നെ വിവാഹം ചെയ്ത പുരുഷനാണ്. വിവാഹിതയാകുന്നതോടെ, സ്ത്രീശരീരത്തിന്റെ സ്വകാര്യത നഷ്ടമാകുമെന്നും പിന്നീടത് ഒരു പുരുഷന്റെ ഉമിനീരിനാലും ശുക്ലത്തിനാലും കഴുകി ഉണങ്ങിയേക്കുമെന്നും തിരിച്ചറിയുന്നതിനുള്ള കഴിവ് ഉണ്ടാകുക മാത്രമേ ആവശ്യമുള്ളൂ.

ദോഷം പറയരുതല്ലോ, ഇരുപത്തിയഞ്ചാം വയസ്സിലും അത് മാത്രമേ വിവാഹമെന്ന സ്ഥാപനം നേടിത്തന്നിട്ടുള്ളൂ. സൂര്യൻ, കോപിഷ്ഠനായി ജ്വലിച്ചു നിന്നിരുന്ന മാർച്ച് മാസത്തിലെ ഒരു വെള്ളിയാഴ്ചയാണ്, ചന്ദ്രശേഖരൻ നായർ ഓഡിറ്റോറിയത്തിലെ മെഗാ ബുക്ക് ഫെയറിൽ ഞാനും നീതുവും ജ്യോതിയും പോയത്. എന്റെ നിർബന്ധത്തിനു വഴങ്ങി, അവർ എന്റെ കൂടെ വന്നതാണെന്നതൊഴികെ, അവർക്ക് എന്നെപ്പോലെ കഠിനമായ പുസ്തകവായനാ അഡിക്ഷനൊന്നുമില്ല. എനിക്കുള്ളയത്ര ഏകാന്തതയോ എനിക്കുള്ളത്ര ഒറ്റപ്പെടലോ വേദനാസുഖമോ ഇല്ല.

“ഈ, പുസ്തകമൊക്കെ വായിച്ചിട്ട് എന്ത് കിട്ടുവാനാണ് ലിപികാ?”

നീതു, അന്നും എന്നോട്, അവൾ മിക്കവാറും ചോദിക്കാറുള്ള ചോദ്യം ചോദിച്ചു.

''ഏതൊക്കെയോ മനുഷ്യരായി ജീവിക്കാം. ഏതൊക്കെയോ വസ്ത്രങ്ങൾ ധരിക്കാം. ഏതൊക്കെയോ വഴികളിലൂടെ സഞ്ചരിക്കാം.''

ഞാനും മിക്കവാറും അവൾക്ക് കൊടുക്കാറുള്ള ഉത്തരം തന്നെ കൊടുത്തു.

''അതും ഇവൾ വായിക്കുന്ന പുസ്തകങ്ങൾ മിക്കവാറും ശുദ്ധ പ്രേമകഥകൾ ആണ്. അല്ലെങ്കിൽ തന്നെ ഈ കാലഘട്ടത്തിൽ ആർക്കു വേണം അതൊക്കെ. പുസ്തകമായാൽ അല്പം എരിവും പുളിയുമൊക്കെ വേണം. കുറഞ്ഞ പക്ഷം മധുരമെങ്കിലും. പമ്മന്റെ 'ഭ്രാന്ത്' വായിച്ചിട്ടുണ്ടോ? അല്പം ഓവർ പൈങ്കിളിയാണ്. എങ്കിലും അപ്പോൾ ഒരുത്തനെ കിട്ടിയാൽ, ഒന്നു ഭോഗിക്കാൻ തോന്നും. അതുമല്ലെങ്കിൽ ഹോട്ടായ ഒരു ലിപ്‌ലോക്ക് എങ്കിലും.''

ജ്യോതി, ഞങ്ങളോട് മാത്രം ഏറ്റവും രഹസ്യമായാണ് അത് പറഞ്ഞതെങ്കിലും ഞങ്ങളുടെ ചിരിയുടെ വോളിയം അല്പം കൂടിപ്പോയതിനാൽ അവിടെ ഉണ്ടായിരുന്ന കുറച്ചു പേർ ഞങ്ങളെ ശ്രദ്ധിച്ചു. ഞങ്ങൾ, അവിടെ നിന്നും തിടുക്കപ്പെട്ട് ഇറങ്ങുവാൻ തന്നെ തീരുമാനിച്ചു. ബില്ലിംഗ് സെക്ഷനിലും സാമാന്യം നല്ല തിരക്കായിരുന്നു. ഒഴിവുദിവസം ആയതുകൊണ്ടായിരിക്കണമെന്ന് ഞാൻ ഓർത്തു. ഞങ്ങൾ ബിൽ ചെയ്ത് ഇറങ്ങുമ്പോഴാണ്, കൃത്യമായ ആകാര വടിവുകളുള്ള ഒരു പുരുഷനെ കണ്ടത്. കൃത്യമായി എന്നു പറയുമ്പോൾ, വണ്ണം, ഉയരം, എല്ലാം. ഇടയ്ക്കിടെ ഞാൻ സ്വപ്നം കാണാറുള്ള പുരുഷന്റെ പോലെ കിറുകൃത്യം. അയാൾ നിറയെ പുസ്തകങ്ങൾ കൈയിൽ അടുക്കിവെച്ചിട്ടുണ്ട്. ഞങ്ങൾക്ക് എതിരെ ധൃതിയിലാണ് വന്നത്. നീതുവും അതേ തിരക്കിലാണ് പോയത്. അവളുടെ തിരക്കോ അയാളുടെ തിരക്കോ എന്നത് ഓർക്കുന്നില്ല. പുസ്തകങ്ങൾ ചുവന്ന ടൈൽസ് വിരിച്ച റോഡിൽ നടുവും തല്ലി വീണുകഴിഞ്ഞിരുന്നു. അയാൾ ഇളംചുവപ്പ് കുർത്തയാണ് ധരിച്ചിരുന്നത്. അയാളുടെ തിളക്കമുള്ള പൂച്ചക്കണ്ണുകളിൽ കോപത്താലുള്ള ചുവപ്പുനിറം പടർന്നതുപോലെ എനിക്കു തോന്നി.

''തനിക്കെന്താ കണ്ണ് കണ്ടൂടെ?''

അയാൾ എന്തെങ്കിലും പറയും മുൻപ് നീതു അയാൾക്ക് നേരെ കയർത്തു.

''അത് ശരി. നേരെ നോക്കി നടക്കാതെ ഇങ്ങോട്ട് വന്നു കേറിയിട്ട്, എന്നെ പറയുന്നോ?''

അയാൾ പറഞ്ഞു തീരുന്നതിനു മുൻപുതന്നെ നീതുവും ഞങ്ങളും നടന്നുനീങ്ങിയിരുന്നു. എനിക്കവിടെ യാതൊരു കുറ്റബോധവും തോന്നേണ്ടിയിരുന്നില്ല. പക്ഷേ എന്തുകൊണ്ടോ എനിക്കത് തോന്നി.

ആ പുസ്തകങ്ങൾ എടുത്ത് കൊടുക്കുകയെങ്കിലും ചെയ്യേണ്ടതാ യിരുന്നുവെന്ന് ഓർത്തു.

''അയാൾക്ക്, ആ പുസ്തകങ്ങൾ അടുക്കിയെടുത്തു കൊടുക്കേണ്ട തായിരുന്നു. നമ്മളല്ലേ അയാളെ ചെന്നു തട്ടിയത്?''

ഞാൻ പറഞ്ഞു.

''ആഹാ, ബെസ്റ്റ്. നമ്മളെ അയാൾ നോക്കിയ നോട്ടം കണ്ടില്ലേ? അവിടന്ന് രക്ഷപ്പെട്ടു പോരാനല്ലേ ഞാൻ അയാളോട് ദേഷ്യപ്പെട്ടത്.''

നീതു ചിരിയോടെ പറഞ്ഞു.

''എന്നാലും കഷ്ടമായി.''

ഞാൻ ആത്മഗതം പോലെ വീണ്ടും പറഞ്ഞു. തിരിഞ്ഞു നോക്കു മ്പോൾ അയാൾ പുസ്തകങ്ങൾ അടുക്കുന്നുണ്ടായിരുന്നു. കഴുത്തിൽ ഒരു ഐഡി കാർഡ് ഉണ്ടായിരുന്നു. അയാൾ എവിടെ ജോലി ചെയ്യുന്ന ആളാകും? ആവോ, ഞാൻ അയാളിൽ നിന്നു കണ്ണ് പറിച്ചെടുത്തു നടന്നു കഴിഞ്ഞു. ഇപ്പോൾ, അയാളെ ഓർക്കുവാൻ എന്താണ് കാരണം? ഒരുപക്ഷേ എന്റെ മനസ്സ് ആഗ്രഹിക്കുന്ന പുരുഷന് അയാ ളുടെ ഛായയാണോ? അതുപോലെയുള്ള ചുരുണ്ട ഭംഗിയുള്ള മുടി യിഴകൾ ആണോ? ഉയർന്ന നാസാരന്ധ്രങ്ങൾ ആണോ? ഭംഗിയുള്ള ചുണ്ടുകളാണോ?

കൈയിലിരുന്ന കത്തിലേക്ക് വീണ്ടും നോക്കി. ഇത് അയാൾ ആയിരിക്കുമോ? അങ്ങനെ ചിന്തിച്ച അടുത്ത നിമിഷം എനിക്കു ചിരി വന്നു. പിന്നെ, ഇതെന്താണ് തൊണ്ണൂറുകളിലെ സിനിമയോ?

യാദൃച്ഛികമായി കണ്ടുമുട്ടുന്ന ഒരാൾക്ക് മറ്റൊരാളോട് പ്രണയം തോന്നുക. അവൾക്ക് നിരന്തരം കത്തെഴുതുക. അതും വിവാഹിത യായ ഒരു പെണ്ണിനോട്. അയാളെ കണ്ടുപിടിച്ചു കരണം പുകയുന്ന പോലെ ഒന്നു പൊട്ടിക്കുകയാണ് വേണ്ടത്. എന്താണ് ഇവന്റെയൊക്കെ വിചാരം? എല്ലാ സ്ത്രീകളും അവിഹിതം തേടുന്നവർ ആണെന്നോ? ഞാൻ, ആ കത്ത് ഒരിക്കൽകൂടി വായിച്ചു. വായിക്കുംതോറും എനിക്ക് ആ ചുവന്ന കുപ്പായക്കാരനെ ഓർമ്മ വന്നു. അയാളുടെ ശരീരത്തിൽ ഉണ്ടായിരുന്ന ബ്രൂട്ട് പെർഫ്യൂം ഗന്ധം ഓർമ്മ വന്നു. ഞാൻ എന്തിനോ, ആ കത്ത് എന്റെ മൂക്കിൻതുമ്പിൽ ചേർത്തുവെച്ച് വാസനിച്ചു നോക്കി. തിരഞ്ഞത്, ബ്രൂട്ടിന്റെ ഗന്ധമോ അയാളുടെ ഗന്ധമോയെന്നു സംശ യിച്ചുകൊണ്ടുതന്നെ ആ കത്ത്, മുൻപ് വന്ന കത്തുകൾക്കൊപ്പം സൂക്ഷിച്ചു വെച്ചു. ഡയറിയിൽ മുൻപേജുകളിൽ കുറിച്ച് വെച്ച വാചകങ്ങൾപോലെതന്നെ പുതിയ പേജിൽ എഴുതി.

''ഇന്ന്. പന്ത്രണ്ടാമത്തെ എഴുത്തു വന്നു. എന്നിൽ അജ്ഞത യുടെ ഗന്ധം മുറുകി വരുന്നു.''

നാല്

ദാസിന് എപ്പോഴും തിരക്കാണ്. ബാങ്കിൽ ഓഡിറ്റിംഗ് നടക്കുന്നതു കൊണ്ട് മിക്കവാറും രാത്രികളിൽ വരാറില്ല. ബാങ്ക് ക്വാർട്ടേഴ്സിൽ തങ്ങും. എനിക്ക് രാത്രികളെ ഭയമാണ്. പകലുകളിൽ ഞാൻ എത്രയോ തനിച്ചിരിക്കാറുണ്ട്. എനിക്ക് ചുറ്റും ആളുകൾ വന്നുപോയാൽ കൂടിയും ഞാൻ തനിച്ചിരിക്കാറുണ്ട്. പക്ഷേ എനിക്ക് തനിച്ചാക്കപ്പെടുന്ന രാത്രികളോട് അതിഭീകരമായ ഭയമാണ്. ഉറങ്ങാതെ കിടക്കുന്ന രാത്രികളിൽ അയാളുടെ കത്തുകൾ എടുത്ത് വായിക്കും. അയാൾ എനിക്ക് വേണ്ടി എഴുതിയ വരികൾ ആവർത്തിച്ചു വായിച്ച് ഒരേസമയം അത്ഭുതപ്പെടുകയും സന്തോഷിക്കുകയും അയാൾ എനിക്കരികിൽ എന്റെ ശരീരത്തെ തലോടിക്കൊണ്ട് ഇരിക്കുന്നത് സങ്കൽപ്പിക്കുകയും ചെയ്തു. മനസ്സിന്റെ ഉള്ളറകളിൽ എവിടെയോ അയാളുമായി പ്രണയ ത്തിലകപ്പെടുകയാണെന്ന് ബോധ്യമുണ്ടായിരുന്നു. ചിലപ്പോൾ മൂന്ന് മാസം മുൻപ് വരെയുള്ള ഞാനായിരുന്നുവെങ്കിൽ, ഈ കത്തു കളെല്ലാം കിട്ടിയതിനുശേഷം, വായിച്ചുപോലും നോക്കാതെ കീറി ക്കളയുമായിരുന്നു. പക്ഷേ, ഇപ്പോൾ ഇത് വായിക്കുന്നതിൽ ഹരം തോന്നുന്നുണ്ട്. ഒരുപക്ഷേ ദാസിൽ നിന്നും പകർന്നു കിട്ടിയതാ കണം ഇത്തരം ഉന്മാദങ്ങൾ.

ദാസിന്റെ മൂന്നാമത്തെ പെൺസുഹൃത്തുമായുള്ള സെക്സ് ചാറ്റു കൾ ഞാൻ കണ്ടത്, മൂന്നുമാസം മുൻപായിരുന്നു. ബ്രൗൺ നിറത്തി ലുള്ള അവളുടെ മുലക്കണ്ണുകളുടെ ഭംഗിയെക്കുറിച്ചും പൊക്കിൾ ച്ചുഴിയുടെ ആഴത്തെക്കുറിച്ചും എത്ര ഭംഗിയായിട്ടാണ് ദാസ്, അവ ളോട് പറഞ്ഞിട്ടുള്ളത്. ഓരോ പോസിലുള്ള അവളുടെ ചിത്രങ്ങളും അയാൾ സൂക്ഷിച്ചുവെച്ചിട്ടുണ്ട്. ഇതിനു മുമ്പും ഇത്തരം ചാറ്റിംഗു കളും വ്യത്യസ്ത നഗ്നശരീരങ്ങളും കണ്ടിട്ടുണ്ട്. അന്നൊക്കെ നേരം വെളുക്കുവോളം പൊട്ടിക്കരഞ്ഞിട്ടുണ്ട്. പക്ഷേ അനിതയുമായുള്ള അയാളുടെ ചാറ്റിംഗുകൾ കണ്ടപ്പോൾ പ്രത്യേകമായി ഒന്നുംതന്നെ തോന്നിയില്ല. മുല, പൊക്കിൾ, യോനി, നിതംബം ഇതിനുമപ്പുറം പുരുഷന് ഒന്നും വേണ്ട. അന്ധന്മാർ കണ്ട ആനയെപ്പോലെ പുരുഷ ന്മാർ ഇപ്പോഴും സ്ത്രീ ഇത് മാത്രമാണെന്ന് കരുതുന്നു. വിഡ്ഢി ക്കോമരങ്ങൾ.

എനിക്ക് ചിലപ്പോൾ ആ വിഭാഗത്തിനോട് സഹതാപം തോന്നും. എന്നിൽ നിന്നും എന്തൊക്കെയോ പ്രതീക്ഷിച്ചുകൊണ്ട് എനിക്കി പ്പോൾ കത്തെഴുതുന്ന ഈ അന്ധനുണ്ടല്ലോ? അയാളോടും സഹ താപമാണ്. എന്റെ പ്രേമത്തെക്കുറിച്ച്, എന്റെ ശരീരത്തെക്കുറിച്ച്, എന്റെ രതിവൈകൃതങ്ങളെക്കുറിച്ച് അയാൾക്ക് എന്തറിയാം? ഒന്നു മറിയില്ല. എന്നിട്ടും എന്നോട് പ്രണയമാണത്രെ. ഞാൻ നക്ഷത്രങ്ങളെ നോക്കി പുഞ്ചിരിച്ചു. താഴെ വീണു പോയ, തിളക്കം നഷ്ടപ്പെട്ട ഈ

നക്ഷത്രമേതാണെന്ന് അവരും തിരിച്ചു മന്ദഹസിച്ചു. തണുത്ത ഒരു കാറ്റ് എന്നെ കടന്നു പോയി. എന്റെ രോമകൂപങ്ങൾ ആരോ വിളിച്ചതുപോലെ എഴുന്നു നിന്നു. എന്തുകൊണ്ടോ എനിക്കെന്റെ നഗ്നത കാണണമെന്ന് അതിയായ മോഹം തോന്നി. ഞാൻ വിവസ്ത്രയായി, കണ്ണാടിക്ക് മുന്നിൽ നിന്നു. ഇതുവരെയും ഏതൊക്കെയോ പുസ്തകങ്ങളുടെ ചിത്രങ്ങൾ മാത്രം നിറഞ്ഞ എന്റെ മൊബൈലിൽ നിരവധി നഗ്നചിത്രങ്ങൾ നിറഞ്ഞു. എന്റെ ഫോൺ അവളെ അശുദ്ധയാക്കിയതിൽ പച്ചത്തെറി വിളിക്കുന്നുണ്ടാകണം. പച്ചത്തെറി. അത് എനിക്കും നന്നായി അറിയാം.

അയൽവാസിയായിരുന്ന രാഘവൻ ചേട്ടൻ കുടിച്ചു വന്നിട്ട്, അമ്മിണിയമ്മയെ വിളിക്കുന്ന തെറികൾ മുഴുവനും എന്റെ അമ്മയുടെ കണ്ണുവെട്ടിച്ചു വേലിക്കരികിൽ പോയി നിന്ന് കുട്ടിക്കാലത്ത് പഠിച്ചു വെച്ചിട്ടുണ്ട്. ഇതുവരെയും അവ പ്രയോഗിക്കാൻ ഒരു മനുഷ്യനെ കിട്ടിയില്ലെന്നു മാത്രം. കിട്ടുമായിരുന്നുവെങ്കിൽ അവന്റെ ചെവിയിൽ കടിച്ചുകൊണ്ട്, അവന്റെ കഴുത്തിൽ ഉമ്മ വെച്ചുകൊണ്ട് ഞാൻ സ്നേഹപൂർവ്വം ഈ തെറികളൊക്കെ വിളിക്കുമായിരുന്നു. സ്നേഹത്തോടെ വിളിക്കുമ്പോൾ അവയ്ക്ക് അശ്ലീലസ്ഥാനം മാറിക്കിട്ടുമായിരുന്നു. തെറികൾപോലും സന്തോഷിക്കുമായിരുന്നു.

ഞാൻ പൊടുന്നനെ നഗ്നയാണല്ലോയെന്ന് ചിന്തിച്ചു. പുതപ്പെടുത്ത് ശരീരം മൂടി. ആ നിമിഷങ്ങളിൽ എന്റെ പുതപ്പിനുള്ളിൽ അയാൾ ഉണ്ടെന്നും അയാളെന്റെ ദേഹത്തെ ആസ്വദിക്കുകയാണെന്നും തോന്നി. ഇതിനു മുൻപ് മൃഗീയമായി ഞാൻ ഭോഗിക്കപ്പെട്ടിട്ടുണ്ട്. ശരീരത്തിനാലല്ല. മനസ്സിനാൽ. ഞാൻ വീണ്ടും അനിതയെക്കുറിച്ച് ഓർത്തു. പുതപ്പ് മാറ്റി. എന്റെ മുലക്കണ്ണുകൾ പരിശോധിച്ചു. അതൊട്ടും നിറം മങ്ങിയതല്ല. വെളുത്ത പൂവിന്റെ ഇതളുകളിൽ ഭംഗിയുള്ള തൊങ്ങൽ പതിപ്പിച്ചതുപോലെ അത് നിറഞ്ഞു നിൽക്കുന്നു. എനിക്ക് അഭിമാനം തോന്നി. ഞാൻ പൊക്കിൾച്ചുഴി പരിശോധിച്ചു. അനിതയുടെ വയറിൽ നിറയെ പാടുകൾ ഉണ്ടായിരുന്നു. പ്രസവത്തോടെ അത്തരം പാടുകൾ ഉണ്ടായേക്കുമെന്ന് ഞാൻ കേട്ടിട്ടുണ്ട്. എന്റെ പൊക്കിൾച്ചുഴിയുടെ തൊട്ട് താഴെയായി ഒരൊറ്റ പാടുണ്ട്. പ്രസവിക്കാൻ കഴിവില്ലാത്തവൾ ആണെന്ന് തിരിച്ചറിഞ്ഞതിന്റെ ഓർമ്മയുടെ മുറിപ്പാട്. വന്ധ്യതാചികിത്സയുടെ ആദ്യത്തെ അടയാളം. നിറഞ്ഞുവന്ന കണ്ണുകൾ ഞാൻ തുടച്ചു. എങ്കിലും എന്റെ അണിവയർ ഭംഗിയുള്ളതായിരുന്നു. ഒരിക്കൽ പോലും ദാസ് നിന്നെ പുകഴ്ത്താത്തത് എന്താണ്? ഞാൻ വയറ്റിൽ തലോടി. അത് ഗദ്ഗദത്താൽ വിറങ്ങലിച്ചതുപോലെയൊന്ന് അനങ്ങി. എന്നിലെ സ്ത്രീ, ദാസിന്റെ കാമുകിമാരുടെ ശരീരങ്ങളെക്കുറിച്ചോർത്ത് വ്രണപ്പെട്ടുകൊണ്ടിരുന്നു. വീണ്ടും അയാളുടെ കത്തുകൾ എടുക്കുവാൻ

വായിക്കുവാൻ നിർബന്ധിതയായി. അയാൾ അയച്ച പത്താമത്തെ കത്തായിരുന്നു അത്.

'ലിപികാ,'

ഇന്നും വൈകുന്നേരം, ഞാൻ നിനക്കരികിലൂടെ നിന്നെ കടന്നു പോയി. കരിനീല ചുങ്കിടി സാരിയിൽ നീ എന്തൊരു സുന്ദരിയായിരുന്നു. കാറ്റ് എനിക്ക് നൽകിയ ചെറിയൊരു ഔദാര്യത്തിൽ ഇന്ന് നിന്റെ ഭംഗിയുള്ള അണിവയർ കണ്ടു. സത്യം പറയട്ടെ, എനിക്കവയിൽ ചേർന്നുറങ്ങുവാൻ തോന്നി. ചുംബനങ്ങൾകൊണ്ട് പൊതിയണമെന്ന് തോന്നി. അതേ പാരവശ്യത്തോടെയാണ് ഞാൻ വീട്ടിലേക്ക് പോയത്. വീട്! വീട്, വീടാകുന്നത് എപ്പോഴാണെന്നറിയുമോ ലിപികാ? വീടിനകത്ത് ചലിക്കുന്ന നിരവധി കാലുകൾ ഉണ്ടാകുമ്പോൾ. ഇവിടെ ഞാനെന്ന ഈ ഒറ്റമനുഷ്യന്റെ പാദങ്ങളേയുള്ളൂ. ഈ വീട് എന്നെയും ഞാൻ ഈ വീടിനെയും കണ്ടു മടുത്തിരിക്കുന്നു.

ഒറ്റയ്ക്ക് ആകുന്ന മനുഷ്യൻ വലിയൊരു തടി മാത്രമാണ് ലിപികാ. ഒരിക്കലും പൂക്കുകയോ തളിർക്കുകയോ ചെയ്യാത്ത വെട്ടിയിട്ട വലിയൊരു തടി. എന്നാൽ നിന്നെ പ്രണയിക്കുവാൻ തുടങ്ങിയത് മുതൽ ആത്മീയമായി, മാനസികമായി തനിച്ചല്ല. എന്റെ വായനാമുറിയിൽ, എന്റെ അടുക്കളയിൽ, എന്റെ കിടക്കറയിൽ, ദിനവും മാറിമാറി ധരിക്കുന്ന വസ്ത്രങ്ങൾക്കുള്ളിൽ നിന്നെ കാണുന്നു. നിന്റെ അരികിലൂടെ കടന്നുപോകുന്ന ഓരോ ഓർമ്മഗന്ധങ്ങളെയും വാറ്റി സൂക്ഷിക്കുന്നു. നിനക്കെന്തറിയാം? നീ ദിനവും നിൽക്കുന്ന ബസ്സ്റ്റോപ്പിന് അരികിലെ വരികെട്ടിയ പാതയോരങ്ങളിൽ ചെമ്പകപ്പൂക്കൾ മാത്രമല്ല, ഞാനും ഉണ്ടാകാറുണ്ട്. ഞാൻ എന്നും നിന്റെ ചിരി കാണുന്നു. നിന്നെ പ്രണയിക്കുന്നു. എന്നെങ്കിലും നമ്മുടെ കണ്ണുകൾ തമ്മിൽ ഉടക്കും. അന്ന് നീയെന്നിലും ഉന്മത്തയാകും. എന്നിലും പ്രണയിനിയാകും. ആ നിമിഷങ്ങൾ കാത്തുകൊണ്ട്..

'നിന്റെ ഞാൻ'

പേരിനു താഴെ ഒരു ഒപ്പുപോലും ഇല്ലാത്ത ആ കത്തിലെ ചുവപ്പ് പടർന്ന അക്ഷരങ്ങളോടും ഓരോ വാചകങ്ങളോടും എനിക്ക് പ്രണയം തോന്നി. എന്തുകൊണ്ടോ ആ നിമിഷം അയാളെന്റെ

പൊക്കിളിൽ ഉന്മാദത്തോടെ ചുംബിക്കുന്നുവെന്ന് തോന്നി. എന്റെ അടിവസ്ത്രം നനയുകയോ ഇടതുകൈവിരലിലെ നീണ്ടുവളർന്ന നഖത്തെ കടിച്ചു കളയുകയോ ചെയ്തു.

അഞ്ച്

മൂന്നോ നാലോ ദിവസങ്ങളായി ഓഫീസിൽ നല്ല തിരക്കാണ്. സെക്രട്ടേറിയേറ്റിൽ തിരക്ക് കുറഞ്ഞ ദിവസങ്ങൾ ഇല്ലല്ലോ. എനിക്ക് തിരക്കായിരിക്കുവാൻ ഇഷ്ടമാണ്. ഓർമ്മപ്പിശാചുക്കളെ തത്ക്കാലം എന്റെ തലച്ചോറിന്റെ ശ്മശാനത്തിൽ കല്ലറ പൊളിച്ചു വരാൻ കഴിയാത്ത തരത്തിൽ അടക്കിയിട്ടിരിക്കുകയാണ്. അവ പുറത്തുവരുന്നതിനോളം എന്നെ അലട്ടുന്ന മറ്റൊരു ഭീകരതയില്ല. മനുഷ്യൻ ഓർമ്മകളെ മാത്രമേ ഭയക്കുന്നുള്ളൂയെന്ന് ഞാൻ അടിയുറച്ചു വിശ്വസിക്കുന്നു. ഹൊ! ചിന്തകൾ. അലസമായി പാഞ്ഞു കയറുന്ന ചിന്തകൾ. മതി. മടുത്തു. 'അർജന്റ്' എന്നെഴുതിയ എല്ലാ ഫയലുകളും എടുത്തു മടക്കിവെച്ച കൂട്ടത്തിൽ ചിന്തകളും മടക്കിക്കെട്ടിയാണ് ഓഫീസിൽ നിന്നുമിറങ്ങിയത്.

ജ്യോതിയും നീതുവും കനകക്കുന്ന് കൊട്ടാരത്തിൽ നടക്കുന്ന ഏതോ സെമിനാറിൽ പങ്കെടുക്കുവാൻ പോയിരിക്കുകയാണ്. വായിക്കുമെങ്കിലും എഴുത്തുമായി ബന്ധപ്പെട്ട ഒരു കാര്യങ്ങളിലും ഞാൻ പങ്കെടുക്കാറില്ല. എന്തുകൊണ്ടോ എഴുത്തുമഷി ഉപേക്ഷിച്ചിട്ട് കാലങ്ങളായിരിക്കുന്നു. ആകെ എഴുതുന്നതും തുന്നിക്കൂട്ടുന്നതും ഓരോ മനുഷ്യന്റെയും അപേക്ഷകൾ മാത്രമാണ്. അതും മടുത്തു തുടങ്ങിയിരിക്കുന്നു. തന്നെയുമല്ല, ആൾക്കൂട്ടമിപ്പോൾ തീരെ വെറുത്തു കഴിഞ്ഞിരിക്കുന്നു. നിറയെ മനുഷ്യരെ കാണുക, അവരുടെ വിയർപ്പിന്റെ അളിഞ്ഞ ഗന്ധം ശ്വസിക്കുക എന്നതെല്ലാം എന്നുമെന്നെ തളർത്തിയിരുന്നു. ഇതൊന്നും ഞാൻ യുവതിയായതിനു ശേഷമോ വിവാഹിതയായതിനു ശേഷമോ ഉടലെടുത്ത അസഹനീയതയല്ല. ചെറുപ്പത്തിലും ഇങ്ങനെയുള്ള സ്വഭാവരീതികളുമായി മുന്നോട്ടു പോയിരുന്നവളാണ്. ചെറുപ്പത്തിലും ഉത്സവപ്പറമ്പുകൾ ഇഷ്ടമില്ലാത്ത, ചോക്ലേറ്റ് വെറുക്കുന്ന, ബലൂണുകളോ പാവകളോ വേണ്ടാത്ത അപൂർവ്വം പെൺകുട്ടികളിൽ ഒരുവൾ മാത്രമായിരുന്നു. ഉത്സവരാത്രികളിൽ എനിക്കിഷ്ടം ചുവപ്പും കറുപ്പും നീലയും മഞ്ഞയും പച്ചയും നിറങ്ങളിൽ അടുക്കിവെച്ചിരുന്ന കുപ്പിവളകളോടായിരുന്നു.

വെളുത്തു മെലിഞ്ഞ എന്റെ കൈകളിൽ എത്രയോ കാലങ്ങളായി ഇന്നും അവ ആധിപത്യം തുടരുന്നു. കുടിച്ചു ബോധമില്ലാതെ

ഭ്രാന്തിളകി വന്ന ഒരു രാത്രിയിൽ മണ്ണെണ്ണ കോരിയൊഴിച്ചു ഞങ്ങളുടെ വീടെന്നു വിശേഷിപ്പിക്കാവുന്ന ഓലപ്പുര അച്ഛൻ കത്തിക്കുമ്പോഴും ഞാനെന്ന ആറു വയസ്സുകാരിയുടെ കണ്ണുകളിൽ എരിഞ്ഞത് പൊട്ടാതെ സൂക്ഷിച്ച കുപ്പിവളകളുടെ കഷ്ണങ്ങളായിരുന്നു. വീടെന്ന സുരക്ഷിതത്വത്തേക്കാൾ അവളുടെ കുപ്പിവള പ്രേമം മനസ്സിലാകുന്നുണ്ടോ? കത്തിയമർന്ന ചാരങ്ങൾക്കിടയിൽ നിന്നും കണ്ടെത്തിയ വളപ്പൊട്ടുകൾ അവളുടെ ഹൃദയത്തിൽ എത്രയോ തവണ പൊട്ടിച്ചിതറിയിരുന്നു. അവളുടെ മനസ്സിന്റെ ആകത്തലിനെ അടക്കുവാൻ, പൊട്ടലുകൾ ശമിപ്പിക്കുവാൻ, ഇന്നും ഒരു മനുഷ്യനും ഒരു സമുദ്രത്തിനും കഴിഞ്ഞിട്ടില്ല. ഓർമ്മകൾ തീ പിടിച്ച്, എന്റെയുള്ളിൽ പൊട്ടിച്ചിതറിക്കരിഞ്ഞുപോയ വളകൾ കണക്കെ കനത്തു കിടക്കുന്നുണ്ട്. എനിക്ക് ഓർമ്മകൾ ഒന്നും വേണ്ടെന്ന് ചിന്തിക്കുന്ന അടുത്ത നിമിഷങ്ങളിൽ അവ എന്റെ ബന്ധനത്തിൽ നിന്നും പുറത്തു ചാടുന്നു. തീർത്തും അവശയാക്കുന്നു.

വല്ലാത്ത തലവേദനയുടെ ആലസ്യത്തിലാണ് കാപ്പി കുടിക്കണമെന്ന് തോന്നിയത്. ഞാൻ സെക്രട്ടേറിയേറ്റിനകത്തെ, എം.എൽ.എ. ഓഫീസിനകത്തുള്ള ഇന്ത്യൻ കോഫീ ഹൗസിലേക്ക് കയറിയത്. ആ സമയത്തു നല്ല തിരക്കുണ്ടായിരുന്നു. ഒഴിഞ്ഞ സീറ്റുകൾ ഒന്നും തന്നെയില്ല. ഏറ്റവും അകലെ ഒരേയൊരു കസേര കണ്ടു. അതിന് എതിർവശത്ത് ഒരാൾ ഇരിക്കുന്നുണ്ടായിരുന്നു. ഒരു പുസ്തകത്താൽ മുഖം മറച്ചിരിക്കുന്നു. എനിക്ക് തനിച്ചിരിക്കുവാനാണ് ഇഷ്ടം. മറ്റൊരാൾ അടുത്ത് ഉണ്ടായാൽ അയാൾ അപരിചിതനാണെങ്കിൽ, പരിചയപ്പെടുവാൻ ശ്രമിക്കും.

എനിക്കിനി പുതിയ മനുഷ്യരെ പരിചയപ്പെടേണ്ട. ഇനി, എതിർവശത്തുള്ളത്, നേരത്തെ പരിചയമുള്ള മനുഷ്യർ ആണെങ്കിലോ? പരിചയം പുതുക്കുവാൻ വന്നേക്കും. എതിരെയുള്ളയാൾ അത് ആഗ്രഹിക്കുന്നുണ്ടോ എന്നതുപോലും മനസ്സിലാക്കാതെ അണ്ണാൻകുഞ്ഞുങ്ങളെപ്പോലെ ചിലച്ചുകൊണ്ടിരിക്കും. മുഷിപ്പിക്കും. തത്കാലം, മറ്റൊരു കസേരയും ഒഴിവില്ലാത്തതിനാൽ, അവിടെത്തന്നെയിരിക്കാമെന്നു നിശ്ചയിച്ചു. കസേര നീക്കുന്ന ശബ്ദം കേട്ടിട്ടും ആ മനുഷ്യൻ പുസ്തകം മാറ്റി നോക്കിയില്ല. അയാളുമൊരു ഒറ്റമരപ്പക്ഷിയാണെന്നതിൽ ആശ്വാസം തോന്നി.

തലപ്പാവ് വെച്ച നിരവധി രാജാക്കന്മാരിൽ ഒരാൾ, എന്താണ് വേണ്ടതെന്ന് തിരക്കി. ഒരു കാപ്പി മാത്രം മതിയെന്ന് പറഞ്ഞു. അയാൾ പോകുന്നത് ഞാൻ ശ്രദ്ധിച്ചു. ചുറ്റും നിരവധി മനുഷ്യരുണ്ട്. എല്ലാവർക്കും അവരുടെ സന്തോഷങ്ങൾ, ആവലാതികൾ, സങ്കടങ്ങൾ എല്ലാം ഇറക്കി വെയ്ക്കുവാൻ ഒരിടമാണ് ഇത്. ഓരോ കോഫിക്കപ്പുകൾ ഒഴിയുമ്പോഴും മനുഷ്യൻ അവന്റെ ഒരു പ്രശ്നത്തെ ഇറക്കിവെച്ചുകൊണ്ട് അടുത്ത പ്രശ്നമേറ്റിക്കൊണ്ട് പടികൾ

ഇറങ്ങിപ്പോകുന്നു. ഞാൻ വീണ്ടും എതിരെ ഇരിക്കുന്ന മനുഷ്യനെ നോക്കി. അയാൾ പുസ്തകം അങ്ങനെ മറച്ചു വെച്ച് ഉറങ്ങുകയാണോ എന്നുപോലും ഞാൻ സംശയിച്ചു. എന്താണ് ഇയാൾ വായിക്കുന്നത്? ഞാൻ ആ പുസ്തകത്തിന്റെ തലവാചകം നോക്കി. മനസ്സിൽ വായിച്ചു. ഓഹ്, 'ലോകപ്രണയകവിതകൾ' എനിക്ക് പെട്ടെന്ന് മടുപ്പ് തോന്നി. പ്രണയിക്കാൻ ആരുമില്ലാത്ത എന്നെപ്പോലെയുള്ള സ്ത്രീകൾക്ക് പ്രേമമെന്ന പദത്തോടുപോലും മുഷിപ്പേ തോന്നൂ. തോന്നാവൂ. കടുംകയ്പ്പുള്ള കട്ടൻകാപ്പി തൊണ്ടയിലൂടെ ഇറങ്ങിപ്പോകുന്ന അസുഖകരമായ അവസ്ഥ പോലെ ഞാൻ ആ വാക്യം വിഴുങ്ങി. പക്ഷേ പൊടുന്നനെ ഓർത്തു. ഞാനങ്ങനെ പ്രണയിക്കുവാൻ ആരുമില്ലാത്ത സ്ത്രീയല്ലല്ലോ, എന്നെ പ്രണയിക്കുന്നവൻ ഉണ്ടല്ലോ. അയാളെക്കുറിച്ച് ഓർത്തപ്പോൾ എന്തുകൊണ്ടോ ഉള്ളിൽ ഒരു തണുപ്പ് ഉറഞ്ഞുകൂടി. ഞങ്ങൾ പരസ്പരം കണ്ടിട്ടില്ലെങ്കിൽ പോലും അതീവ ഗാഢമായ പ്രണയത്തിലാണല്ലോ. എനിക്ക് ചിരി വന്നു. പ്രണയം, എന്ത് കോപ്പിലെ പ്രണയം? അയാളുടെ ഉദ്ദേശ്യം എന്താണെന്നുപോലുമറിയില്ല, അപ്പോഴാണ് പ്രണയം.

> ''ഈ മുളങ്കമ്പുകളിലൂന്നി
> സൂര്യപ്രകാശത്തിൽ, കണ്ണുമഞ്ഞളിച്ച്
> ഞാൻ എട്ടുകാലിവലയികപ്പെട്ട
> ഈച്ച, ഇവിടെ നിന്നെയും കാത്തിരിക്കുന്നു.''
>
> (ലോകപ്രണയകവിതകൾ)

എതിർവശമിരുന്ന മനുഷ്യൻ, എന്റെ മുഖത്തേക്ക് ഉറ്റുനോക്കിയിരിക്കുന്നു. ചുണ്ടുകളിൽ മാത്രമല്ല അയാളുടെ കണ്ണുകളിലും ചിരിയുണ്ട്. അയാളുടെ കണ്ണുകൾ വീണ്ടും ശ്രദ്ധിച്ചു. തിളക്കമുള്ള പൂച്ചക്കണ്ണുകൾ. ഇളംമഞ്ഞയിൽ നീളവരകളുള്ള കുർത്ത. കൈയിൽ സ്വർണ്ണം കെട്ടിയ ചരടുകൾക്കിടയിൽ കോർത്ത പഞ്ചമുഖരുദ്രാക്ഷം. കഴുത്തിലെ സ്വർണ്ണശംഖുമാല. ഞാൻ, അയാളെ നോക്കിച്ചിരിച്ചു. ചിരിക്കുവാൻ കാരണങ്ങൾ ഒന്നുമുണ്ടായിരുന്നില്ല. എന്നിട്ടും ചിരിച്ചത് എന്തിനെന്നോർത്ത് വീണ്ടും ചിരിച്ചു. അയാളുടെ കണ്ണുകൾ ചിതറിവീണ പുസ്തകങ്ങളെയും അയാളുടെ ചുവന്ന കുർത്തയെയും ഓർമ്മിപ്പിച്ചു.

''പോളിഷ് കവിതയാണ്. ഹാലിന പോസ് വിയാറ്റോവ്സ്കയുടേത്.''

ഞാൻ അയാളുടെ സൗന്ദര്യം കണ്ണുകളാൽ നുകരവേ, അയാളുടെ ചുണ്ടുകൾ മൃദുലമായി പറഞ്ഞു. എന്റെ ചെവിയിൽ രഹസ്യമെന്തോ മൊഴിയുന്നതുപോലെ അത്രമേൽ, ആർദ്രമായി, മുൻപൊരിക്കലും ആരുമെന്നോട് ഇത്തരത്തിൽ സംസാരിച്ചിരുന്നില്ല.

‘‘ഞാൻ, വായിച്ചിട്ടുണ്ട്.’’

ഞാനും ആ രഹസ്യമൊഴിയുടെ മറുപടി നൽകി.

> ‘‘ഞാൻ... ആദ്യം പ്രേമിച്ചവളുടെ ഉടൽ
> പട്ടുപോലെ മൃദുലവും പൊന്നുപോലെ
> തിളങ്ങുന്നതുമായിരുന്നു.’’
>
> (ലോകപ്രണയകവിതകൾ)

അയാൾ വീണ്ടും പുസ്തകം തുറന്നു വായിച്ചു. അതൊരല്പം ഉറക്കെയായിരുന്നു. എന്റെ ഉള്ളൊന്നു നടുങ്ങി. എന്റെ ഉള്ളു നടുങ്ങിയത് ശബ്ദം ഉറക്കെ ആയതിനാലല്ല. ഈ വരികളെ, ഞാൻ ഇതിനു മുൻപ് എനിക്കു വന്ന മൂന്നാമത്തെ കത്തിന്റെ അവസാനവരികളിൽ വായിച്ചത് ഓർത്തിട്ടായിരുന്നു.

‘‘പ്രിയപ്പെട്ട ലിപികാ,

നിന്നോട്, ഞാൻ എന്റെ പ്രണയം തുറന്നു പറഞ്ഞു. എന്നെ സംബന്ധിച്ച് അതൊരു വലിയ ടാസ്ക് ആയിരുന്നു. വിവാഹിതയായിക്കഴിഞ്ഞ നിന്നോട് ഞാൻ പ്രണയം പറയുന്നതുതന്നെ നിനക്ക് അലോസരമുണ്ടാക്കിക്കഴിഞ്ഞിരിക്കുമെന്നത് തീർച്ചയാണ്. ഇനിയുമെനിക്ക് ഇതുപോലെ നിർബന്ധിതമായ തുറന്നുപറച്ചിലുകൾ ബാക്കിയാണ്. ഇപ്പോൾ, മിക്കവാറും നിനക്ക് ആ തുറന്നു പറച്ചിലുകൾ കേട്ടാൽ ഒന്നും തന്നെ തോന്നുകയില്ല. എന്നാൽ ഒരുപക്ഷേ നാം ബന്ധിതരാകുന്ന, പ്രണയികളാകുന്ന നിമിഷങ്ങളിൽ നീ ഇത് ഓർമ്മിക്കുമായിരിക്കും. പക്ഷേ അങ്ങനെ ചെയ്യരുതെന്ന മുന്നറിയിപ്പോടെ ഞാൻ നിന്നോട് പറയാൻ പോകുന്നത്, നീയെന്റെ മൂന്നാമത്തെ പ്രണയിനിയാണെന്നുള്ള വസ്തുതയാണ്. ഞാൻ, ആദ്യം പ്രേമിച്ചവളുടെ ഉടൽ പട്ടുപോലെ മൃദുലവും പൊന്നുപോലെ തിളങ്ങുന്നതുമായിരുന്നു.’’

ആ കത്ത് പിന്നീട് ഞാൻ വായിച്ച് പൂർത്തിയാക്കിയില്ല. അയാളുമായി പ്രേമബന്ധത്തിൽ അകപ്പെടുന്നതിനു മുൻപേ തന്നെ ആ വാക്യം എന്നെ അലോസരപ്പെടുത്തി. എന്നിൽ എന്തുകൊണ്ടോ അപമാനഭാരമുണ്ടാക്കി. ദാസിൽ നിന്നും അയാൾ ഒട്ടും വ്യത്യസ്തനല്ലെന്നു തോന്നിപ്പിച്ചു. വീണ്ടും മുന്നിലിരിക്കുന്ന മനുഷ്യന്റെ മുഖത്തേക്ക് ഉറ്റുനോക്കി.

‘‘ലിപികാ, ഇന്ന് ഈ നഗരത്തിൽ, ഇങ്ങനെ ഒരു വൈകുന്നേരം, ഇതുപോലെ നാം തമ്മിൽ കണ്ടുമുട്ടുമെന്ന് ഒരിക്കലും കരുതിയിരുന്നില്ല. ഒരുപക്ഷേ ഈ കൂടിക്കാഴ്ച നീ ഒരുപാട് ആഗ്രഹിച്ചിരുന്നിരിക്കാം ഉവ്വോ?’’

ഞാൻ, വാക്കുകൾക്ക് വേണ്ടി, എന്റെ തൊണ്ടയോട് യാചിച്ചു. അത് വരണ്ടുണങ്ങിയിരുന്നു. ഇതിനിടയിൽ, തലപ്പാവു വെച്ച

വെയ്റ്റർ വന്നുപോയതും മുന്നിൽ കോഫി തണുക്കുന്നതും അറിഞ്ഞില്ല. ഞാൻ അയാളുടെ കണ്ണുകളിൽ മാത്രം നോക്കി.

"കാരണം, സ്ത്രീ ആഗ്രഹിക്കുമ്പോൾ മാത്രമേ അവളെ സ്നേഹിക്കുന്ന പുരുഷനെ അവൾ കാണുകയുള്ളൂ" എന്ന് ഞാൻ കേട്ടിട്ടുണ്ട്. അയാൾ തുടർന്നുകൊണ്ടിരുന്നു. ഞാൻ വെറുതെ മന്ദഹസിച്ചു. ഉള്ളിൽ എവിടെയോ ആദ്യമായി അയാളെ കണ്ടപ്പോൾ തോന്നിയ കൊളുത്തിവലിക്കൽ അതേപടി നിലനിൽക്കുന്നു. അയാളുടെ കത്തുകൾ വായിച്ചപ്പോൾ നനഞ്ഞു തോർന്നതിന്റെ ഗന്ധം അതേപോലെ നിൽക്കുന്നു. ഇയാളോട് ഞാൻ എന്ത് പറയാനാണ്?

"ലിപികാ, കാപ്പി കഴിക്കൂ. വിരോധമില്ലെങ്കിൽ നമുക്കൊന്ന് നടന്നിട്ട് വരാം. എന്റെ ജീവിതത്തിലെ ഏറ്റവും മനോഹരമായ സായാഹ്നമാണിന്ന്. ഇനി വിരോധമുണ്ടെങ്കിൽ കൂടിയും ഈ സായാഹ്നം ഞാൻ നിന്നോട് അനുവാദം കാത്ത് നിൽക്കാതെ എടുക്കുകയാണ്."

വിരോധമൊന്നും കൂടാതെ അയാളുടെ വാക്കുകളെ അനുസരിച്ചു. എനിക്ക് അയാളെ കാണണമെന്ന് ഉണ്ടായിരുന്നു. അത് ഇത്രയും വേഗമാകുമെന്ന് കരുതിയില്ല. ഒന്നിച്ചു നടക്കുവാൻ ആഗ്രഹമുണ്ടായിരുന്നു. അതും ഇത്രയും വേഗത്തിലാകുമെന്ന് കരുതിയില്ല. എന്റെ മനസ്സ് പക്ഷേ എനിക്ക് മുന്നേ അയാളെ അനുസരിച്ചുകൊണ്ടിരുന്നു എന്റെ ഉള്ളിൽ നുരഞ്ഞു പൊങ്ങുന്ന അമിതാഹ്ലാദം അയാൾ അറിയരുതെന്ന് മാത്രം ഞാൻ ആഗ്രഹിച്ചു.

ആറ്

തിരുവനന്തപുരമെന്ന നഗരം ഇത്രമാത്രം ശാന്തമായി ഞാൻ ഇതിനു മുൻപ് ഒരിക്കലും കണ്ടിട്ടില്ലായിരുന്നു. ചിലപ്പോഴൊക്കെ വെറുക്കുക പോലും ചെയ്തിരുന്നു. ഇടയ്ക്കിടെ അയാളുടെ മുഖത്തേക്ക് പാളി നോക്കിക്കൊണ്ടിരുന്നു. അയാളും ഈ നഗരം പോലെ ശാന്തനായിരുന്നു. ഇതിനുമുൻപ് എപ്പോഴെങ്കിലും ഇതുപോലെ ഒരു പുരുഷനൊപ്പം നടന്നിട്ടുണ്ടോ? ഞാൻ ഓർത്തുനോക്കി. ഓഹ്! ധാരാളം. എത്രയോ പുരുഷന്മാർക്കൊപ്പം. ഓർമ്മകൾ എന്നോട് തിരിച്ചു പറഞ്ഞു. അതേ, എനിക്ക് സ്ത്രീകളെക്കാൾ പുരുഷന്മാർക്ക് ഒപ്പം നടക്കുവാൻ ഇഷ്ടമായിരുന്നു. അവരുടെ വിയർപ്പിന് ഒരിക്കലും ദുർഗന്ധമുണ്ടാകാറില്ല. അവരേക്കാൾ ഭംഗിയുള്ള ഒന്നും ഞാൻ കണ്ടിട്ടില്ല. എന്റെ കോളേജിലെ സീനിയർ ആൺകുട്ടികളിൽ ഏറ്റവും സുന്ദരനായിരുന്ന ദാസിനെ പോലും വിവാഹം ചെയ്തത്, പെൺ

സുഹൃത്തുക്കളുടെ കണ്ണിൽ എന്നോട് അസൂയ തോന്നുവാൻ വേണ്ടി മാത്രമായിരുന്നു. സൗന്ദര്യമുള്ള പുരുഷന്മാർക്ക് പ്രണയിക്കുവാൻ അറിയില്ലെന്ന്, ദാസ് എന്നെ ഓർമ്മപ്പെടുത്തുമ്പോഴും ഞാൻ സുന്ദരന്മാരായ പുരുഷന്മാരെ ആരാധിക്കുകയോ ആസ്വദിക്കുകയോ ചെയ്തുപോന്നിരുന്നു. എങ്കിലും ഒന്ന് തീർച്ചയാണ്. ഇത്രമേൽ പ്രണയത്തോടെ ഒരു പുരുഷനൊപ്പവും ഞാൻ നടന്നിട്ടില്ല.

‘‘ലിപികാ, എന്താണ് ആലോചിക്കുന്നത്?’’ അയാൾ എന്നോട് ചോദിച്ചു.

‘‘ഏയ്, ഒന്നുമില്ല. നിങ്ങളെക്കുറിച്ച് ആലോചിച്ചതാണ്.’’

‘‘എന്നെക്കുറിച്ചോ? എന്താണ്? പറയൂ കേൾക്കട്ടെ.’’

‘‘നിങ്ങളെ കാണുകയാണെങ്കിൽ ദേഷ്യപ്പെടണമെന്ന് കരുതിയിരുന്ന ഞാൻ ഇപ്പോൾ, നിങ്ങൾക്കൊപ്പം നടക്കുന്നതിനെക്കുറിച്ച്.’’

അയാൾ പൊട്ടിച്ചിരിച്ചു.

‘‘ആഹാ, എന്നോട് ദേഷ്യമായിരുന്നോ?’’

‘‘അതേ, കാണുന്നതിന് മുൻപ്.’’

‘‘ഇപ്പോൾ?’’

‘‘ഇല്ല.’’

‘‘കാരണം?’’

‘‘നിങ്ങൾ വളരെ സുന്ദരനാണ്.’’

യാതൊരുവിധ സങ്കോചവുമില്ലാതെ ഞാൻ പറഞ്ഞു. ആ വാക്യങ്ങൾ അയാളെ സന്തോഷിപ്പിച്ചുവെന്നു തോന്നുന്നു. അല്ലെങ്കിലും താൻ സുന്ദരനാണെന്നു കേൾക്കുമ്പോൾ സന്തോഷിക്കുക തന്നെയാണല്ലോ വേണ്ടത്. വാസ്തവത്തിൽ അയാൾ സുന്ദരനായിരുന്നുവല്ലോ.

‘‘എന്നെ മുൻപ് കണ്ടതായി ഓർക്കുന്നുണ്ടോ?’’ ഞാൻ എളുപ്പം ഉണ്ടെന്ന് തലയാട്ടി.

‘‘എവിടെ?’’

കൊച്ചുകുഞ്ഞുങ്ങളോട് ചോദ്യം ചോദിക്കുന്നതുപോലെ അയാൾ എന്നോട് ചോദിച്ചു.

‘‘അന്ന്, ബുക്ക് ഷോപ്പിൽ വെച്ച്. മേലെ വന്നു ഇടിച്ചു. ബുക്സ് ചിതറി താഴെ വീണു.’’ ഞാൻ അക്ഷരങ്ങൾ പെറുക്കിക്കൂട്ടുന്ന കുഞ്ഞിനെപ്പോലെ ഓർത്തു പറഞ്ഞു.

‘‘ഞാൻ കരുതിയത്, ലിപിക എന്നെ മറന്നുപോയിരിക്കുമെന്നാണ്.’’

"നിങ്ങളുടെ കണ്ണുകൾ എനിക്കോർമ്മ ഉണ്ടായിരുന്നു. പൂച്ചക്കണ്ണുകൾ ഉള്ള മറ്റൊരു പുരുഷനെ ഞാൻ ഇതുവരെ കാണാതിരുന്നതുകൊണ്ടുമാകാം."

ഒരുപക്ഷേ അങ്ങനെ ഒരു പുരുഷനെ കണ്ടിരുന്നുവെങ്കിൽ പോലും നിങ്ങളെ ഞാൻ മറക്കുകയില്ലായിരുന്നുവെന്ന് എന്തുകൊണ്ടോ അയാളോട് പറഞ്ഞില്ല. ഞങ്ങൾ, വളരെദൂരം നടന്നുവെന്ന് തോന്നുന്നു. എന്റെ വീട്ടിലേക്ക് മെയിൻറോഡിൽ നിന്നും അരഫർലോങ്ങ് ദൂരമേ ഉണ്ടായിരുന്നുള്ളൂ. എന്നിട്ടും നടക്കുവാൻ മടിച്ചു കൊണ്ട് മിനിമം ഓട്ടോക്കൂലിയും കൊടുത്താണ് ഞാൻ പോയിരുന്നത്. ദൂരമളക്കാതെ, ഇങ്ങനെ നടന്നു നീങ്ങുന്നതും കൂടെ ഇയാളായതുകൊണ്ട് മാത്രമാകുമോ? തിരമാലകൾ പോലെ പ്രേമം പൊങ്ങിവരുന്നത് കൊണ്ടാകുമോ? എന്തായാലും തനിക്കൊപ്പം നടക്കുന്ന സ്ത്രീ, ദൂരമെത്രയായി എന്ന് ചോദിക്കുവാൻ അനുവദിക്കാത്ത പ്രത്യേകതയെങ്കിലും ഈ പുരുഷനുണ്ടല്ലോ? എനിക്ക് ആഹ്ലാദം തോന്നി.

"വരൂ, നമുക്ക് ആ പാർക്ക്ബെഞ്ചിൽ ഇരിക്കാം." അയാൾ വാച്ചിൽ നോക്കി.

"ലിപികയ്ക്ക്, സമയം വൈകുമോ? എങ്കിലും അഞ്ച് മിനിറ്റ്. വരൂ, നമുക്കിരിക്കാം." അയാൾ പറഞ്ഞു.

ഞങ്ങൾ പാർക്ക് ബെഞ്ചിൽ ഇരുന്നു. വലിയ തിരക്കൊന്നും അവിടെയും ഉണ്ടായിരുന്നില്ല. ഞങ്ങൾക്ക് മുന്നിൽ രണ്ടു കുഞ്ഞുങ്ങൾ പുല്ലിൽ ഉരുണ്ടു കിടന്നു കളിക്കുന്നുണ്ടായിരുന്നു. വയലറ്റ് ഓർക്കിഡ് പുഷ്പങ്ങൾ തലയുയർത്തി വിടർന്നു നിന്നിരുന്നു. എനിക്ക് ആ പൂക്കളോടും കുഞ്ഞുങ്ങളോടും ജീവിതത്തിൽ ആദ്യമായി സ്നേഹമോ വാത്സല്യമോ തോന്നി. അയാൾ വീണ്ടും എന്നെ നോക്കി മന്ദഹസിച്ചു. ഞാനും. മുഖം ക്ഷീണിതമാണോയെന്നോ പൊട്ട് തൊടുവാൻ ഇന്നും മറന്നുപോയോ എന്നുമൊക്കെയുള്ള ആവലാതികൾ എന്നെ അലട്ടിക്കൊണ്ടിരുന്നു. നാളെ മുതൽ സാരി നന്നായി മടക്കി തേച്ചു ഉടുക്കണം. ഈ കമ്മൽ മാറ്റി മറ്റൊന്ന് ധരിക്കണം. പോകുന്ന വഴി പൊട്ടുകൾ വാങ്ങണം. കാമുകിമാരാകുന്ന സ്ത്രീകൾ, ഭാര്യമാരെപ്പോലെയല്ല അവർക്ക് വേണ്ടുവോളം വൃത്തിയും ഭംഗിയും ഉണ്ടായിരിക്കണം. അപ്പോൾ ഞാൻ കാമുകിയാകുവാൻ തീരുമാനിച്ചു കഴിഞ്ഞോ? ഉള്ളിൽ ആ ചോദ്യം കനപ്പെട്ടു കിടന്നു.

"നിന്നെ കാണുവാൻ, ഞാനെന്നും ഇന്ന് നമ്മൾ കണ്ടുമുട്ടിയ അതേ കോഫീഹൗസിൽ തന്നെയാണ് വരാറുള്ളത്. നിനക്കുള്ള എഴുത്തുകളും നിന്നെ നോക്കിയിരുന്നാണ് എഴുതാറുള്ളത്. മിക്കവാറും

കൂട്ടുകാരികൾ കാണുമല്ലോ കൂടെ? എളുപ്പം ദേഷ്യം വരുന്ന ആ കൂട്ടുകാരിയുടെ പേരെന്താണ്?''

ഞാൻ പൊടുന്നനെ ഓർമ്മകളിൽ അവരുടെ പേരുകൾ ചികഞ്ഞു. എന്റെ ഓർമ്മകൾ പോലും ഇയാളുടെ വാക്കുകളിൽ നിശ്ചലമാകുകയാണല്ലോ എന്ന് ഞാൻ ഓർമ്മിച്ചു.

''ഏഹ്, അത്... നീതു, ജ്യോതി.''

''ഉം, അവർ ഇന്ന് എവിടെപ്പോയി?''

അതിന് ഉത്തരം നൽകാതെ ഞാൻ ആലോചിച്ചുകൊണ്ടിരുന്നു. ഇതിനുമുൻപ് കോഫീഹൗസിന്റെ ഏതേലും കോർണറിൽ ഇയാളെ കണ്ടിട്ടുണ്ടോ? ഞാൻ എന്തുകൊണ്ടാണ് ഇയാളെ ശ്രദ്ധിക്കാതെ പോയത്. അയാൾ തുടർന്നു. എന്റെഭാവത്തിൽ നിന്നും ചിന്തകളെ പിടിച്ചെടുത്തതുപോലെ തുടർന്നു.

''മിക്കവാറും നിന്നെ കാണാറുണ്ട്. എന്റെ എല്ലാ തിരക്കുകളും മാറ്റിവെച്ചുകൊണ്ട് നിന്നെ കാണാറുണ്ട്.''

ഞാൻ, എനിക്കുള്ളിൽ പതിനാറുകാരിയാകുകയായിരുന്നു. മുൻപ് പ്ലസ് ടു വിന് പഠിക്കുമ്പോൾ, അധ്യാപികമാരിൽ ആരോ പറഞ്ഞിട്ടുണ്ട്.

''നിങ്ങളുടെ ഈ പ്രായത്തിൽ ഓക്സിടോസിൻ എന്നൊരു ഹോർമോൺ ഉത്പാദനം നടക്കുന്നുണ്ട്. അതാണ് ആണിനും പെണ്ണിനും പരസ്പരം തോന്നിപ്പിക്കുന്ന ഈ പ്രണയങ്ങൾ. അയാളെ നേടിക്കഴിയുമ്പോൾ ആ പ്രവർത്തനം ഇല്ലാതാകും. അതുകൊണ്ടാണ് ഇത് അട്രാക്ഷൻ എന്ന് അതിനെ വിളിക്കുന്നത്.''

ക്ലാസ്സിലെ പ്രണയാത്മാക്കൾ, നീയെന്നെ വിട്ടു പോകുമോ, നീയെന്നെ മറന്നു പോകുമോ, നിനക്ക് എന്റെ മേൽ പ്രണയം കുറയുമോ എന്നൊക്കെ പരസ്പരം കണ്ണുകളാൽ ചോദിച്ചുകൊണ്ട് നെടുവീർപ്പിട്ടുകൊണ്ടിരുന്നു. മെലിഞ്ഞ്, തീരെ സൗന്ദര്യമില്ലാത്ത പ്രേമബന്ധങ്ങൾ അതുവരെ ഉണ്ടാകാത്ത എനിക്ക് ആ നെടുവീർപ്പുകൾ ആശ്വാസം നൽകിയിരുന്നു. എന്നിൽ ആ ഹോർമോൺ പ്രവർത്തിക്കുന്നില്ലെന്നും തോന്നി. കാരണം, എനിക്ക് പ്രണയം തോന്നുവാൻ പാകത്തിൽ ഒരു പുരുഷനും സൃഷ്ടിക്കപ്പെട്ടിട്ടില്ല എന്ന് ഉറച്ചു വിശ്വസിച്ചു. ഉള്ളിൽ അതെന്റെ അപകർഷതാബോധമായിരുന്നുവെങ്കിലും പുറമെ എന്നും ബോൾഡായ പെൺകുട്ടിയായി അഭിനയിച്ചു.

ഇന്നും തുടരുന്ന അഭിനയം. എന്നാൽ ഇപ്പോൾ വെട്ടിക്കളഞ്ഞ ശിഖരത്തിൽ ഇലകൾ നാമ്പിടുന്നതുപോലെ, നിലച്ചു പോയ ആർത്തവം തിരികെ വന്നു പാവാടയിൽ രക്തത്തുള്ളികൾ സമ്മാനിക്കുന്നതുപോലെയാണ് എനിക്കിപ്പോൾ ഈ പ്രണയത്തെക്കുറിച്ച്

തോന്നുന്നത്. വീണ്ടും എന്നിൽ ഇലകളും പൂക്കളും കായ്കളും ഉണ്ടാകുമെന്ന് എന്റെയീ രണ്ടാം ആർത്തവം എന്നെ ബോധ്യപ്പെടുത്തുന്നു. അതെന്നെ ആഹ്ലാദിപ്പിക്കുന്നു.

''നിങ്ങൾ എന്തിനാണ് എനിക്ക് എഴുത്തുകൾ എഴുതിയത്?''

മുഖവുരയോ തൊണ്ടയനക്കലുകളോ ഇല്ലാതെ അയാളോട് ഞാൻ ചോദിച്ചു.

''ഞാൻ നിന്നെ പ്രണയിച്ചിരുന്നതുകൊണ്ട്.''

ഇളംവയലറ്റ് ഫ്രെയിമുള്ള കണ്ണടയിലൂടെ അരിച്ചിറങ്ങിയ ഉറുമ്പിനെ ഊതിക്കളഞ്ഞുകൊണ്ട് അയാൾ നിസ്സാരമായി പറഞ്ഞു. താഴേക്ക് വീണുപോയ ഉറുമ്പിനെ ഞാൻ നോക്കി. കാലുകൾ ഒടിഞ്ഞ്, തിരസ്കരിക്കപ്പെട്ട് അത് പ്രാഞ്ചി, പ്രാഞ്ചി നടന്നുകൊണ്ട് ഏതോ പുല്ലിന്റെ ഇടയിൽ ഒളിച്ചുകഴിഞ്ഞിരുന്നു. അയാൾ അത് അത്രയും നിസ്സാരമായി പറഞ്ഞത് എന്തുകൊണ്ടോ എനിക്ക് ഇഷ്ടമായില്ല.

''പ്രണയം, എന്ത് പ്രണയം? വിവാഹിതയായ ഒരു സ്ത്രീയോട് എന്ത് പ്രണയം? ഇവിടെ സ്ത്രീകൾക്ക് അത്രയും ക്ഷാമമാണോ?'' അയാൾ വീണ്ടും കണ്ണട നേരെ വെച്ച് ചിരിച്ചു.

''രാവണൻ, സ്നേഹിച്ചതും വിവാഹിതയായ സീതയെയാണ്.''

''ഞാൻ അത്ര പരിശുദ്ധയൊന്നുമല്ല.'' ധിക്കാരത്തോടെ ഞാൻ പറഞ്ഞു.

''ഞാൻ നിന്നെ പ്രണയിച്ച മാനദണ്ഡം, നീ വിവാഹിതയാണെന്നതോ അല്ലെന്നതോ എന്നുള്ളതല്ല. നീ എന്റെ സ്ത്രീയാണെന്ന് എനിക്ക് പൂർണ്ണമായും ബോധ്യമുള്ളതുകൊണ്ടാണ്.''

മനസ്സ് കോരിത്തരിച്ചു. ഇത്രയുമേയുള്ളൂ ഞാൻ. ഒരു പുരുഷൻ ചേർത്തുപിടിച്ചുകൊണ്ട്, 'നീ എന്റെ സ്ത്രീയാണ്' എന്നു കാതിൽ മന്ത്രിക്കും വരെയുള്ളൂ ഞാൻ. അത് എല്ലാ പുരുഷന്മാർക്കും സാധ്യവുമല്ല. വാക്ക് കൊണ്ട് പറയലല്ല. ഹൃദയം കൊണ്ട് പറയുന്നത്. അതല്ലെങ്കിൽ അങ്ങനെ തോന്നിപ്പിക്കുന്നത്. ഐസുകട്ടയിൽ സൂര്യതാപം ഏറ്റതുപോലെ ഞാനിരുന്നു ഉരുകി. എന്നെയൊന്നു സ്നേഹിക്കൂവെന്ന് ഈ ലോകം മുഴുവൻ എന്നോട് യാചിക്കുന്നതുപോലെ തോന്നി. വെറും ദാസിയിൽനിന്നും അതെന്നെ രാജകുമാരിയിലേക്ക് ഉയർത്തി. എന്റെ അമിതാഹ്ലാദം അയാൾ അറിയരുതെന്നു ഞാൻ പിന്നെയും ആഗ്രഹിച്ചു.

''നമ്മൾ തമ്മിൽ കാണുമെന്നു നിങ്ങൾക്ക് ഉറപ്പുണ്ടായിരുന്നുവോ?''

''ഇല്ല, നീയെന്നെ ഒരിക്കലും കാണുവാൻ ആഗ്രഹിക്കുകയില്ലെന്ന് എനിക്ക് തോന്നിയിരുന്നു.''

ഓഹ്, ഇയാൾക്ക് എന്തറിയാം. ഇയാളുടെ എഴുത്തുകൾ വായിച്ചു കൊണ്ടാണ് ഞാൻ ഉറങ്ങുന്നതെന്നും ഉണരുന്നതെന്നും ഇയാളെ രഹസ്യമായി പ്രണയിച്ചുകൊണ്ടാണ് കഴിയുന്നതെന്നും ഇയാളെ രഹസ്യമായി ഭോഗിച്ചു കൊണ്ടാണ് രതിസുഖം തേടുന്നതെന്നും ഇയാൾക്ക് അറിയില്ല. അല്ലെങ്കിലും ഈ പുരുഷന്മാർക്ക് ഇതൊന്നും അറിയില്ല. പാവങ്ങൾ! അവരെന്നും സ്ത്രീകളെ രണ്ടു ഗണത്തിൽ മാത്രം ഉൾപ്പെടുത്തി. ഒന്നുങ്കിൽ വിശുദ്ധ, അതല്ലെങ്കിൽ വേശ്യ.

''ഞാൻ, പോകുന്നു.''

സാരിത്തുമ്പ് പിന്നോട്ട് എടുത്തു ഞാൻ എഴുന്നേറ്റു. അയാൾ എന്നെ നോക്കിയിരുന്നു. എന്തോ അബദ്ധം പറഞ്ഞ മട്ടിൽ അയാളുടെ മുഖം പരിഭ്രമിച്ചിരുന്നു.

''നിനക്ക്, എന്നെക്കുറിച്ച് ഒന്നുമറിയണ്ടേ? എന്റെ പേര് പോലും അറിയണ്ടേ?''

അയാൾ ദയനീയമായി ചോദിച്ചു. ഞാൻ വെറുതെ മന്ദഹസിച്ചു. പിന്നീട് വേണ്ടെന്ന് തലയാട്ടി. വിഷാദത്താൽ അയാളുടെ മുഖം കുനിഞ്ഞു.

''നീയെന്നെ പ്രണയിക്കുമെന്ന് ഞാൻ വെറുതെ കരുതി.''

വീണ്ടും ആ ബെഞ്ചിൽ ഞാൻ ഇരുന്നു.

''എനിക്കും എല്ലാ പെൺകുട്ടികളെ പോലെയും ഒരുകാലത്ത് പ്രണയിക്കപ്പെടണമെന്നും പ്രണയിക്കണമെന്നും ആഗ്രഹം ഉണ്ടായിരുന്നു. പക്ഷേ എന്തുകൊണ്ടോ ഒരു പുരുഷനെയും ആകർഷിക്കുവാൻ പാകത്തിന് ഒന്നുമെന്നിൽ ഉണ്ടായിരുന്നില്ല. ഒന്നും ഉണ്ടാകുകയുമില്ല. അന്നും ഇന്നും. പുതുതായി ഒന്നും നൽകുവാൻ പ്രാപ്തിയില്ലാത്തവളോട് എന്തിന് നിങ്ങൾ പ്രണയം പറയുന്നു. നിങ്ങൾക്ക് എന്നിലെ എന്തിനോടാണ് പ്രണയം തോന്നുന്നത്?''

''നിന്നിലെ നിരാശകളോട്.''

ഞാൻ അയാളെ അത്ഭുതത്തോടെ നോക്കി. അയാൾ തുടർന്നു.

''നീ നിരാശയാകുന്നത് എന്തുകൊണ്ടാണെന്ന് അറിയുമോ? നിന്നിൽ ഒളിഞ്ഞിരിക്കുന്ന കഴിവുകൾ നീ കണ്ടെത്താത്തതുകൊണ്ട്. നിന്റെ ഉള്ളിൽ എത്രയോ ഭംഗിയായി പ്രണയിക്കാൻ കഴിവുള്ള ഒരുവളുണ്ട്. നിന്റെ ഉള്ളിൽ പ്രണയം കൊണ്ട് ഏത് പുരുഷനെയും തടവിലാക്കാൻ സാധിക്കുന്ന മന്ത്രവാദിനിയുണ്ട്. നിന്റെ ഉള്ളിൽ പ്രണയിക്കപ്പെടാൻ അലമുറയിട്ട് കരയുന്ന ഒരുവളുണ്ട്. എന്റെ ഉദ്ദേശ്യം അതാണ്. നിനക്ക് പ്രണയം നൽകുക. നിന്നെ പ്രേമിക്കുക... പ്രേമിക്കുക. അത്രമാത്രം.''

''എനിക്ക് പ്രണയിക്കപ്പെടുവാൻ പാകത്തിനു സൗന്ദര്യം ഉണ്ടോ?''

''പ്രണയമെന്നാൽ വെറും സൗന്ദര്യം മാത്രമാണോ ലിപികാ?'' ഞാൻ ഉറക്കെ പൊട്ടിച്ചിരിച്ചു.

''സാഹിത്യങ്ങളിലും സിനിമകളിലും കൗമാരങ്ങൾക്കിടയിലും കേട്ടു മറന്ന ക്ലീഷേ ചോദ്യം. ശരി. നിങ്ങൾ പറയൂ. സൗന്ദര്യത്തിനും ശരീരത്തിനുമപ്പുറം എന്താണ് പ്രണയം?''

''ശരീരം, വില്പനച്ചരക്കായി കിട്ടും. കേവലം നിന്റെ ശരീരം മോഹിച്ചുകൊണ്ട് എനിക്ക് നിനക്കരികിൽ ഇപ്പോൾ ഇങ്ങനെ ഇരിക്കേണ്ട ആവശ്യമില്ല. നിനക്ക് വേണ്ടി കത്തുകൾ എഴുതേണ്ട ആവശ്യമില്ല. ഞാൻ, ശബ്ദം പബ്ലിക്കേഷന്റെ സബ് എഡിറ്ററാണ്. എനിക്ക് ഒരുപാട് തിരക്കുകൾ ഉണ്ട്. എന്നിട്ടും ഞാൻ ഇവിടെ നിന്നോട് എന്റെ പ്രണയം പറഞ്ഞുകൊണ്ടിരിക്കുമ്പോൾ എന്നെ ഇതുപോലെ ആക്ഷേപിക്കരുത് ലിപികാ.''

അയാൾക്ക്, ദേഷ്യം വന്നുവെന്ന് തോന്നി. മുഖം കുറച്ചുകൂടി ചുവന്നു. ഭംഗിയായി വെട്ടിമുറിച്ച നഖങ്ങളാൽ കൈകളിലെ രുദ്രാക്ഷ മണിയെ തലോടിക്കൊണ്ടിരുന്നു. പുരികം വില്ലുപോലെ വളഞ്ഞു കയറി വന്നു. എന്നെ നോക്കുകയും ശേഷം, മുഖം താഴേക്കു അതിവേഗം ചലിപ്പിക്കുകയും ചെയ്തു. ഞാൻ മൃദുലമായി അയാളുടെ മുഖത്തേക്ക് നോക്കി. അത്രതന്നെ സൗമ്യമായി ഞാൻ മറ്റാരെയും നോക്കിയിട്ടില്ല.

''നിങ്ങളുടെ പേരെന്താണ്?''അയാൾ വലിഞ്ഞ ശബ്ദത്തിൽ പറഞ്ഞു.

''അനിരുദ്ധൻ.''

''അനിരുദ്ധൻ.''

എന്റെ നാവുകൊണ്ട് അയാളുടെ പേര് വീണ്ടും രുചിച്ചറിഞ്ഞു. ആ പേര് എന്തോ മന്ത്രം പോലെ ആവർത്തിക്കപ്പെട്ടുകൊണ്ടിരുന്നു.

''ഇഷ്ടപ്പെട്ടോ?''

''ഉം.''

''എന്നെയോ? അതോ പേര് മാത്രമോ?''

''പേര് മാത്രം.'' ഞാൻ ചിരിച്ചുകൊണ്ട് മറുപടി പറഞ്ഞു.

അയാളുടെ മുഖത്തെ നിരാശ ഞാൻ വ്യക്തമായിക്കണ്ടു. അല്ലെങ്കിലും പുരുഷനെ സൃഷ്ടിച്ചവനാരോ അവൻ അറിഞ്ഞുകൊണ്ട് പുരുഷന് താടിയും മീശയുമൊക്കെ കൊടുത്തതാണ്. അതുകൂടി ഇല്ലായിരുന്നുവെങ്കിൽ ഇവരുടെ ദയനീയത എത്രയോ എളുപ്പം

വെളിപ്പെടുമായിരുന്നു. അത് പുരുഷത്വത്തിന്റെ അടയാളമല്ല. ഈ പാവപ്പെട്ട ആണുങ്ങളുടെ ദൈന്യതയുടേതാണ്.

''ഞാൻ പോയി വരാം.''

എന്തുകൊണ്ടോ അങ്ങനെയാണ് യാത്ര പറഞ്ഞത്. യഥാർത്ഥത്തിൽ അങ്ങനെ പറയുവാൻ ഉദ്ദേശിച്ചതല്ലതാനും.

''ഇവിടേക്ക് നീ ഇനി തിരിച്ചു വരുമോ? നമ്മൾ വീണ്ടും കാണുമോ?''

''കാണാതെയെങ്ങനെ? ഞാൻ ദേ, ഇവിടേക്ക് തിരിച്ചു വരും. ഉറപ്പ്.''

ഞാൻ, അയാളുടെ കുർത്തയുടെ ഇടയിലൂടെ രോമാവൃതമായ നെഞ്ചിൽ മെല്ലെ കൈവെച്ചു പറഞ്ഞു. അയാൾ എന്റെ കൈകൾ ആ രോമക്കാടിനുള്ളിൽ ചേർത്തുവെച്ചു. മൃദുലമായി എന്റെ നേർത്ത കൈവിരലുകളെ ചുംബിച്ചു. അത് ഞാൻ, എന്നെ അയാളിൽ അവശേഷിപ്പിച്ചത് മാത്രമാണ്. അതല്ലാതെ പ്രണയം പറഞ്ഞതൊന്നുമല്ല.

ഏഴ്

വാകമരത്തണലുകൾ വിശാലമായി തലയുയർത്തി നിൽക്കുന്ന റോഡിലൂടെ പാഞ്ഞുപോയത് ഞാൻ സഞ്ചരിച്ചിരുന്ന ബസ്സായിരുന്നില്ല. എന്റെ ചിന്തകൾ ആയിരുന്നു. അതിങ്ങനെ കാറ്റിൽ തട്ടി, വൃക്ഷങ്ങളുടെ തളിരിലകളേയും പൂക്കളെയും ചുംബിച്ച്, കടന്നു കടന്നു പോയി. ബസ്, എനിക്കിറങ്ങാൻ നിർത്തി തന്നെങ്കിലും ചിന്തകൾക്ക് ഇറങ്ങുവാൻ സ്റ്റോപ്പ് ഉണ്ടായിരുന്നില്ല. അതിങ്ങനെ പാഞ്ഞു പൊയ്ക്കൊണ്ടേയിരുന്നു. നടന്നുനീങ്ങുന്ന ദൂരമത്രയും അയാളെക്കുറിച്ചു മാത്രം ഓർത്തു.

അയാളുടെ നെഞ്ചിന്റെ മിടിപ്പ് അപ്പോഴും എന്റെ കൈവെള്ളയിൽ ഉണ്ടെന്ന് തോന്നി. എന്തുകൊണ്ടാണ് ആ നിമിഷം ഞാൻ അങ്ങനെ ചെയ്തത്? എന്റെ വിരലുകളിൽ ചുംബിക്കുവാൻ അയാളെ അനുവദിച്ചത്? എനിക്കെന്തോ ഒരു ഉൾഭയം തോന്നി. ഈ പ്രേമമൊരു വിചിത്രജീവിയാണ്. ദൂരെ നിന്നു മാത്രമേ അതിനെ കാണുവാൻ ഭംഗിയുള്ളൂ. മനസ്സിന്റെ ബലമുള്ള അഴികൾ ഭേദിച്ചുകൊണ്ടത് പുറത്തുചാടുമ്പോൾ വല്ലാതെ ഭയക്കേണ്ടിയിരിക്കുന്നു. വീടെന്നു തോന്നിപ്പിക്കുന്ന ഈ ഭാർഗവീനിലയത്തിൽ ആരൊക്കെയോ ഉണ്ടെങ്കിലും ഞാൻ എപ്പോഴും തനിച്ചാണ്. ചിലപ്പോൾ അതിൽ വല്ലാത്ത അമർഷം തോന്നും. ഒരു വീട്ടിൽ പ്രത്യേകിച്ച് അടുപ്പമൊന്നും ഇല്ലാത്ത കുറച്ച് മനുഷ്യരുടെ ഇടം. അതെന്തൊരു വീടാണ്. സ്നേഹമില്ലാത്ത

ഇടങ്ങൾ ഒന്നും വീടുകളല്ല. വിശ്രമിക്കാൻ കഴിയാത്തതൊന്നും വീടുകളല്ല.

എന്തുകൊണ്ടാണ് തനിച്ചിരിക്കുന്നവൻ പുസ്തകങ്ങളെ പ്രതി ചേർക്കുന്നതെന്ന് അറിയാമോ? അതൊരുതരം രക്ഷപ്പെടലാണ്. ഏകാന്തമായിരുന്ന്, ഏകാന്തതയിൽ നിന്നും രക്ഷപ്പെടുക. വായിക്കുന്ന കഥാപാത്രങ്ങളിലൂടെ സഞ്ചരിക്കുക. അവരാകുക, ഈ എഴുത്തുകാരി അല്ലെങ്കിൽ എഴുത്തുകാരൻ എന്നെക്കുറിച്ചാണല്ലോ എഴുതിയിരിക്കുന്നതെന്നു വെറുതെ ഓർക്കുക. എന്നെ എല്ലാവരും വായിക്കുന്നുണ്ടല്ലോ എന്നോർത്തു ആശ്വസിക്കുക. തീർച്ചയായും അതൊരു രക്ഷപ്പെടലാണ്. ഒറ്റയ്ക്ക് ഇരിക്കാൻ ആഗ്രഹിക്കാതെ ഒറ്റയ്ക്ക് ആയിപ്പോകുമ്പോഴുള്ള മനസ്സിന്റെ രക്ഷപ്പെടൽ. എന്റെ മുറിയുടെ, രണ്ടു വലിയ ഷെൽഫിൽ നിറയെ പുസ്തകങ്ങൾ ഉണ്ട്. അവയെ എന്നും ഞാൻ അടുക്കി വെയ്ക്കും. എന്നും തലോടും. മിക്കവാറും ഒരു വരിയെങ്കിലും വായിക്കും. അടച്ച് വെയ്ക്കും. കരയുവാൻ തോന്നുമ്പോൾ എല്ലാം 'നീർമാതളം പൂത്തകാലം' വായിക്കും. അതെന്നെ ആശ്വസിപ്പിക്കും. കരയിക്കാതെ ചേർത്തു നിർത്തുവാൻ സ്നേഹം കൊണ്ട് ജീവിച്ചവർക്കേ സാധിക്കൂ. എനിക്ക് മാധവിക്കുട്ടിയെന്നാൽ സ്നേഹംകൊണ്ട് ജീവിച്ചവർ മാത്രമാണ്. ഇതെല്ലാം ഞാൻ ഇപ്പോൾ ഓർമ്മിക്കുന്നത്, എന്റെ മുറിയിൽ കയറിയ ഉടനെ എന്റെ കിടക്കയിൽ കിടന്നുകൊണ്ടാണ്. കണ്ണുകൾ അടഞ്ഞുപോകുന്നു.

'അനിരുദ്ധൻ, എന്നെ ചുംബിക്കുന്നു. എന്റെ സാരിയുടെ മുന്താണി ഊരിമാറ്റുന്നു. മുലകൾക്കിടയിൽ മുഖം ഒളിപ്പിക്കുന്നു. ഞാൻ അയാളുടെ മുടിയിൽ തഴുകുന്നു. ദീർഘമായ എന്തോ ഒന്നെന്റെ തുടകൾക്കിടയിൽ ഉരയുന്നു. ഞാൻ അനീയെന്ന് ഉറക്കെ വിളിക്കുന്നു.'

സ്വപ്നം, എന്ത് വിചിത്രമായ സ്വപ്നം. ഞാൻ കണ്ണുകൾ തുറന്നു.

കിടക്കയിൽ നിന്നുമെഴുന്നേറ്റ് കുളിക്കുവാൻ പോയി. അടുക്കളയിൽ കയറി ചായയിടുകയാണ്, അടുത്ത ടാസ്ക്. എനിക്ക് അടുക്കളയോട് പൊതുവേ ഇഷ്ടമല്ല. വലിയൊരു എലിക്കെണിയാണ് അടുക്കളയെന്ന് തോന്നും. അവിടെനിന്നും എളുപ്പം രക്ഷപ്പെടുകയാണ് ഞാൻ ചെയ്യാറുള്ളത്. കെണിയിൽ അകപ്പെടുന്ന എലിയെ, കണ്ടിട്ടുണ്ടോ? നീണ്ടവാൽ പുറത്തേക്കിട്ടുകൊണ്ട് അത് രക്ഷപ്പെടാൻ നോക്കും. പല്ലുകൾ കൊണ്ട് ബലമുള്ള അഴികൾ കടിച്ചു നോക്കും. ഒടുവിൽ എല്ലാ ശ്രമങ്ങളും ഉപേക്ഷിച്ച്, കൂട് തുറന്നു അതിനെ എടുക്കുന്നതുവരേയും മരണവും കാത്ത് അക്ഷമനായി ഇരിക്കും. ഏതെങ്കിലും ബന്ധുക്കളോ ദാസിന്റെ സുഹൃത്തുക്കൾ വരുമ്പോഴാണ് ഞാനെന്ന എലി കൃത്യമായി കെണിയിൽ അകപ്പെടുന്നത്. അടുക്കളക്കെണിയിൽ കിടന്നു നട്ടം തിരിയും. ഒടുവിൽ അവിടെ നിന്ന് ഇറങ്ങുമ്പോൾ എന്റെ മുഖത്തും മരണഭയത്തിന്റെ കറുപ്പ്

നിഴലിക്കും. എനിക്ക്, ആ അവസ്ഥയോട് എന്നുമെന്നും വെറുപ്പാണ്. ഗേറ്റ് തുറക്കുന്ന കരകര ശബ്ദം ഏതൊക്കെയോ ഓർമ്മകളിൽ നിന്നുണർത്തി. ഞാൻ പുറത്തേക്ക് നോക്കി. പോസ്റ്റ്മാൻ രാജൻചേട്ടൻ ആയിരുന്നു. കഴിഞ്ഞ രണ്ടോ മൂന്നോ മാസങ്ങളായി ദിവസേന യെന്നപോലെ അദ്ദേഹം ഇവിടെ വരുന്നുണ്ടായിരുന്നു.

''ഈ ആഴ്ചയും ണ്ട്. മൊടങ്ങാതെ ഒരെണ്ണം. ഇപ്പോ ഇൻലന്റ് ഒക്കെ എഴുതുന്നോര് ഒള്ളതുതന്നെ അത്ഭുതം ആണ് കുഞ്ഞേ.'' ചിരിച്ചുകൊണ്ട് കത്തെന്നെ ഏൽപ്പിച്ചിട്ട് ധൃതിയിൽ പടി കടന്നു പോയി. സമയം ആറ് മണി ആകുന്നു. ഞാൻ ഈ സമയമേ ഉണ്ടാകൂ എന്നറിഞ്ഞുകൊണ്ട് എപ്പോഴും ഇതേ നേരത്താണ്, രാജൻചേട്ടൻ കത്ത് തരാൻ വരാറുള്ളത്. കൈയിൽ ചായയുമെടുത്ത്, ഞാൻ ചാരുകസേരയിൽ ഇരുന്നു. അനിരുദ്ധന്റെ കത്താണ്. ചിലപ്പോൾ മൂന്നോ നാലോ ദിവസങ്ങൾക്കു മുന്നേ എഴുതിയതാകണം. ഫ്രം അഡ്രസ്സ് ഇല്ലാത്ത എഴുത്തുകൾ ഇപ്പോൾ എന്റെ കൈയിൽ എത്രയോ നിറഞ്ഞിരിക്കുന്നു.

''ആ കത്തിൽ എന്തായിരുന്നു, ദീദി?''

ഞാൻ, കഥ പറയുകയായിരുന്നുവോ? നൈനികയുടെ ചോദ്യം എന്നെ വീണ്ടും മുംബൈ നഗരത്തിലെ കരിഞ്ഞുയരുന്ന പുകമറ യ്ക്ക് അടുത്തുള്ള ഈ കെട്ടിടത്തിലെത്തിച്ചു. ഞാൻ പുറത്തേക്ക് നോക്കി. സന്ധ്യ കഴിഞ്ഞിരിക്കുന്നു.

''നൈനികാ, സമയം ഒരുപാട് കഴിഞ്ഞു. കഥ പറഞ്ഞു നേരം പോയത് ഞാനും ഓർത്തില്ല. എഴുന്നേൽക്കൂ. ബാക്കി മറ്റൊരു ദിവസം പറയാം.''

അവൾ നിരാശയോടെ എഴുന്നേറ്റു. അതല്ലെങ്കിലും ഞാൻ എന്നും ആരെയും മുഷിപ്പിക്കാത്ത നല്ലൊരു കഥപറച്ചിലുകാരി ആയിരുന്നു.

''ഇത്രയും, വൈകിയില്ലേ? തനിച്ച് പോകണ്ട.'' ഞാൻ അകത്തേക്ക് നോക്കി നീട്ടി വിളിച്ചു.

''യാദൂ...''

''ങ്ഹാ, ദീദി.''

അവൾ കർട്ടന് പിന്നിൽ വന്നു നിന്നു തല പുറത്തേക്ക് നീട്ടി.

''ഈ കുട്ടിയെ, ഹോസ്റ്റലിൽ ആക്കിയിട്ട് വാ.''

അവൾ മെല്ലെ അടുത്ത് വന്നു. വായ് പിളർന്നിരിക്കുന്ന സിംഹ ത്തിന്റെ മുദ്രയുള്ള, എന്റെ മേശവലിപ്പിൽ നിന്ന്, ഒരു പേനാക്കത്തി യെടുത്ത്, ഞാൻ അവളുടെ കൈയിൽ കൊടുത്തു. അവൾ അത് ഇടുപ്പിൽ ഭദ്രമായി തിരുകിവെച്ചു.

''ആവോ ദീദി.''

നൈനിക, എന്നെ നോക്കി, യാത്ര പറയുന്നതുപോലെ തലയാട്ടി. ഞാനും തിരികെ അതേ അംഗചലനം നടത്തി.

നടന്നു നീങ്ങുന്ന വഴിയിലുടനീളം നൈനിക ആലോചിച്ചത്, ആ കത്തിൽ അയാൾ എന്തെഴുതിയിട്ടുണ്ടാകും എന്നുള്ളതായിരുന്നു. അത് മുൻപ് അയച്ചിരുന്ന കത്തുകൾ പോലെ, നിസ്സാരപ്പെട്ട പ്രണയ ലേഖനമാകില്ല എന്നുള്ളത് ഉറപ്പാണ്. ഒരുപക്ഷേ, അവർ തമ്മിലുള്ള കണ്ടുമുട്ടലുകൾ അയാൾ മുൻകൂട്ടി തയ്യാറാക്കിയ പ്ലാൻ ആയിരിക്കണം. അതല്ലാതെ ഇഥികാദീദി കരുതുംപോലെ, അതൊരു സ്വാഭാവികമായ കൂടിക്കാഴ്ച ആയിരിക്കില്ല.

''ക്യാഹുവാ ദീദി? തും ക്യാ സോച്തെ ഹോ?''

''കുച്ച്, ഭീ തോ നഹി യാദൂ.''

അവൾ ചിരിച്ചുകൊണ്ട് മുന്നോട്ട് നടന്നു. നൈനിക, പൊടുന്നനെ യാദുവിനെക്കുറിച്ചോർത്തു. രണ്ടോ മൂന്നോ ദിവസങ്ങൾ മാത്രം കണ്ടു പരിചയമുള്ള മുഖമാണ്. പക്ഷേ, എന്തോ ഒരു അടുപ്പം അവളോട് തോന്നുന്നു. ചുവപ്പിൽ മഞ്ഞ സൂര്യകാന്തിപ്പൂക്കൾ തുന്നിവെച്ചിരിക്കുന്ന സൽവാർ കമ്മീസാണ് അവളുടെ വേഷം. കണ്ണുകൾ നീട്ടി എഴുതിയിരിക്കുന്നു. കൈകളിൽ നിറയെ സൽവാറിന്റെ നിറത്തോട് ചേരുന്ന കുപ്പിവളകൾ. സ്ത്രീത്വവും പുരുഷത്വവും കലർന്ന ശബ്ദം. നൈനിക, അവളുടെ പുരുഷരൂപം എങ്ങനെയായിരുന്നു എന്ന് വെറുതെ ഓർത്തു നോക്കി.

''ഹേയ്, അവൾക്ക് ഇതാണ് ചേരുക. ഇതാണ് ഭംഗി.''

മനോഗതം അല്പം ഉറക്കെയായെന്ന് നൈനികയ്ക്ക് തോന്നി.

''തും ബഹുത്, ഖുഷ് ലഗ് രഹേ ഹോ?''

യാദു അവളോട് ചോദിച്ചു. അവൾ മെല്ലെ മൂളുക മാത്രം ചെയ്തു.

''യാദൂ, ഞാൻ നിന്നോട് ഒരു കാര്യം ചോദിക്കട്ടെ, നീ എങ്ങനെ ഇഥികാദീദിയുടെ അടുത്തെത്തി?''

നൈനിക, യാദുവിനോട് മെല്ലെ ചോദിച്ചു. അവൾ ഒരു നിമിഷം നടത്തം നിർത്തി നൈനികയെ തിരിഞ്ഞു നോക്കി. പിന്നെ പറഞ്ഞു.

''ഹ്മ്, എല്ലാ ഹിജഡകൾക്കും പറയുവാൻ ഏതെങ്കിലും ഒരു വേശ്യാത്തെരുവിന്റെ കഥയുണ്ടാകും. ഒരുപക്ഷേ കേട്ടു പഴകിപ്പോയതാകും. കേൾക്കുവാൻ ഒരു പുതുമയും ഇല്ലാത്തതുമാകും. എങ്കിലും ചിലപ്പോൾ ചില അനുഭവങ്ങൾക്ക് സമാനതകൾ ഉണ്ട് ദീദി. കേട്ടു മടുത്ത സമാനതകൾ. എനിക്കും പറയുവാൻ ബോംബെയിലെ ചുവന്ന തെരുവുകളുടെ ഭയപ്പെട്ട രാത്രികൾ തന്നെയാണുള്ളത്. ഞാൻ അവിടെ എത്തുമെന്ന് അറിഞ്ഞുകൊണ്ടുതന്നെയാണ് എന്റെ

ബാബയും മാജിയും എന്നെ വേണ്ടെന്നു പറഞ്ഞ് ഇറക്കിവിട്ടതും. പക്ഷേ ഒരിക്കലും ഞാൻ തനിച്ചായിരുന്നില്ല. അവരുടെ കണ്ണുനീരും ശാപവാക്കുകളും എനിക്കെന്നും കൂടെ ഉണ്ടായിരുന്നു.''

നൈനിക ഒന്നും മിണ്ടാതെ അവളെ കേട്ടുകൊണ്ട് നടന്നു.

''ഞാൻ, ഇങ്ങനെ ജനിച്ചത് എന്റെ കുറ്റമാണോ ദീദി? ഞങ്ങളെപ്പോലെ ഉള്ളവരുടെ തലയിൽ ഭഗവാൻ നേരത്തെ എഴുതി വെയ്ക്കുന്ന വിധിയാണ് ദീദി അത്. ഹിജഡകളെന്നാൽ, പാതി പരമേശ്വരനും പാതി പാർവതിയുമെന്നാണ്. എന്നാൽ ഇതേ ദൈവങ്ങൾ അനുഭവിക്കുന്ന രതിവൈകൃതങ്ങളും മുറിവുകളും വളരെ വലുതാണ്.''

അവളുടെ തൊണ്ടയിൽ, ഒരു കണ്ണുനീർച്ചരട് വിങ്ങുന്നുണ്ടായിരുന്നു. അവൾ കഴുത്തിന്റെ ഭാഗത്തു നിന്നും ദുപ്പട്ട നീക്കി.

''ഇത് കണ്ടോ ദീദീ. ഒരിക്കൽ ഒരുവൻ, സിഗരറ്റ് വെച്ച് പൊള്ളിച്ചതാണ്. കരയുന്നവളെ ഭോഗിക്കുമ്പോഴാണത്രെ അയാൾക്ക് ഉത്തേജനം കിട്ടുന്നത്. അയാളുടെ ലിംഗം തൊണ്ടക്കുഴിയിൽ ഇപ്പോഴും തങ്ങിനിൽക്കുകയാണ് ദീദി.''

കരച്ചിലിന്റെ ചരട് അതിരുകൾ ഭേദിച്ചുകൊണ്ട് അവളുടെ കവിളിലൂടെ ഒലിച്ചിറങ്ങുന്നുണ്ടായിരുന്നു. നൈനിക, അവളുടെ തോളിൽ മുറുകെ പിടിച്ചു.

''ഇങ്ങനെയുള്ള പണികൾക്ക് ഒന്നും പോകരുതെന്ന് കരുതിയതാണ്. വീടുവിട്ട് ഇറങ്ങിയശേഷം പട്ടിണി മാറ്റാൻ, അന്ധേരി വെർസോവ സ്ട്രീറ്റിന്റെ അടുത്ത് ഒരു ചായ്ഖാൻവാലയിൽ എടുത്തുകൊടുക്കാൻ പോയി. അവിടുത്തെ ജോലിക്കാരൻ ഒരു രാത്രിയിൽ എന്നെ ക്രൂരമായി ഉപദ്രവിച്ചു. കിടക്കുവാൻ കരിപിടിച്ച അടുക്കളമൂലയിൽ ഒരു കീറച്ചാക്കാണ് ഉണ്ടായിരുന്നത്. തണുത്തു വിറങ്ങലിച്ചു കിടന്നിരുന്ന ആ രാത്രി എനിക്കെന്റെ ശരീരത്തോട് വല്ലാത്ത ഭീതി തോന്നി. അയാൾ തൊട്ടടുത്ത് കിടന്നു കൂർക്കം വലിച്ചുറങ്ങി. ശരീരത്തിനും മനസ്സിനുമേറ്റ മുറിവുകളും കൊണ്ട് ഞാൻ അവിടെ നിന്നും ഓടി രക്ഷപ്പെട്ടു.''

''നീ പിന്നെ വേശ്യാലയത്തിൽ എങ്ങനെ ചെന്നുപെട്ടു?'' നൈനിക വീണ്ടും അവളോട് ചോദിച്ചു.

''ഹം കഹ്തേ ഹേ... രണ്ടോ മൂന്നോ ദിവസം ഞാൻ പൈപ്പ് വെള്ളം മാത്രം കുടിച്ച് കഴിഞ്ഞു കൂടി. വയറു വല്ലാതെ വിശന്നു വേദനിക്കുവാൻ തുടങ്ങിയതോടെ തൊട്ടടുത്തുള്ള വേസ്റ്റ്ബിന്നിൽ തിരഞ്ഞു. മുകളിലെ ഫ്ളാറ്റിലെ ഒരാൾ കൊണ്ടുവന്നിട്ടു പോയ ബിരിയാണിയുടെ കുറച്ചു ചോറ് കിട്ടി. അത് ആർത്തി പിടിച്ചു കഴിക്കാൻ ഒരുങ്ങുമ്പോൾ ഒരു കൈ വന്നു തടുത്തു.''

''ആരായിരുന്നു അത്, ദീദിയോ?'' നൈനിക ആകാംക്ഷയോടെ ചോദിച്ചു.

''ഊഹും... സുഗന്ധിയക്ക. അക്ക വളരെ അധികാരത്തോടെ നാം ക്യാ ഹേ എന്ന് ചോദിച്ചു. ഞാൻ പേടിച്ചുകൊണ്ടുതന്നെ ഭൈരവ് എന്ന് മറുപടി പറഞ്ഞു. ഉള്ളിൽ പെണ്ണാണെങ്കിലും എനിക്ക് സ്വന്തമായി ആണിന്റെ അടയാളങ്ങൾ മാത്രമേ ഉണ്ടായിരുന്നുള്ളൂ പേരു പോലും.''

''എന്നിട്ട്?''

''സുഗന്ധിയക്ക ഒത്ത ആകാരവടിവുള്ള സ്ത്രീയായിരുന്നു. അത്ര തടിച്ചിട്ടുമല്ല അത്ര മെലിഞ്ഞിട്ടുമല്ല. അവരുടെ വിയർപ്പിന് അവരെപ്പോഴും മുടിയിൽ ചൂടിയിരുന്ന ജമന്തിപ്പൂക്കളുടെ ഗന്ധമായിരുന്നു. അവരെന്നെ മധുരൈകത്തിലേക്ക് കൊണ്ടുപോയി. ആ തെരുവിലെ തന്നെ ഏറ്റവും വലിയ വീടായിരുന്നു അത്. സുഗന്ധിയക്ക ഒരു തമിഴ്സ്ത്രീ ആയിരുന്നു. പക്ഷേ ഹിന്ദി, ബംഗാളി, മറാഠി തുടങ്ങിയ എല്ലാ ഭാഷകളും അവർ സംസാരിക്കുമായിരുന്നു. എല്ലാവർക്കും അവരെ ഭയമായിരുന്നു. ഇഥിദീദിക്ക് ഒഴികെ.'' അവൾ പറഞ്ഞു നിർത്തി.

''അതെന്താ?'' നൈനിക വീണ്ടും ചോദിച്ചു.

''അതെന്താണെന്ന് ചോദിച്ചാൽ, മുജെ, നഹീം പതാ ദീദി. ഇഥികാ ദീദിക്ക്, ആരെയും ഭയമില്ലായിരുന്നു. ആരെയും എതിർക്കും. എന്തും പറയും. മുകളിൽ ആകാശം, താഴെ ഭൂമി എന്നൊക്കെ പറയില്ലേ. ഏതാണ്ട് അതേപോലെ. ഒന്നും നഷ്ടപ്പെടുവാൻ ഇല്ലാത്തവളുടെ ധൈര്യം.''

അതേ, ഒന്നും നഷ്ടപ്പെടുവാൻ ഇല്ലെന്ന് തോന്നുമ്പോൾ ശരീരമാകെ വസന്തമെന്നപോലെ പടർന്നു പന്തലിക്കുന്ന ഒരു ധൈര്യമുണ്ട്. താനും ഒരിക്കൽ അത് അറിഞ്ഞതാണല്ലോ.

നൈനിക, ഓർത്തു.

''പിന്നെ, നിങ്ങൾ എങ്ങനെ ഇപ്പോൾ താമസിക്കുന്നയിടത്ത്?''

''സുഗന്ധിയക്ക, എന്നെ കൊണ്ടുപോയത്, സർജറി നടത്തി, എന്റെ ആഗ്രഹംപോലെ സ്ത്രീയാക്കാം എന്നൊക്കെ പറഞ്ഞു പ്രലോഭിപ്പിച്ചിട്ടാണ്. പക്ഷേ, എന്നെപ്പോലെ ഉള്ളവർക്ക്, ഡിമാൻഡ്, കൂടുതൽ ഉണ്ടെന്ന് അവർ അടക്കം പറയാറുണ്ടായിരുന്നു. അത് സത്യവുമായിരുന്നു. മധുരൈകത്തിൽ, മീനോത്തിയെന്ന് പേരുള്ള, ഒരു കുട്ടി ഉണ്ടായിരുന്നു. പന്ത്രണ്ട് വയസ്സേ ഉണ്ടായിരുന്നുള്ളൂ അവൾക്ക്. അവിടെ ഉണ്ടായിരുന്ന ഒരു വേശ്യാസ്ത്രീയുടെ മകൾ ആണ്. അവളെ പ്രസവിച്ചപ്പോഴേ അവർ മരിച്ചു പോയി. വട്ടമുഖവും

നല്ല വെളുത്ത നിറവുമൊക്കെയുള്ള കൊച്ചു സുന്ദരിക്കുട്ടി. ഞാനായിരുന്നു അവൾക്ക് മുടിയൊക്കെ പിന്നിക്കെട്ടി കൊടുത്തിരുന്നതും കുളിപ്പിച്ചിരുന്നതും ആഹാരം കൊടുത്തിരുന്നതും എന്റെ അരികിൽ കിടത്തി ഉറക്കിയിരുന്നതുമെല്ലാം. ഒരുപാട് രാത്രികളിൽ എനിക്ക് പോകേണ്ടിവന്ന മുറികളുടെ വാതിലിൽ ഉറങ്ങാതെ കണ്ണുകൾ മിഴിച്ചുകൊണ്ട് അവൾ എനിക്കുവേണ്ടി കാത്തിരിക്കും. വേദനകളെല്ലാം സഹിച്ചു വരുമ്പോഴും അവളെ കണ്ടു ഞാൻ ചിരിക്കും. ഒരു ദിവസം ഇവിടുത്തെ ഏതോ വലിയൊരു നേതാവെന്ന് തോന്നിപ്പിക്കുന്ന ഒരാൾ അവളെ കൊണ്ടുപോയി. അവർ, അവളെ ദത്തെടുത്തുവെന്നാണ് ഞങ്ങളെ പറഞ്ഞു വിശ്വസിപ്പിച്ചിരുന്നത്. പക്ഷേ...'' വാക്കുകൾ മുറിഞ്ഞ് അവൾ കണ്ണുനീർകൊണ്ട് പറയുന്നതുപോലെ എനിക്ക് തോന്നി.

''അവൾക്ക് എന്ത് സംഭവിച്ചു?''

''മൂന്നാല് ദിവസം കഴിഞ്ഞ്, മേലാസകലം പുഴുവരിച്ച്, ദേഹത്ത് ഒരു തുണി പോലുമില്ലാതെ അവിടുത്തെ ചവറ്റുകുട്ടയിൽ നിന്നു അവളുടെ...''

യാദു പൂർണ്ണമായും കരയുവാൻ തുടങ്ങി. ഓർമ്മകൾ ചിതൽപ്പുറ്റുകളാണ്. അതിന്റെ അവശേഷിച്ച ഭാഗം മാത്രമേ തുറക്കുന്നുള്ളൂവെങ്കിലും ആ മണ്ണ് ശരീരമാകെ പൊതിയും. നീറ്റും. എനിക്ക് അവളോട് ഒന്നും ചോദിക്കേണ്ടായിരുന്നുവെന്ന് തോന്നി.

''യാദൂ...''

വിരലുകൾ ചേർത്തു പിടിച്ച് നൈനിക അവളെ ആശ്വസിപ്പിച്ചു.

''ഞങ്ങൾക്കവിടെ കരയുവാനുള്ള സ്വാതന്ത്ര്യംപോലുമുണ്ടായിരുന്നില്ല ദീദീ. അവളുടെ മൃതശരീരത്തെ പോലും അവർ ഉപേക്ഷിച്ചു. അജ്ഞാതശവമെന്നു മുദ്ര കുത്തി എവിടെയോ അടക്കം ചെയ്തു. അങ്ങനെ എത്രയോ പേര് അജ്ഞാതരായി അടക്കം ചെയ്യപ്പെട്ടു കാണണം.''

ആ വാക്യം നൈനികയുടെ മനസ്സിൽ ആവർത്തിക്കപ്പെട്ടു. താൻ തിരയുന്നയാളും അജ്ഞാതമായി അടക്കം ചെയ്യപ്പെട്ടുകാണുമോ? എങ്കിൽ എവിടെയാകും? എങ്ങനെയാകും?

''അന്ന്, രാത്രിയിൽ ഇഥി ദീദി എന്നെയുംകൊണ്ട് അവിടെ നിന്ന് ഇറങ്ങി. സുഗന്ധിയക്കയുടെ അലമാരയിൽ നിന്നു സ്വർണ്ണവും പണവും മോഷ്ടിച്ചു ഞങ്ങൾ രക്ഷപ്പെട്ടു. അല്ലെങ്കിൽ അന്നത്തെ ഇര ഞാനാകുമായിരുന്നു.''

അവൾ കണ്ണുകൾ തുടച്ചുകൊണ്ട് പറഞ്ഞു.

''ദീദിയോട് എന്നെ രക്ഷപ്പെടുത്തിയത് എന്തിനെന്നു ഞാൻ തിരക്കി. നിന്നേയും ഇനി പുഴുവരിച്ചു കാണുവാൻ വയ്യെന്നാണ്

അതിന് മറുപടി പറഞ്ഞത്. പക്ഷേ എന്നെ അതിനുമുൻപ് സ്നേഹത്തോടെ നോക്കുകയോ ഒരു വാക്ക് പറയുകയോ ചെയ്യാത്ത ആളുകൂടിയാണ് ഇഥിക ദീദി. അവരാണ് പക്ഷേ എന്റെ ഭഗ്വാൻ. സാക്ഷാൽ ദുർഗ.''

അവളുടെ വാക്കുകളിൽ ഇഥികാ ദൂത് എന്നുള്ള സ്ത്രീയുടെ സംരക്ഷണം നിറഞ്ഞുതുളുമ്പുന്നത് നൈനിക തിരിച്ചറിഞ്ഞു. മനുഷ്യർ മനുഷ്യരെ കടിച്ചു കുടയുന്നതിന്റെ ലാഘവത്വം അവളുടെ ചിന്തകളെ തകർത്തു.

''ഇഥികാദീദി, നിന്നോട് അവരെക്കുറിച്ച് ഒന്നും പറഞ്ഞിട്ടില്ലേ?''

അവരെക്കുറിച്ച്, കൂടുതൽ എന്തെങ്കിലും അറിയുവാൻ കഴിയുമോയെന്ന് നൈനിക വീണ്ടും ശ്രമിച്ചു.

''ഇല്ല, ദീദി. അങ്ങനെയൊന്നും ചോദിക്കുവാനുള്ള ധൈര്യമൊന്നും എനിക്ക് ഇപ്പോഴും ഇല്ല. മുസാഫിർ ഭയ്യയാണ്, ദീദിയുമായി അടുപ്പമുള്ള ഏക വ്യക്തി.''

''നിങ്ങളെ അന്വേഷിച്ച്, സുഗന്ധിയക്കയോ അവരുടെ ആളുകളോ പിന്നീട് വന്നില്ലേ?''

''അന്വേഷിച്ചു കാണണം. പക്ഷേ ദീദി എപ്പോഴും പറയാറുണ്ട്. നമ്മളെ അന്വേഷിച്ച് ആരും ഇവിടെ എത്തില്ല. ഇത് ഇഥികയുടെ ഉറപ്പാണെന്ന്. അങ്ങനെ ആരേലും വന്നാൽ ദീദി അവരെ വെച്ചേക്കില്ല. മുംബൈ അവരുടെ നഗരമാണെന്ന് മിക്കവാറും തോന്നാറുണ്ട്. ഒരു തോക്കെങ്കിലും സ്വരക്ഷയ്ക്ക് കരുതണമെന്ന്, മുസാഫിർഭയ്യ എപ്പോഴും പറയും. 'എന്റെ ജീവൻ എടുക്കണമെന്ന് ഒരാൾ ആഗ്രഹിച്ചാൽ, അവന്റെ ആഗ്രഹം ഞാൻ നടത്തിക്കൊടുക്കും ഭായ്' എന്നാണ് ഇഥികാദീദി പറയാറ്. അവരോളം ധൈര്യമുള്ള മറ്റൊരു സ്ത്രീയെ ഞാൻ കണ്ടിട്ടേയില്ല.''

യാദുവും നൈനികയും ഹോസ്റ്റലിനു മുന്നിൽ എത്തിയിരുന്നു. ടാക്സിയിൽ വരേണ്ട ദൂരമുണ്ടായിട്ടും ഇഥികയെക്കുറിച്ച് എന്തെങ്കിലും അറിയുവാൻ കഴിഞ്ഞേക്കുമോ എന്നുള്ള പ്രതീക്ഷയിലാണ് യാദുവിനൊപ്പം നടന്നത്. എന്നാൽ യാദുവിനെക്കുറിച്ചും മീനോത്തിയെക്കുറിച്ചും അറിഞ്ഞത് അവളിൽ നൊമ്പരമുണ്ടാക്കി.

''വളരെ നന്ദി, യാദൂ.''

നൈനിക യാദുവിനെ കെട്ടിപ്പിടിച്ചു പറഞ്ഞു. അവൾ മെല്ലെ ചിരിച്ചു.

''ഞാൻ ഒരു ടാക്സി വിളിക്കട്ടെ?''

''നിനക്ക് ഭയമുണ്ടോ? ഒറ്റയ്ക്ക് പോകുമോ? നേരം അല്പം കൂടി ഇരുട്ടിയിരിക്കുന്നു.''

നൈനികയുടെ ചോദ്യത്തിന് അവൾ മെല്ലെ ചിരിച്ചു.

"ഒരുപാട് ഭയങ്ങൾ ഒരേപോലെ നേരിട്ടവൾക്ക്, പിന്നെ ആ വികാരത്തോട് ഒന്നും തോന്നില്ല ദീദി. ഞാൻ പൊയ്ക്കോളാം."

അവൾ മെല്ലെ നടന്നു. ഇഥികയുടെ അടുത്ത് നിന്ന് വന്നിട്ടും വളരെ നേരമായിട്ടും ആ സ്ത്രീ തന്നെ ചുറ്റിപ്പറ്റി നിൽക്കുന്നതായി നൈനികയ്ക്ക് തോന്നി. ഇന്ന്, അവരുടെ വീട്ടിൽ പോയതും അവർ പറഞ്ഞിടത്തോളമുള്ള ജീവിതവും നൈനിക, വടിവൊത്ത മലയാളത്തിൽ, ഡയറിയിൽ എഴുതിവെച്ചു. അതിന്റെ അവസാനവാചകം ഇതായിരുന്നു.

"എനിക്ക് മലയാളം അറിയില്ലെന്ന്, ഞാൻ അവരോട് ഏറ്റവും ഭംഗിയായി കള്ളം പറഞ്ഞു. ആരും വിശ്വസിക്കുന്ന കള്ളം പറയുക. അതൊരല്പമെങ്കിലും എനിക്ക് പകർന്നു കിട്ടിയിട്ടുണ്ടാകണം. അവരെന്നെ തിരിച്ചറിയരുത്. അറിയുന്ന നിമിഷം അതിജീവിക്കുകയുമരുത്. അഹന്തയുടെ, അധികാരത്തിന്റെ, ആടയാഭരണങ്ങളും ഉടുപുടവകളും അഴിഞ്ഞുവീണ് അവർ ഇല്ലാതാകണം."

അവൾ ഡയറി അടച്ചുവെച്ചു. കണ്ണാടിയിൽ സ്വന്തം പ്രതിരൂപത്തെ നോക്കി. കാട്ടുതീ പടർന്നു കത്തുന്ന ഒരു വൃക്ഷമായി അവൾ നിന്ന് എരിഞ്ഞു.

എട്ട്

ഇന്ന്, പുലർച്ചെ ഏകദേശം മൂന്ന് മണി മുതൽ ഞാൻ ഈ പെയിന്റിംഗ് വരച്ചു തുടങ്ങിയതാണ്. തുടക്കത്തിൽ ഞാൻ ഒരു ചിത്രകാരിയല്ലായിരുന്നു. വളവുകളില്ലാതെ, കൃത്യമായി ഒരു വരപോലും വരയ്ക്കുവാൻ അറിയാത്തവൾ മാത്രമായിരുന്നു. എന്റെ ശരീരക്കച്ചവടബലിയുടെ പങ്കു പറ്റുവാൻ ഒരിക്കൽ ഒരാൾ എന്റെ മുറിയിൽ പ്രവേശിച്ചു. അയാൾ ഒരു ബംഗാളി ചിത്രകാരനായിരുന്നു. അയാളാണ്, മധുബാനി പെയിന്റിംഗുകളെക്കുറിച്ച് പറഞ്ഞു തന്നത്. അതിനുമെത്രയോ മുൻപ്, അനിരുദ്ധനെ കണ്ടതിനു ശേഷം, അയാളെ വരയ്ക്കുവാൻ ശ്രമിച്ചിട്ടുണ്ട്.

വികൃതങ്ങളായ രൂപങ്ങൾ മാത്രമായി അവ അവശേഷിക്കപ്പെട്ടിട്ടുണ്ട്. അബ്നിദേവ്! അയാളുടെ ശരീരത്തിലെ കുങ്കുമത്തിന്റെ ഗന്ധം, അയാളെ ഓർക്കുമ്പോഴെല്ലാം എന്നെ പൊതിയുന്നു. എന്നിൽ അയാൾക്ക് തോന്നിയ ആസക്തി ശരീരത്തോടല്ലായിരുന്നുവെന്ന് അയാൾ എത്രയോ എന്നോട് പറഞ്ഞിട്ടുണ്ട്. സ്ത്രീശരീരത്തോട്

മാത്രം ആസക്തി തോന്നാത്തവന്റെ ശരീരത്തിൽ എന്നും കുങ്കുമ ഗന്ധമാവട്ടെ. മധുബാനി ചിത്രകലകളെക്കുറിച്ച് അയാൾ പറഞ്ഞു തന്നിട്ടുള്ള അറിവ് മാത്രമേയുള്ളൂ. ആദ്യമായി എന്റെ മുറിയിലേക്ക് അയാൾ പ്രവേശിച്ചിരുന്നതുപോലും ഏതോ പുണ്യനദിയിലേക്കിറ ങ്ങുന്നതുപോലെയോ ക്ഷേത്രനടയിൽ നിൽക്കുന്നതുപോലെയോ ആണ്. എനിക്ക് അപ്പോഴെല്ലാം ചിരി വരാറുണ്ടായിരുന്നു. അന്ന് അയാൾക്ക് വേണ്ടി, എന്റെ സാരി പകുതി അഴിച്ചു മാറ്റി, ഞാൻ കിടക്കയിൽ കിടന്നു കഴിഞ്ഞിരുന്നു. എന്നെ ശ്രദ്ധിക്കാതെ അയാൾ എന്റെ കാൽച്ചുവട്ടിൽ ഇരുന്നു.

''എന്താ, ഞാൻ നിങ്ങളെ ക്ഷണിക്കുമെന്നാണോ കരുതുന്നത്? ആവശ്യം സാധിച്ചിട്ടു പോണം.''

ഞാൻ ദേഷ്യത്തോടെയാണ് പറഞ്ഞത്. അയാൾ അടുത്ത നിമിഷം മുഖം കൈകളാൽ മറച്ചു കരഞ്ഞുതുടങ്ങി. പുരുഷന്റെ കണ്ണുനീർ എന്നുമെന്റെ ദേഷ്യത്തെ ഇരട്ടിപ്പിച്ചുകൊണ്ടിരുന്നു.

''ഓഹ്, ഛെ, സാലെ, നിങ്ങൾക്ക് താല്പര്യം ഇല്ലെങ്കിൽ എന്തി നാണ് ഹേ വന്നത്. എന്റെ സമയം മെനക്കെടുത്തുവാനോ?''

അയാൾ, എന്നെ നോക്കാതെതന്നെ എഴുന്നേറ്റു. എന്നിട്ട് പറഞ്ഞു.

''നിങ്ങളുടെ സമയം മെനക്കെടുത്തിയതിൽ എന്നോട് ക്ഷമിക്കൂ. ഞാൻ പോകുന്നു.''

അയാൾ എന്നോട് ക്ഷമ പറഞ്ഞതുകൊണ്ടോയെന്തോ ഒരു സഹ താപം എന്റെ ദേഷ്യത്തിന് മേലെ എന്നെ ഭരിച്ചു.

''നോക്കൂ, ഒരു നിമിഷം. ഇങ്ങോട്ട് വരൂ.''

അഴിച്ചുമാറ്റിയ മുന്താണി നെഞ്ചിലേക്ക് നേരെയിട്ടുകൊണ്ട് അയാളെ തിരികെ വിളിച്ചു. ഒരു കുഞ്ഞിനെപ്പോലെ അയാൾ എന്നെ അനുസരിച്ചുകൊണ്ട് വീണ്ടും എന്റെ പാദങ്ങൾക്കരികിൽ ഇരുന്നു. അയാളുടെ മുഖമെന്റെ കൈകളാൽ കോരിയെടുത്തു. പുരുഷനിൽ ഇത്രമേൽ നിഷ്കളങ്കത തോന്നുന്നത് അപൂർവമാണ്. അയാളുടെ മുഖം അനിരുദ്ധനെ ഓർമ്മിപ്പിച്ചു. അനിരുദ്ധന്റെ കോപം വന്നു തുടുത്ത മുഖത്തിന് ഇത്രയും നിഷ്കളങ്കത ഉണ്ടാകാറുണ്ടായിരുന്നു. ഞാൻ അയാളുടെ മുഖത്തു തെരുതെരെ ഉമ്മ വെച്ചുകൊണ്ടിരുന്നു. ഗാഢമായി ആലിംഗനം ചെയ്തുകൊണ്ടിരുന്നു. അനിരുദ്ധൻ ചെയ്യാറുള്ളതുപോലെ അയാൾ എന്റെ അണിവയറിലൂടെ തഴുകി. ഞാൻ അയാളെ കേട്ടുകൊണ്ടിരുന്നു. യഥാർത്ഥമായ പ്രണയം ഈ ഭൂമിയിൽ ഉണ്ടെന്നു വിശ്വസിച്ചുകൊണ്ട് ഒരുവൾക്ക് ശരീരവും മനസ്സും പണയപ്പെടുത്തി. ഒടുവിൽ ആ ചൂതുകളിയിൽ പരാജയ പ്പെട്ടവന്റെ കഥ അയാൾ എന്റെ മുലകൾക്കിടയിൽ കിടന്നു കരഞ്ഞു

കൊണ്ട് പറഞ്ഞു. അയാളുടെ കണ്ണുനീർ എന്റെ ദേഹത്തിലൂടെ ഒരു ചെറിയ അരുവിയായി ചുഴികളിൽ പതിച്ചുകൊണ്ടിരുന്നു. ഞാൻ അയാളെ യഥാർത്ഥ കാമം ശരീരം കൊണ്ടല്ലാതെ പഠിപ്പിച്ചുകൊടുത്തു കൊണ്ടിരുന്നു. യഥാർത്ഥ പ്രണയമെന്നൊരു വസ്തുത വെറുമൊരു മരീചിക മാത്രമാണെന്ന് ക്രമേണ അയാൾക്ക് ബോധ്യപ്പെട്ടു. മണിക്കൂറുകളോളം ഭോഗിക്കപ്പെട്ട് പുറത്തു വരുന്നതിനേക്കാൾ ആഹ്ലാദത്തോടെ അയാൾ വന്നു പോകുന്ന ഓരോ ദിവസങ്ങളിലും ഞാൻ പുറത്തു വന്നു.

അയാൾ നൽകിയ ആയിരത്തിന്റെ മൂന്നു നോട്ടുകൾ ഞാൻ സുഗന്ധിയക്കയ്ക്ക് കൊടുത്തു. അവരുടെ മുഖം ചാന്ദ്രമാസത്തിലെ ചന്ദ്രനെപ്പോലെ തിളങ്ങി. എനിക്ക് കിട്ടിയിരുന്ന പണം പൂർണ്ണമായും അവർക്ക് നൽകിയിരുന്നത് അവരെ ഭയന്നിട്ടായിരുന്നില്ല. എനിക്ക് പണം ആവശ്യമില്ലാത്തതുകൊണ്ടായിരുന്നു. പണം കൊണ്ട് നേടാൻ മാത്രം ഈ ഭൂമിയിൽ എനിക്കൊന്നും ഉണ്ടായിരുന്നില്ല. അവിടെ നിന്നുമിറങ്ങുവാൻ ആഗ്രഹം ഉണ്ടായിരുന്നുമില്ല. ഞാൻ അവരിൽ നിന്നും യാദുവിനെ രക്ഷപ്പെടുത്തുക മാത്രമാണ് ചെയ്തത്. അയാൾ പിന്നെയും എന്നെ സന്ദർശിക്കുവാൻ വന്നുകൊണ്ടിരുന്നു. ഓരോ തവണയിലും ഞങ്ങൾ ഒരുപാട് സംസാരിച്ചു. മനുഷ്യരെക്കുറിച്ച്, സ്നേഹത്തേക്കുറിച്ച്, ചിത്രങ്ങളെക്കുറിച്ച്, പാട്ടുകളെക്കുറിച്ച്, അങ്ങനെ പ്രപഞ്ചത്തിൽ യഥാർത്ഥ പ്രണയമില്ലെന്നു മനസ്സിലാക്കിയ രണ്ടു ആത്മാക്കൾ സംസാരിച്ചുകൊണ്ടേയിരുന്നു.

‘‘ഇഥികാ...’’

‘‘ഉം...’’

‘‘നീ പ്രണയിച്ചിരുന്നുവല്ലേ?’’

ഞാൻ അതുകേട്ട് പൊട്ടിച്ചിരിച്ചുകൊണ്ടിരുന്നു. അയാൾ വീണ്ടും എന്നെ നോക്കി.

‘‘ഈ ചിരിയുടെ അർത്ഥമെന്താണ്? ഉണ്ടെന്നോ ഇല്ലെന്നോ? അതോ എന്നെ വിഡ്ഢിയാക്കിയതോ?’’

അയാൾ എന്റെ വയറിനു മീതെയായിട്ടാണ് കിടന്നിരുന്നത്. ഞാൻ ചിരിച്ചുകൊണ്ടുതന്നെ എഴുന്നേറ്റു.

‘‘തീർച്ചയായും ദേവ്, ഞാൻ നിങ്ങളെ പരിഹസിച്ചത് തന്നെയാണ്. പ്രണയമെന്നൊരു സംഗതിയേ ഇല്ലെന്നു നിങ്ങളെ ഞാൻ ഇത്ര നന്നായി ബോധ്യപ്പെടുത്തിയിട്ടും എന്താണ് വീണ്ടും ഇത്തരം വിഡ്ഢിച്ചോദ്യങ്ങൾ ചോദിക്കുന്നത്?’’

‘‘അങ്ങനെയെങ്കിൽ മനുഷ്യർ ഓർമ്മകളാൽ നീറുന്നത് എന്തുകൊണ്ടാണ്? പ്രണയിച്ച സ്ത്രീയെയോ പുരുഷനെയോ മറക്കുവാൻ

കഴിയാതെ ഉലഞ്ഞുപോകുന്നത്, ഉടഞ്ഞു പോകുന്നത്, തുലഞ്ഞു പോകുന്നത് എന്തുകൊണ്ടാണ്?''

ഞാൻ അയാളുടെ നെറുകയിൽ മെല്ലെ ചുംബിച്ചു. കിടക്കയിൽ നിന്നുമെഴുന്നേറ്റ് ജനാലയിലൂടെ ആകാശത്തെ നോക്കി.

''ഇഥികാ, ഞാൻ നിന്നെ വേദനിപ്പിച്ചുവോ?''

ഞാൻ അയാളെ തിരിഞ്ഞു നോക്കി.

''ഓർമ്മകൾ ഉണ്ടാകുന്നത്, മറക്കുവാൻ കഴിയാത്തതുകൊണ്ടാണ്. ഓർമ്മകളിൽ ജീവിക്കേണ്ടി വരുന്ന അവസ്ഥ സൃഷ്ടിക്കുന്നതിനെയാണോ നിങ്ങൾ പ്രണയമെന്നു വിശ്വസിക്കുന്നത്? പ്രണയമെന്നാൽ, ഭൂതകാലമില്ലാത്ത, ഭാവികാലമില്ലാത്ത, രണ്ടാത്മാക്കൾ, വർത്തമാനത്തിന്റെ അതിഗംഭീരമായ സൗന്ദര്യത്തെ ഉൾക്കൊള്ളുന്നത് മാത്രമാണ്. അതല്ലാത്തതൊന്നും പ്രണയമല്ല. മനസ്സുകൊണ്ട് ഒരു നിമിഷം വെറുത്തുപോകുന്നത് , അസഭ്യം പറഞ്ഞു തുടങ്ങുന്നത്, തമ്മിൽ പരസ്പരം വാക്കുകളാൽ കുത്തിനോവിക്കുന്നത്, ഒടുവിൽ രണ്ടു വഴികളിൽ പിരിഞ്ഞുപോയതിനു ശേഷം പരസ്പരം ഓർമ്മിക്കുന്നുവെന്നു കവിതകൾ എഴുതുന്നത്. അതൊന്നും... അതൊന്നും പ്രണയമല്ല. മനസ്സിലായോ?''

അയാൾ യാന്ത്രികമായി തലകുലുക്കി.

''നീ അയാളെ മറന്നു കഴിഞ്ഞുവോ?''

അയാൾ അങ്ങനെ ചോദിക്കുവാൻ തക്കവണ്ണം എനിക്കൊരാൾ ഉണ്ടെന്നോ ഇല്ലെന്നോ ഞാൻ അയാളോട് പറഞ്ഞിരുന്നതേയില്ല. എന്നിട്ടും ഞാൻ അയാളെ നോക്കുക മാത്രം ചെയ്തു. ചിരിക്കുക മാത്രം ചെയ്തു. അയാൾ മറ്റൊന്നും ചോദിക്കാതെ മുറിവിട്ടു പുറത്തു പോകുകയും ചെയ്തു. മടങ്ങിപ്പോകുമ്പോൾ കൈനിറയെ പണം നൽകുന്ന ഒരു കസ്റ്റമർ എന്നുള്ള നിലയിൽ സുഗന്ധിയക്ക അയാൾക്ക് വി.ഐ.പി ട്രീറ്റ്മെന്റ് ഒരുക്കിയിരുന്നു. സ്ഥിരമായി അങ്ങനെയൊരു കസ്റ്റമർ ഉള്ള ഏകവ്യക്തി ഞാനായതുകൊണ്ട് മറ്റുള്ളവർക്ക് എന്നോട് അസൂയ ഉണ്ടായിരുന്നു. അതിൽ ഞാൻ രഹസ്യമായി സന്തോഷിച്ചിരുന്നു.

''അയാൾ എങ്ങനെയുണ്ട് ഇഥികാ?''

ഒരിക്കൽ അയാൾ പോയിക്കഴിഞ്ഞു ഗീതാവേദി എന്നോട് ചോദിച്ചു. ഞങ്ങളുടെ കൂട്ടത്തിൽ ഏറ്റവും സുന്ദരി അവളായിരുന്നതുകൊണ്ടുള്ള ആകാംക്ഷ ഞാൻ ഊഹിച്ചു. അവളുടെ ചോദ്യത്തിലെ അസൂയയുടെ ആഴമളന്നു മനസ്സിൽ ഊറിച്ചിരിച്ചു.

''ഹ്, എങ്ങനെ നല്ല വലുപ്പമുണ്ടോ? എനിക്ക് ഇന്ന് വന്നവനും അത്ര പോരായിരുന്നു.''

ആത്മഗതംപോലെ അവൾ പറഞ്ഞു. ചോദിക്കുന്നത് ലിംഗത്തെക്കുറിച്ചാണ്. ഇവരൊന്നും വേശ്യാപ്പണി ആഗ്രഹിച്ചിരുന്നവരോ അത് താല്പര്യപ്പെട്ടുചെയ്തുതുടങ്ങിയവരോ അല്ല. എന്നിട്ടും അവരുടെ താല്പര്യങ്ങൾ മാറിയിരിക്കുന്നു. ലൈംഗികത വിനോദമായി മാറിപ്പോയിരിക്കുന്നു. അതല്ലെങ്കിലും പുലിമടയിൽപെട്ടുപോകുന്ന മാൻകുഞ്ഞ് ആദ്യം എതിർത്തു നേരിടാൻ ശ്രമിക്കുകയും ശേഷം കരയുകയും ഒടുവിൽ മരിക്കുവാൻ തയ്യാറെടുക്കുകയും ചെയ്യുന്നു. ഇവിടെയുള്ള ഏക വ്യത്യാസം മാൻകുഞ്ഞുങ്ങൾ മരണത്തിനു തൊട്ടു മുൻപുള്ള നിമിഷങ്ങളെ ആസ്വദിക്കുന്നുവെന്നു മാത്രം. അല്ലെങ്കിലും ആർക്കറിയാം കീഴങ്ങുന്നതിനു മുമ്പുള്ള ശാന്തത മരണത്തെ ആസ്വദിക്കൽ ആയിക്കൂടെന്നില്ലല്ലോ.

ഞാൻ അവളെ നോക്കി ചിരിച്ചു. നല്ല വലുപ്പമുണ്ടെന്ന് പറഞ്ഞുകൊണ്ട് അവളുടെ അസൂയ വർധിപ്പിച്ചു. അയാൾ ഒരിക്കലും എനിക്കു മുന്നിൽ നഗ്നനായിട്ടില്ലെന്ന് അവളോട് വെളിപ്പെടുത്തുവാൻ എന്റെ അഭിമാനം സമ്മതിച്ചില്ല. പലപ്പോഴും എന്റെ വർത്തമാനകാലത്തെ പ്രണയം അയാളിൽ കണ്ടെത്തുവാൻ മോഹം തോന്നി. അയാൾ അനിരുദ്ധനെന്ന ഭൂതകാലം ഓർമ്മിപ്പിക്കുംതോറും എന്റെ മോഹം ഇരട്ടിച്ചു. ഒരിക്കൽ പ്രണയിച്ചുപോയ പുരുഷനെ സ്ത്രീകൾ മറ്റൊരാളിൽ സങ്കൽപ്പിക്കുകയെന്നാൽ, മരിക്കുവാൻ വേണ്ടി വിഷം കഴിച്ചിട്ടും മരിക്കാതെ വിഷത്തിന്റെ ലഹരി അറിയുകയും അത് വീണ്ടും കഴിക്കുവാൻ തയ്യാറെടുക്കുന്നതുപോലെയും വിചിത്രമാണ്. ഞാൻ ആ വിഷം കഴിക്കുന്നതിൽ ആനന്ദം കണ്ടെത്തുകയും ചെയ്തു. അയാൾ, വീണ്ടുമെന്നെ സന്ദർശിക്കുവാൻ വന്ന ദിവസം, അയാളുടെ കൈയിൽ എനിക്കായി ഒരു സമ്മാനപ്പൊതി ഉണ്ടായിരുന്നു. രണ്ടു മത്സ്യങ്ങൾ ചുംബിക്കുന്ന ഒരു ചിത്രമായിരുന്നു അത്. മധുബാനി ചിത്രകലയാണ് അതെന്ന് അയാൾ എന്നോട് പറഞ്ഞു.

''എന്താണ് അതിന്റെ പ്രത്യേകത?''

''വിരലുകൾ, ട്വിഗുകൾ, ബ്രഷുകൾ, പെൻനിബ്ബുകൾ, തീപ്പെട്ടിക്കൊള്ളികൾ ഒക്കെ ഉപയോഗിച്ചാണ് ഇത്തരം പെയിന്റിങ്ങുകൾ ചെയ്യുന്നത്.''

''നിങ്ങൾ ഇത് എങ്ങനെ പഠിച്ചു?''

''ഞാൻ കുറേക്കാലം മധുബാനിയിലെ വൈദേഹിയിൽ ഉണ്ടായിരുന്നു. നേപ്പാളിലെ ജനക്പൂരിലാണ് മിഥിലാ ആർട്ടിന്റെ ഉത്ഭവം. അവിടെ ഇന്നും ഇത് പരിശീലിപ്പിക്കുന്നുണ്ട്.''

''എന്ത് മനോഹരമാണല്ലേ ആ പേരുകൾ, മിഥില, മധുബാനി.''

ഞാൻ അദ്ദേഹത്തോട് ചോദിച്ചുകൊണ്ട് കുറ്റിരോമങ്ങൾ നിറഞ്ഞ മുഖം തലോടി. അയാൾ എന്റെ വിരലുകളെ ചുംബിച്ചു.

''നിനക്കും പഠിച്ചുകൂടെ, നിന്റെ വിരലുകൾ എത്ര മനോഹരമാണ്.''

''വിരലുകൾ മനോഹരമായതുകൊണ്ട് ചിത്രകല വഴങ്ങുമോ?''

''നിന്റെ വിരലുകൾ ഒരു ചിത്രകാരിയുടേതുതന്നെയാണ്.''

''എനിക്ക് വരയ്ക്കുവാൻ അറിയില്ല.''

''ഞാൻ പഠിപ്പിക്കും.''

അതിനുശേഷം തുടർച്ചയായ ഒരാഴ്ചകൊണ്ട് ഞാൻ ആ ചിത്ര കലാരീതി അഭ്യസിച്ചുകഴിഞ്ഞിരുന്നു.

''ഞാൻ പറഞ്ഞില്ലേ നീ ഒരു അസ്സൽ ചിത്രകാരിയാണ്.''

ആ നിമിഷങ്ങളിൽ എനിക്ക് വീണ്ടും അനിരുദ്ധനോട് പക തോന്നി. അയാൾ എന്റെ ജീവിതത്തിൽ വന്ന് ആംഗികാഭിനയം നടത്തി പോയില്ലായിരുന്നുവെങ്കിൽ ഞാനിപ്പോൾ അറിയപ്പെടുന്ന ചിത്രകാരിയാകുമായിരുന്നു. എന്റെ ചിത്രങ്ങൾ ഇന്ത്യയിലും വിദേശത്തും അനേകമായിരം വിറ്റുപോകുമായിരുന്നു. ഞാനൊരു ധനിക യാകുകയും എന്റെ വീടിന്റെ ചുവരിൽ മധുബാനി ചിത്രങ്ങൾ നിറ യുകയും ചെയ്യുമായിരുന്നു.

''നീ എന്താണ് ആലോചിക്കുന്നത്?''

''ഞാൻ ഒരു പ്രശസ്തയായ ചിത്രകാരി ആകുന്നതിനെക്കുറിച്ച്.''

''നീയിപ്പോൾ ചിത്രകാരിയാണല്ലോ?''

''ദേവ്, നിങ്ങൾ എന്റെ ദേഹത്ത് ഒരു ചിത്രം വരച്ചു നൽകാമോ? വിരലുകൾ കൊണ്ട്, ചായങ്ങൾ ഇല്ലാതെ. ദാ, ഇവിടെ.''

ഞാൻ, സാരി നീക്കി. എന്റെ പൊക്കിൾച്ചുഴിയിൽ തൊട്ടു കാണിച്ചു. അയാൾ ഒന്നും മിണ്ടാതെ എന്റെ പൊക്കിൾച്ചുഴിക്കു മേൽ നിറങ്ങൾ ഇല്ലാതെ, വിരലുകളാൽ ചിത്രങ്ങൾ കോറിയിട്ടു. പച്ച കുത്തിയതു പോലെ അതെന്റെ പൊക്കിളിൽ വളരെക്കാലം വിശ്രമിച്ചു.

ഇതിനു മുൻപ് ഒരിക്കൽ, ആദ്യമായി അനിരുദ്ധൻ എന്റെ പൊക്കിൾ ച്ചുഴിക്ക് ചുറ്റും ചിത്രം വരച്ചത് ഓർത്തു. പ്രസവിക്കുവാൻ കഴിയാത്ത സ്ത്രീയായിരുന്നു ഞാനെന്നുള്ള ദാസിന്റെ നിരന്തരമായ പരാതിക്ക് ശേഷമാണ് ഞാൻ ഒരു ഗൈനക്കോളജിസ്റ്റിനെ കാണുവാൻ തീരുമാനിച്ചത്. യൂട്രസ്സിൽ എവിടെയെങ്കിലും ബ്ലോക്ക് ഉണ്ടോയെന്ന് നോക്കുവാൻ വേണ്ടി, ലാപ്രോസ്കോപ്പിക് സർജറി ചെയ്യുവാൻ അവർ ആവശ്യപ്പെട്ടു. അതിന്റെ ശാരീരിക ബുദ്ധിമുട്ടുകളേക്കാൾ ഏറ്റവും കൂടുതൽ വിഷമിച്ചത് എന്റെ പൊക്കിളിനു താഴെ ഉണ്ടായ സർജിക്കൽ അടയാളത്തെക്കുറിച്ചോർത്തായിരുന്നു. അതെന്റെ ശേഷിച്ച ആത്മവിശ്വാസത്തെയും പാടെ കെടുത്തിക്കളഞ്ഞു.

ഒരിക്കൽ അനിരുദ്ധൻ എന്റെ വയറിന്മേൽ തല ചേർത്തു വെച്ചു കിടക്കുമ്പോൾ ആ മുറിവിന്റെ വടുക്കൾ കണ്ടു. അന്ന് ഞാൻ അനുഭവിച്ച എല്ലാ വേദനകളും എന്റെ കണ്ണുനീരോടെ പങ്കു വെയ്ക്കപ്പെട്ടു.

ആ നിമിഷത്തിനുമപ്പുറം അയാളെന്റെ ശരീരത്തിൽ ആ ഒരു ഭാഗം മാത്രം വെറുത്തു പോയേക്കുമോയെന്നൊരു ഭയം എന്നെ കീഴടക്കി. എന്നാൽ, ഒരു സ്കെച്ച് പേന എടുത്ത് എന്റെ ആ മുറിപ്പാടിന് ചുറ്റും ചിറകുകൾ വരച്ചുചേർത്തു. അവിടെ വീണ്ടും അമർത്തി ചുംബിച്ചു.

''ഇപ്പോൾ നീ മുറിവേറ്റവളല്ല. ഭംഗിയുള്ള ശലഭമാണ്.''

അയാൾ, എന്റെ കാതുകളിൽ മന്ത്രിച്ചു. ആ നിമിഷം എന്റെ ഭൂമിയും ആകാശവും അനിരുദ്ധനായി മാറുന്നത് അത്ഭുതത്തോടെ കണ്ടു. മുറിവിനെ ശലഭമാക്കാൻ അയാളോളം കഴിവുള്ള പുരുഷനെ ഞാൻ പിന്നെ കണ്ടതേയില്ല.

''ദീദി...''

യാദു വിളിക്കുമ്പോഴാണ്, ഞാൻ, അബ്നിദേവിന്റെ ഓർമ്മച്ചിതലുകളെ തട്ടിയെറിഞ്ഞുകൊണ്ട് ഉണർന്നത്.

''എന്താണ് ദീദി, ആലോചിക്കുന്നത്?''

''ഒന്നുമില്ല, യാദൂ. നിന്നോട് ഇന്നലെ, നൈനിക, എന്നെക്കുറിച്ച് എന്തെങ്കിലും അന്വേഷണം നടത്തിയോ?''

''ഇല്ല, ദീദി. ഞാൻ എന്നെക്കുറിച്ച് പറഞ്ഞിരുന്നു.''

''ആ പെൺകുട്ടി, എന്നെ അസ്വസ്ഥപ്പെടുത്തുന്നുണ്ട്. അവളെ മുൻപ് എവിടെയോ കണ്ടുമറന്നതുപോലെ. ഡോക്യുമെന്ററിക്ക് തന്നെയാണോ അവൾ എന്നെ സമീപിച്ചത് എന്നൊരു സംശയം.''

''ഹേയ്, ദീദിക്ക് വെറുതെ തോന്നുന്നതാകും. അവരൊരു നല്ല പെൺകുട്ടിയാണ്.''

''ഹ്മ്മ്, തോന്നുന്നതാകും.''

ഞാൻ, അവളെ നോക്കി ചിരിച്ചു. ചുവരിൽ പൂർത്തിയായ കാളി പൂജാചിത്രം നോക്കി. എന്റെ വിരലുകളോട് സ്നേഹം തോന്നി.

ഒൻപത്

രാം നിരഞ്ജൻ ക്യാമ്പസിലെ വെള്ളവാകയുടെ തണലിൽ അവരുണ്ടായിരുന്നു.

''ഉം, കേട്ടിടത്തോളം, അവർ പറയുന്നത് വിശ്വസിക്കാം.''

നിർമ്മല, നൈനികയോടായി പറഞ്ഞു.

''അവർ, ഒരു നോർമൽ സ്ത്രീയാണെന്ന് എനിക്ക് തോന്നുന്നില്ല. കേരളത്തിൽ എവിടെയോ ജനിച്ച്, കുറച്ച് കാലം കൊണ്ട് മുംബൈ

പോലുള്ള മഹാനഗരത്തിൽ ഇത്രയും സ്വാധീനം ഉണ്ടാക്കുവാൻ അവർക്ക് കഴിഞ്ഞുവെങ്കിൽ, അവർ ഒരു നോർമൽ സ്ത്രീയല്ല.''

''ഞാനും അങ്ങനെ വിശ്വസിക്കുന്നു. നീ ആരെന്നോ, എന്തിന് അവരുടെ അടുത്ത് എത്തിയെന്നോ അവർ അറിയാതെ സൂക്ഷിക്കണം. അറിഞ്ഞാൽ ഒരുപക്ഷേ..''നിർമ്മല ഒന്നു നിർത്തി.

''ഉം, എനിക്കറിയാം മാം. ഞാൻ സൂക്ഷിച്ചോളാം. പക്ഷേ, എനിക്കെന്റെ ലക്ഷ്യത്തിൽ എത്തണം.''

''ഇന്ന് നീ പോകുന്നുണ്ടോ?''

''ദാ, അവിടേക്ക് പോകുകയാണ്.''

''ഉം, നിനക്ക് കൂടുതൽ റഫറൻസ് എന്തെങ്കിലും വേണമെങ്കിൽ എന്നെ വിളിക്കൂ.''

അവൾ, യാത്ര പറഞ്ഞ് കോളേജിൽ നിന്നുമിറങ്ങി. ഇന്നലെ രാത്രി മുഴുവനും ഇന്ന് പുലർച്ചെയും ഉറങ്ങാതെ വരച്ചുകൊണ്ടിരുന്നതിന്റെയാകണം, ഞാൻ ഉച്ചയ്ക്ക് പന്ത്രണ്ടു മണിവരെയും കിടന്നുറങ്ങി. ജീവിതം എത്രയോ സാഹസികമായാണ്, എത്രയോ വ്യത്യസ്തമായാണ് നമ്മെ നയിക്കുന്നത്.

വർഷങ്ങൾക്ക് മുൻപ് ജീവിച്ചിരുന്ന എന്നെ ഇപ്പോൾ ഓർത്തെടുക്കുവാൻ കഴിയാത്തവണ്ണം അതിസാഹസികമായി ജീവിതം മാറ്റിമറിച്ചിരിക്കുന്നു. ജോലി, വീട്, വായന, തിരിച്ചുവരവ്, മധുരമില്ലാത്ത ചായ, വീണ്ടും വീട് നൽകുന്ന മടുപ്പുകൾ. അതിൽ നിന്നുമെല്ലാം ജീവിതമെന്നെ എങ്ങോട്ടാണ് കൊണ്ടുപോയത്. ആ ജീവിതം എന്നെ ഉപേക്ഷിച്ചതാണോ? അതോ ഞാൻ ആ ജീവിതത്തെ ഉപേക്ഷിച്ചതോ? എന്നെ കാണുവാൻ വേണ്ടി, എന്റെ ജീവിതത്തിന്റെ ബാക്കിയുള്ള ഏടുകൾ വായിച്ചറിയുവാൻ വേണ്ടി, നൈനിക, പത്തു മണിമുതൽ കാത്തിരിക്കുകയായിരുന്നുവത്രേ. ഞാൻ സ്വീകരണമുറിയിൽ എത്തിയപ്പോൾ യാദുവാണ് പറഞ്ഞത്.

''ദീദീ...''

അപ്പോഴും ഉറക്കച്ചവടോടെയാണ് ഞാൻ മൂളിയത്. എന്നെ കണ്ടതും നൈനിക എഴുന്നേറ്റു. മുൻപും ഞാൻ ഇത്തരത്തിൽ ബഹുമാനിക്കപ്പെട്ടിട്ടുണ്ട്. എന്നിൽ ബഹുമാനം തോന്നുവാൻ തക്കവണ്ണമുള്ള എന്തോ ഒന്ന് അവശേഷിക്കുന്നുവെന്നുള്ളത് എന്നുമെന്റെ അഹന്തയെ വർദ്ധിപ്പിച്ചു.

''ഇരിക്കൂ നൈനികാ, നീ വന്നിട്ട് അധികനേരമായോ?

''ഉവ്വ്, ദീദി. നിങ്ങൾ നല്ല ഉറക്കത്തിലാണെന്നു യാദു പറഞ്ഞു. ഉറക്കത്തിനിടയിൽ ആരും വിളിക്കുന്നത് ഇഷ്ടമല്ലെന്നും പറഞ്ഞു.''

മറുപടിയായി ഞാൻ ചിരിച്ചു.

“ആ എഴുത്തിൽ എന്തായിരുന്നു ദീദി?”

അവൾക്കെന്റെ കഥയുടെ രസം പിടിച്ചിരിക്കുന്നുവെന്ന് എനിക്ക് പൂർണ്ണമായും ബോധ്യപ്പെട്ടു. മുഖവുരകൾ ഇല്ലാതെ എന്റെ കണ്ണുകൾ ഭൂതകാലത്തിന്റെ അശ്വത്തിനു മേലെ കയറി പാഞ്ഞുകൊണ്ടിരുന്നു.

ലിപികാ,

ഈ അടുത്ത ദിവസങ്ങളായി, നിന്നെ മാത്രം ഉണർന്നിരിക്കുമ്പോഴും ഉറങ്ങുമ്പോഴും ഞാൻ സ്വപ്നം കാണുന്നു. കടുത്ത ചുവപ്പോ മെറൂണോയെന്നു തിരിച്ചറിയുവാൻ കഴിയാത്ത നിറമുള്ള സാരിയുടുത്ത്, എനിക്ക് അരികിൽ വിരലുകൾ കോർത്ത്, നീയിരിക്കുന്ന സ്വപ്നം. മുമ്പേതോ നാടോടിക്കഥകളിൽ സ്വപ്നങ്ങളുടെ അർത്ഥവിശകലനം നടത്തുന്നവരെക്കുറിച്ച് ഞാൻ വായിച്ചറിഞ്ഞിട്ടുണ്ട്. ഞാനും ഈ സ്വപ്നങ്ങളെ നിർവചിക്കട്ടെ? നീ എന്നെയും ഞാൻ നിന്നെയും ഉടനെ കണ്ടുമുട്ടുമെന്നു മാത്രം നിർവചിക്കട്ടെ. ഒരുപക്ഷേ, നിന്റെ ഉപബോധമനസ്സിലെങ്കിലും എന്നെ കാണുവാനുള്ള ആഗ്രഹം ഉണ്ടായിരിക്കുമെന്ന് ഞാൻ വെറുതെ വിചാരിക്കട്ടെ. അഥവാ, ഇല്ലെങ്കിൽ ക്കൂടിയും എന്റെ മനസ്സാമ്രാജ്യങ്ങൾ നിന്റെ മറുപടി ലഭിക്കാത്തിടത്തോളം തകരുകയില്ലല്ലോ. അതിനാലാകാം നിരന്തരം ഈ സ്വപ്നങ്ങളിൽ ഞാൻ ആനന്ദം കണ്ടെത്തുന്നത്. അത് ആവർത്തിച്ചു കാണുന്നത്. മധുരമുള്ള സ്വപ്നങ്ങൾ ഇല്ലാത്ത മനുഷ്യർ മരവിച്ചുപോകുമെന്നു നീ കേട്ടിട്ടില്ലേ? അവരാണ് മടുപ്പിന്റെ പാത തിരയുന്നത്, ജീവിതത്തിൽ നിന്നും ആത്മഹത്യാമുനമ്പ് തിരയുന്നത്. എന്റെ പ്രിയപ്പെട്ടവളേ, നിന്നെയോർക്കുമ്പോൾ എനിക്ക് ഈ ജീവിതം മധുരം മാത്രം പകർന്നു തരുന്നു. ഇനിയും എനിക്ക് നിന്റെ അധരങ്ങളിൽ ഉറങ്ങിയുണരുവാൻ തോന്നുന്നു.

എന്ന്,

നിന്റെ ഞാൻ...

ഞാൻ ആ കത്ത് രണ്ടോ മൂന്നോ തവണ വായിച്ചു. പ്രേമം അപകടം വിതയ്ക്കുന്ന കൊടുങ്കാറ്റുപോലെയാണ്. വരണ്ട ഭൂമിയെന്ന പോലുള്ള, മനസ്സുകളെ അത് ചുഴറ്റിക്കറക്കും. ദിശയേതെന്നറിയാതെ

അതിൽ അകപ്പെട്ടു തലകീഴായി കറങ്ങുകയും ചെയ്യും. പ്രേമം അതിലെ പൊടിപടലങ്ങളെന്നപോലെ കണ്ണുകളിൽ ഇരച്ചു കയറും. അന്ധരാക്കും. നിറയെ മധുരം ചേർത്താണ് അയാൾ കത്തുകൾ എഴുതിയിരുന്നത്. ഇന്ന് അയാളുടെ ശബ്ദം കേട്ടതുകൊണ്ടാവണം, ഈ കത്ത് അയാൾ വായിച്ചു തരുന്നതുപോലെയോ ഭംഗിയുള്ള അയാളുടെ ശബ്ദത്താൽ എന്റെ കാതുകളിൽ മന്ത്രിക്കുന്നതുപോലെ യൊക്കെയോ തോന്നുന്നു. അനിരുദ്ധനെ, വീണ്ടും കാണുന്നതിനെ ക്കുറിച്ചും ആ നിമിഷങ്ങൾ അത്രമേൽ മനോഹരമാകുന്നതിനെക്കുറിച്ചു ഞാൻ സ്വപ്നം കണ്ടുകൊണ്ടേയിരുന്നു. ജീവിതത്തിൽ ആദ്യമായി മഴവില്ലു കാണുന്ന കുഞ്ഞിനെപ്പോലെ എന്റെ മനസ്സ് അയാളുടെ വാക്കുകളെ, അയാൾക്ക് എന്നോട് തോന്നുന്ന വികാരങ്ങളെ, അയാളുടെ വാക്കുകളുടെ ചാതുര്യത്തെ നിരന്തരം ഓർത്തുകൊണ്ടേ യിരുന്നു. ചിന്തകൾക്ക് ഭ്രാന്ത് പിടിക്കുന്നത് പ്രണയിക്കപ്പെടുമ്പോ ഴാണ്. ഞാൻ എല്ലാ ഭാഷകളിലെയും പ്രണയഗാനങ്ങൾ ദിവസവും കേൾക്കുവാൻ തുടങ്ങി. എന്റെ മുറ്റം നിറയെ എനിക്കിഷ്ടമുള്ള വയ ലറ്റ് ലില്ലിപ്പൂക്കളുണ്ടാകുന്ന ചെടികളും പലവിധത്തിലുള്ള ബൊഗൈൻ വില്ലകളും നട്ടുപിടിപ്പിച്ചു. ബലവാന്മാരായ രണ്ടു മൂവാണ്ടൻമാവുകൾ തമ്മിൽ, ബന്ധിപ്പിക്കുന്ന സ്ലീപ്പിങ് ബാഗുകൾ ഉണ്ടാക്കി. ബഷീറിന്റെ പ്രണയലേഖനം മുതൽ പ്രണയം തുളുമ്പിയൊഴുകുന്ന പുസ്തക ങ്ങൾ മാത്രം വായിച്ചു.

കൂടുതൽ ഉത്സാഹത്തോടെ ഒരുങ്ങി, ജോലികൾ ചെയ്തു. നോക്കൂ, പ്രണയമെത്ര ഭംഗിയായിട്ടാണ് എന്റെ അലസതകളെ, മടുപ്പുകളെ, നെഗറ്റീവ് ചിന്തകളെ മാറ്റിമറിച്ചത്. ദാസിന് കൊടുത്ത ചായയിൽ മധുരമിടാൻ മറന്നുപോയതും രാവിലെ ഏറെ വൈകിയും ഞാൻ കെട്ടിപ്പിടിച്ചുറങ്ങാറുള്ള, തലയിണയിൽ നിന്നും വേർപെടാൻ കഴി യാതെ കിടന്നതും അതേ പ്രണയത്തിന്റെ ഭ്രാന്തുകൾ തന്നെയാണ്. അനിരുദ്ധനെന്നു സങ്കല്പിച്ചുകൊണ്ട് ഞാൻ എന്നുമെന്റെ തലയിണ കളോട് സംസാരിക്കുമായിരുന്നു. അയാളുടെ നെഞ്ചിൽ ഉറങ്ങുക യാണെന്നു കരുതി അതിനെ കെട്ടിപ്പിടിക്കുമായിരുന്നു. തീർച്ചയായും എന്റെ തലയിണയ്ക്ക് ജീവനുണ്ടായിരുന്നുവെങ്കിൽ ഞാൻ എത്രയോ തലയിണക്കുഞ്ഞുങ്ങളെ പ്രസവിക്കുമായിരുന്നു. ഓഹ്, എന്തൊരു കഷ്ടമാണിത്. പ്രേമം ഇതുപോലെയൊരു ഒറ്റയാൾ തുരുത്താണെന്നു എനിക്ക് ബോധ്യമുണ്ടായിരുന്നില്ല. ഞാൻ ഇതിനു മുൻപ് പ്രണയിക്ക പ്പെട്ടിട്ടില്ലല്ലോ? എങ്ങനെ ബോധ്യപ്പെടുവാനാണ്? ഞാൻ എങ്ങനെ യാണ് പ്രണയിക്കുവാൻ അയാളെ തിരഞ്ഞെടുത്തത്?

ജീവിതമെന്നെ കടുത്ത വെറുപ്പിലേക്ക് ഉന്തിവിട്ടിരുന്നതിനിടയിലെ വെറുമൊരു ആശ്വാസം മാത്രമായിരിക്കുമോ അയാൾ? ഇതിനുമുൻപ്

എപ്പോഴെങ്കിലും പ്രണയിക്കപ്പെടുകയോ പ്രണയിച്ചു പരാജയ പ്പെടുകയോ ചെയ്യേണ്ടതായിരുന്നു. ദാസിനെപ്പോലും പ്രണയിക്കു വാൻ തയ്യാറാകാതിരുന്ന മടിച്ചിയാണ് ഞാൻ. എന്തോ, ഞാൻ അയാളെ സ്നേഹിക്കുന്നു. അതിൽ എത്രമാത്രം ആത്മാർത്ഥത ഉണ്ടെന്നൊന്നും അളന്നു നോക്കുവാൻ എനിക്കറിയില്ല. സ്നേഹി ക്കുന്നുവെന്നാൽ, സ്നേഹിക്കുന്നു. അത്രതന്നെ. അത്രമാത്രം.

ഞാൻ അയാളെ പ്രണയിച്ചു തുടങ്ങിയ ദിവസങ്ങളിൽ ഗർഭിണി കളിൽ കാണുന്നതുപോലെ കടുത്ത ആലസ്യം ഉടലെടുത്തു തുടങ്ങി യിരുന്നു. ഞാൻ എന്റെ പ്രണയത്തെ എന്റെ ശരീരമാസകലം ഗർഭം പേറുകയായിരുന്നുവല്ലോ. എനിക്കതിന്റെ ആലസ്യത്തിന്റെ പുളിപ്പ് ഇഷ്ടപ്പെട്ടു. നീതുവും ജ്യോതിയും ഞങ്ങൾ ഒരുമിച്ചു വാരാന്ത്യങ്ങളിൽ കൂടിയിരുന്ന ഇടങ്ങളിലേക്ക് വിളിച്ചിട്ടുപോലും അവരോട് എന്തൊ ക്കെയോ കള്ളങ്ങൾ പറഞ്ഞുകൊണ്ട് ഞാനെന്നെ പ്രണയത്തിന്റെ പാതിയിൽ മാത്രം തളച്ചിട്ടു.

എനിക്ക് എവിടെയും പോകുവാൻ തോന്നിയില്ല. ഓർമ്മകളിലും ഗന്ധങ്ങളിലും പൊതിഞ്ഞുറങ്ങുക മാത്രം മതിയെന്ന് തോന്നി ക്കൊണ്ടിരുന്നു. ഈ അലസതയാണോ പ്രണയം? ആവും. ഞാൻ അയാളിൽ ഇങ്ങനെ ഇത്രമാത്രം പ്രണയിക്കപ്പെട്ടു പോയേക്കു മെന്നൊന്നും എനിക്കിത്ര ധാരണ ഉണ്ടായിരുന്നില്ല. ഒരു മനുഷ്യൻ മറ്റൊരു മനുഷ്യന്റെ ഏറ്റവും ലോലമായ, ഏറ്റവും മൃദുലമായ വിരൽ സ്പർശത്താൽ ആത്മാവ് ഉരുകിത്തീർന്നു ജീവിക്കുന്ന അവസ്ഥയെ നേരിടുകയാണ് ഇപ്പോൾ ഞാൻ ചെയ്യുന്നത്.

പ്രണയത്തിന്റെ ഉറവയെ മാത്രം വഹിക്കുന്നൊരു വലിയ നദി സാഗരത്തിൽ ചേരുവാൻ ഒഴുകുന്നതുപോലെ എന്റെ മനസ്സിപ്പോൾ സദാസമയവും അയാളിലേക്ക് ഒഴുകുന്നു. ജീവിതത്തിനോ മനു ഷ്യനോ? ആർക്കെന്നു നിശ്ചയമില്ലെങ്കിലും ആർക്കോ ഒരാൾക്ക് ഉള്ളത് യാഥാർഥ്യമായയെന്തോ മാത്രമാണ്. എനിക്ക് ആ യാഥാർത്ഥ്യ ത്തിൽ ജീവിക്കുവാൻ ഒരിക്കലും കഴിഞ്ഞില്ല. ഞാൻ എന്നും സ്വപ്ന ജീവിയായി ജീവിക്കുവാൻ മാത്രം ആഗ്രഹിച്ചു. എന്നാൽ ദാസ് എപ്പോഴും യഥാർത്ഥമായ ജീവിതത്തെ മാത്രം സ്വാംശീകരിച്ചു. അയാളുടെ ജീവിതത്തിൽ നടപ്പാതകളിൽ കാലുകൾ നോവിക്കാത്ത റോഡുകളോ സ്വപ്നങ്ങളിൽ പ്രണയം പൊഴിക്കുന്ന മഞ്ഞമന്ദാര പൂക്കളോ ശരീരത്തിൽ പാരിജാതമണം പേറുന്ന, മുടിയിഴകളിൽ പിച്ചിപ്പൂക്കൾ മണക്കുന്ന സ്ത്രീകളോ ഉണ്ടായിരുന്നില്ല. ജീവിക്കാൻ പണം വേണം. അതുണ്ടാക്കാൻ ജോലി വേണം. ശരീരം വൃത്തിയാ വാൻ കുളിക്കണം, വിശക്കാതിരിക്കാൻ കഴിക്കണം, ക്ഷീണിക്കുമ്പോൾ

ഉറങ്ങണം, ശരീരത്തിന്റെ ഉയർന്നു പൊങ്ങുന്ന വികാരം ശമിപ്പിക്കാൻ ഒരു പെണ്ണ് വേണം.

എന്നാൽ ഞാനോ? എത്ര കുളിച്ചിട്ടും വൃത്തിയാവാതെ, എത്ര കഴിച്ചിട്ടും വിശപ്പുമാറാതെ, എത്ര ഉറങ്ങിയിട്ടും ഉറക്കം മതിയാകാതെ, എത്രയൊക്കെ ജോലി ചെയ്തിട്ടും ശമ്പളം വാങ്ങിയിട്ടും സമ്പാദ്യമില്ലാതെ, ഏതോ കുന്നിന്റെചെരുവുകളിൽ പ്രണയവും കാത്തു കിടക്കുന്നു. വിഡ്ഢി... പമ്പരവിഡ്ഢി. ഞാൻ ജീവിക്കുന്ന ദാസിന്റെ വീടും അവിടുത്തെ ആളുകളും എന്നും ദാസിനെപ്പോലെ തന്നെ യാഥാർത്ഥ്യത്തിൽ ജീവിച്ചു. പൊടി തുടച്ചു വെയ്ക്കാത്ത ഗൃഹോപകരണങ്ങളെപ്പോലെ അവർ സദാനേരവും ആ വീട്ടിൽ ചലിച്ചുകൊണ്ടിരുന്നു. അവരാരും എന്നെയോ ഞാൻ അവരെയോ ഗൗനിച്ചിരുന്നില്ല. മിക്കവാറും ശാസ്താംകോട്ടയിലുള്ള അവരുടെ മകളുടെ വീട്ടിലേക്ക് പറിച്ചു നടപ്പെട്ടു. സസന്തോഷം അവരുടെ വിടവാങ്ങൽ ഞാൻ ആസ്വദിച്ചുകൊണ്ടുമിരുന്നു. ഇങ്ങനെയുള്ള വളായ എനിക്ക് പ്രേമത്തെ ആവശ്യമുണ്ട്. എന്റെ അലസതയുടെ അഞ്ചാംനാൾ ദാസ് എന്നോട് ചോദിച്ചു.

''നീയെന്താണ്, ഏതുനേരവും ചിന്തിച്ചുകൂട്ടുന്നത്? രണ്ടുമൂന്നു ദിവസങ്ങളായി ഞാൻ ശ്രദ്ധിക്കുന്നു. സുഖമില്ലായ്മ എന്തേലുമുണ്ടോ?''

ദാസിന്റെ ചോദ്യത്തിന് മുന്നിൽ അല്പമൊന്നു പകച്ചുപോയെങ്കിലും അയാളെ തൃപ്തിപ്പെടുത്തുന്ന ഒരു കള്ളം എളുപ്പം ഞാൻ കണ്ടുപിടിച്ചു.

''ഞാൻ, ഞാൻ ഒരു കഥ എഴുതുന്നതിനെക്കുറിച്ച് ചിന്തിക്കുകയായിരുന്നു.''

പ്രതീക്ഷിച്ചതുപോലെ തന്നെ ആ മറുപടി ദാസിനെ അമ്പരപ്പിച്ചു. അയാൾ എന്നെ നോക്കി ചിരിച്ചു.

''ഹാ, ഇനി അതിന്റെ കുറവ് മാത്രമേ ഉള്ളു. എഴുത്ത് ഒന്നും ഇല്ലാതെ തന്നെ സ്വപ്നജീവിയാണ്. ഇനി അതുകൂടി തുടങ്ങിയാൽ നിനക്കു ഇപ്പോൾ ഉള്ളതിനേക്കാൾ ഭ്രാന്ത് മൂക്കും''

എനിക്ക് ഭ്രാന്ത് വരുന്നതോർത്താവണം അയാൾ പൊട്ടിച്ചിരിച്ചു.

''തന്നെയുമല്ല, നിനക്ക് ഓഫീസ് തിരക്കുകൾക്കിടയിൽ സമയം കിട്ടുമോ? തമാശയ്ക്ക് എഴുതുന്നുവെങ്കിൽപ്പോലും ഏകാഗ്രത ആവശ്യമല്ലേ?''

ഞാൻ അയാളുടെ വാക്കുകളിലെ പരിഹാസത്തെ ചേർത്തെടുത്തുതന്നെ പറഞ്ഞു.

''തമാശയ്ക്ക്, എഴുതുമ്പോഴാണ് ദാസ്, ഏകാഗ്രത ആവശ്യമായിട്ടുള്ളത്. കാര്യമായിട്ട് എഴുതുമ്പോൾ അതൊന്നും വേണമെന്നില്ല.''

''ശരി. അതിനു എന്തേലും സാമ്പത്തിക പ്രയോജനമുണ്ടോ? ഉണ്ടെങ്കിൽ എഴുതിക്കോളൂ. അതല്ലാതെ സമയം കളഞ്ഞിട്ട് കാര്യമില്ലെന്നാണ് എന്റെ അഭിപ്രായം.''

ഞാൻ, അയാളോട് എന്തോ തർക്കിക്കുവാൻ തുടങ്ങി. പൊടുന്നനെ ആ വാചകങ്ങൾ വിഴുങ്ങി, അകത്തേക്ക് നടന്നു. എനിക്ക് വളരെ വേഗം അനിരുദ്ധനിലേക്ക്, ഞങ്ങളുടെ സങ്കല്പികതയിലേക്ക് മടങ്ങിയെത്തണമായിരുന്നു. അയാൾ, എന്റെ ശരീരത്തിലെ കോശങ്ങളെ നാവിനാൽ നനയ്ക്കുകയാണെന്നു സങ്കല്പിച്ചുകൊണ്ട്, ഞാൻ ഷവറിനു കീഴിൽ കണ്ണടച്ചുനിന്ന് വൃത്തിയായി കുളിച്ചു. ജീവിതത്തിൽ ആദ്യമായി ചെയ്യുന്ന സ്നാനംപോലെ ഏറ്റവും വൃത്തിയായി. പ്രണയമൊരു ക്യാൻസർ തന്നെയാണ്. അതെന്റെ കോശങ്ങളെ കൃത്യമായി കാർന്നു തിന്നു തുടങ്ങിക്കഴിഞ്ഞിരുന്നു.

''നിങ്ങൾ തമ്മിൽ പിന്നീടു കണ്ടത് എപ്പോഴാണ് ദീദി?''

നൈനിക, എന്നോട് ചോദിച്ചു. ഞാൻ നെടുവീർപ്പോടെ ചിരിച്ചു.

''ഞങ്ങൾ, പിന്നീട് ഉടനെയൊന്നും കണ്ടില്ല. അയാൾ എന്നെ കാണരുതെന്ന് ആശിച്ചുകൊണ്ട്, രണ്ടോ മൂന്നോ ദിവസങ്ങൾ, അല്ല, ഏകദേശം ഒരാഴ്ചയോളം ഞാൻ ജോലിക്കു പോയില്ല.''

''അതെന്തേ, വീണ്ടും അയാളെ കാണുവാൻ ആഗ്രഹം ഉണ്ടായിരുന്നില്ലേ?''

''എന്തുകൊണ്ടോ അയാൾ എന്നെ കാണാതെ വിഷമിക്കുമോയെന്നോ, എന്നെ തിരക്കി വരുമോയെന്നോ അറിയുവാൻ കൗതുകം തോന്നി. അത്രമാത്രം.''

''ദീദിയുടെ, ഭർത്താവ് ഇത് അറിഞ്ഞിരുന്നുവെങ്കിൽ എങ്ങനെ പ്രതികരിക്കുമെന്ന് അപ്പോൾ ദീദി ചിന്തിച്ചിരുന്നുവോ?''

ഞാൻ, ഒരു നിമിഷം ആലോചിച്ചു. ദാസ് അതറിഞ്ഞിരുന്നുവെങ്കിൽ...

''എന്നേക്കാൾ, എന്ത് യോഗ്യതയാണ് നീ അയാളിൽ കണ്ടത്?''

ദാസിന്റെ മൂക്ക് ചുവന്നുവന്നിരുന്നു. മേശമേൽ കൈവെച്ച് ഇടിച്ചുകൊണ്ടാണ് അയാൾ സംസാരിച്ചിരുന്നത്.

''നിനക്ക്, ഈ വീട്ടിൽ എന്ത് കുറവുണ്ടായിരുന്നു. പണം, വസ്ത്രം, ആഹാരം, സെക്സ് എന്ത് കുറവുണ്ടായിരുന്നു?എന്താണ് നിനക്കയാൾ എന്നേക്കാൾ കൂടുതലായി നൽകിയത്?''

അയാളുടെ ശബ്ദത്തിലെ ദേഷ്യം മെല്ലെ ശമിച്ചുകൊണ്ടിരുന്നു. അതൊരു തേങ്ങൽപോലെ ഉയർന്നുകൊണ്ടിരുന്നു.

''ദാസ്, അയാൾ എന്നെ ഞാൻ എന്തെന്നു മനസ്സിലാക്കിത്തന്നു. ഒരുപക്ഷേ ചിതലെടുത്തു നശിച്ചുപോയേക്കാവുന്ന വെറുമൊരു പുറംചട്ട മാത്രമായിരുന്ന, എന്നെ അയാൾ ഒരു മനോഹരമായ പുസ്തകമായി രൂപപ്പെടുത്തിയെടുത്തു. ഞാൻ കരയുമ്പോൾ എനിക്ക് ചുമലുകൾ തന്നു. എന്റെ സന്തോഷത്തിൽ അയാളും പൊട്ടിച്ചിരിച്ചു. എന്നെ കേൾക്കുവാൻ സമയം കണ്ടെത്തി, എനിക്കരികിൽ ഇരുന്നു. ഞാൻ അയാളുടേതാണെന്നും അയാൾ എന്റേതാണെന്നും ഓരോ നിമിഷങ്ങളിലും എന്നെ ബോധ്യപ്പെടുത്തിക്കൊണ്ടിരുന്നു. എന്റെ മുറിവുകളെ അയാൾ ഊതിയുണക്കി. എന്റെ സംഘർഷങ്ങൾ, അയാളുടെ ഒറ്റവാക്കിൽ ഇല്ലാതാകുന്നത് ഞാൻ അത്ഭുതത്തോടെ നോക്കിനിന്നു. ഇതിനുമേൽ ഒരു പുരുഷൻ ഒരു സ്ത്രീക്ക് എന്ത് നൽകണം ദാസ്.''

ഇല്ല, ഞാൻ ഒരിക്കലും ദാസിനോട് ഇങ്ങനെ പറഞ്ഞിട്ടില്ല. ദാസ് ഒരിക്കലും അനിരുദ്ധനെക്കുറിച്ച് അറിഞ്ഞിട്ടുമില്ല. നാലു വർഷ ങ്ങളായി കൂടെ ജീവിക്കുന്ന എന്നെ അയാൾ അറിഞ്ഞിട്ടില്ല.

അപ്പോഴാണോ തികച്ചും അപരിചിതനായ, അജ്ഞാതനായ അനിരുദ്ധനെ അയാൾ അറിയുന്നത്. പക്ഷേ ഇങ്ങനെ ചില വാക്യ ങ്ങൾ, ഞാൻ എന്നുമെന്റെ മനസ്സിൽ സ്വരുക്കൂട്ടി വെച്ചിരുന്നു. അത് പറയേണ്ടിവന്നില്ലായെങ്കിൽക്കൂടിയും.

''ദീദി?'' ഞാൻ നൈനികയെ നോക്കി.

''ഇല്ല, നൈനിക, ദാസ് അതറിയുന്നതിനെക്കുറിച്ചു ചിന്തിച്ച് ഒരിക്കലും ഭയന്നില്ല. എന്തുകൊണ്ടോ ദാസിനെ ഭയക്കണമെന്ന് തോന്നിയതുമില്ല.''

''ഇന്നിപ്പോൾ ഇത്തരം ബന്ധങ്ങൾ സർവസാധാരണമാണ്. എന്നാൽ അന്ന്? ആ പത്രവാർത്ത പോലും എന്തോ വലിയ പാതകം നടന്നുവെന്ന മട്ടിലായിരുന്നുവല്ലോ?''

''ഞാൻ, വളർന്നുവന്ന യാഥാസ്ഥിതികത്വത്തിന്റെ വേരുകൾ എന്നും ഇത് തെറ്റാണെന്നും നീ നിന്റെ ഭർത്താവിനെ വഞ്ചിക്കുക യാണെന്നും എന്നോടുതന്നെ വിളിച്ചു പറഞ്ഞുകൊണ്ടിരുന്നു. പക്ഷേ, പിന്മാറുവാനോ അനിരുദ്ധനെ മറക്കുവാനോ കഴിയുമായിരുന്നില്ല. അതുകൊണ്ടുമാത്രം എന്റെ കുറ്റബോധത്തെ, പുറത്തേക്ക് വലി ച്ചെറിഞ്ഞു. പ്രണയം, വഞ്ചനയാണെന്നു വിശ്വസിക്കുന്നില്ലെന്നുള്ള മേലങ്കി എടുത്തണിഞ്ഞു, സസന്തോഷം അനിരുദ്ധനെ പ്രണയിച്ചു കൊണ്ടിരുന്നു.''

"പിന്നീടു ജോലിക്ക് പോയോ? അദ്ദേഹത്തെ കണ്ടിരുന്നോ?"

ഞാൻ, വീണ്ടും ഓർമ്മകൾ ശേഷിക്കുന്ന മുറിയിലെ താഴുകൾ തുറക്കുന്ന താക്കോൽ തിരഞ്ഞു. ഈർച്ചയുണ്ടാക്കുന്ന, ശബ്ദത്തിൽ ഓർമ്മകളുടെ വിജാഗിരി തുറന്നു.

പത്ത്

ആഴ്ചയുടെ അവസാനത്തെ വെള്ളിയാഴ്ച, വീണ്ടുമെന്നെ തിരക്കി, അനിരുദ്ധന്റെ കത്ത് വന്നിരുന്നു. ആ കത്തിൽ ഇനിയൊരിക്കലും എന്നെ പ്രതീക്ഷിക്കുകയില്ലെന്നും ഞാൻ അയാളുടെ പ്രണയപര വേശത്തെ ആക്ഷേപിക്കുകയായിരുന്നുവെന്നും എഴുതിയിട്ടുണ്ടാകു മെന്ന്, ഞാൻ ഊഹിച്ചു. ആ കത്ത് പോലും ഞാൻ പ്രതീക്ഷിച്ചതല്ല. ഒരിക്കൽ ഒന്നു കാണുന്നതിലൂടെ, ഒരിക്കൽ മാത്രം ചുംബിക്കുന്ന തിലൂടെ, ഒരിക്കൽ മാത്രം പ്രണയിക്കുന്നതിലൂടെ, ചിലപ്പോൾ മനു ഷ്യർക്ക് പരസ്പരം മടുത്തു പോയേക്കാമെന്നു ഞാൻ വിശ്വസി ച്ചിരുന്നു. പക്ഷേ, ആ കത്തിലെ വാചകങ്ങൾ എന്നിൽ ആശ്ചര്യ മുണ്ടാക്കി.

എന്റെ ലിപികാ,

നീ എവിടെയാണ്? ഇന്നേക്ക്, അഞ്ച് ദിവസമായിരിക്കുന്നു, നിന്നെ കാണാതായിട്ട്. നിനക്ക് അസുഖമൊന്നും ഇല്ലെന്ന് വിശ്വസിക്കുന്നു. സെക്രട്ടേറിയേറ്റിൽ അന്വേഷിച്ചപ്പോൾ, ലീവ് എടുത്തിരിക്കുകയാണെന്നു മാത്രം, അവരിൽ ആരോ അലസമായി പറഞ്ഞു. ഞാൻ ഉറങ്ങിയിട്ട്, ദിവസ ങ്ങൾ കഴിഞ്ഞിരിക്കുന്നു മോളെ. ഇതിനു മുൻപ് നിന്നെ കാണാതായപ്പോഴൊന്നും ഇത്രമേൽ, ആഴത്തിൽ നൊമ്പര ങ്ങൾ ഒന്നും അനുഭവിച്ചിട്ടില്ല. നിന്റെ കൈവിരലുകളുടെ സ്പർശം ഇതാ, ഇപ്പോഴും എന്റെ നെഞ്ചിനെ പൊള്ളിച്ചു കൊണ്ടിരിക്കുന്നു. നിന്റെ ചിരി, നിന്റെ ചുണ്ടുകൾ, നിന്റെ സംസാരങ്ങൾ അതെന്റെ തലച്ചോറിനെ ഭ്രാന്ത് പിടിപ്പി ക്കുന്നു. നിന്നെ, ഇനിയൊരിക്കലും പ്രണയിക്കരുതെന്ന് നീ ആവശ്യപ്പെട്ടാൽ പോലും അതിന് കഴിയാത്തവനായി ഞാൻ മാറിയിരിക്കുന്നു. നീ എന്തൊരു സ്ത്രീയാണ്? കണ്ണുകളിൽ എരിയുന്ന മാന്ത്രികതയും വശ്യതയും സൂക്ഷി ക്കുന്നവൾ. മന്ത്രവാദിനി. നീയെന്നെ ബന്ധിച്ചു കഴിഞ്ഞിരി ക്കുന്നു. ഞാൻ സസന്തോഷം ആ തടവറയിൽ നിന്നെയും

കാത്തിരിക്കുന്നു. ഈ കത്തിന് താഴെ, ഞാൻ എന്റെ അഡ്രസ്സ് വെയ്ക്കുന്നുണ്ട്. വിരോധമില്ലെങ്കിൽ എനിക്ക് ഒരു കത്തെങ്കിലും എഴുതൂ. ഒരേയൊരണ്ണമെങ്കിലും.

നിന്റെ അനിരുദ്ധൻ.

എ.ആർ. അനിരുദ്ധൻ
ലക്ഷ്മി നിവാസ്
നെടുമങ്ങാട് പി. ഒ
തിരുവനന്തപുരം 695541

ഒരിക്കലും എന്നെയൊരാളും ഇത്രമേൽ സന്തോഷിപ്പിച്ചിട്ടില്ല. ഉണ്ടെങ്കിൽപോലും അതെന്റെ ഓർമ്മയിൽ ഇല്ല. എന്നെ തിരക്കുവാൻ, എന്നെ പിന്തുടരുവാൻ, എനിക്ക് മാധുര്യം ചേർത്ത് കത്തുകൾ എഴുതുവാൻ, എനിക്ക്, എനിക്ക്. എനിക്കെന്ന് ഒരാൾ ജീവിച്ചിരിക്കുന്നത് എന്നെ ആഹ്ലാദിപ്പിച്ചു. ഒരുപാട് ഒരുപാട് ആഹ്ലാദിപ്പിച്ചു. എനിക്ക് എത്രയോ സുഹൃത്തുക്കളുണ്ട്, എത്രയോ ബന്ധുക്കളുണ്ട്, എന്റെ ഭർത്താവുണ്ട്. എന്നാൽ എന്നെക്കുറിച്ച് മാത്രം ചിന്തിക്കുന്ന ആരെങ്കിലും ഉണ്ടായിരുന്നുവോ? നമ്മെ സ്നേഹിക്കുന്ന, അതല്ലെങ്കിൽ കൂടി സ്നേഹിക്കുന്നുവെന്ന് പിന്തുടർന്ന് നിരന്തരം ഓർമ്മിപ്പിക്കുന്ന ഒരു മനുഷ്യനെങ്കിലും ഉണ്ടാകണം. ഞാൻ അയാളുമായി പൂർണ്ണമായും ആ നിമിഷം പ്രണയത്തിലായിക്കഴിഞ്ഞു. പ്രണയത്തിൽ വീഴുകയെന്നതും ഒരു ആക്സിഡന്റ് സംഭവിക്കുന്നത് പോലെയാണ്.

ആരോ വലിച്ചെറിഞ്ഞ പ്രണയമെന്ന പഴത്തൊലിയിൽ ചവിട്ടി ഞാനും വീണു കഴിഞ്ഞിരിക്കുന്നു. നിറയെ പേപ്പറുകൾ നിരത്തി, അയാൾക്കുള്ള മറുപടിക്കത്തെഴുതുവാൻ ഒരുങ്ങി. പലപ്പോഴും വാക്കുകളിൽ എന്റെ പ്രണയം നിറയ്ക്കുവാൻ കഴിയാതെ പരാജയപ്പെട്ടു. ഒന്ന്, രണ്ട്, മൂന്ന്. ചുരുട്ടിയ കടലാസുകഷ്ണങ്ങൾ, വേസ്റ്റ് ബാസ്കറ്റിൽ നിറഞ്ഞു. ഞാൻ, ആ ഉദ്യമം അവസാനിപ്പിച്ചു. അന്ന് രാത്രിയിൽ ദാസ് എന്റെ ശരീരത്തിൽ അയാളുടെ വികാരങ്ങൾ ശമിപ്പിക്കുവാൻ ശ്രമപ്പെടുമ്പോഴും എന്റെ മനസ്സിനെ, അനിരുദ്ധന്റെ വാക്കുകളുടെ മാധുര്യത്തിന്റെ വാലറ്റത്ത് കെട്ടിയിട്ടിരുന്നു. ഒരിക്കലും പ്രണയിക്കപ്പെടാതെ പോകുന്ന പെൺകുട്ടിയുടെ മനസ്സ് നിങ്ങൾക്ക് അറിയില്ല. അത് തീർത്തും പൈങ്കിളിയാണ്. ഒരാൾ വെറുതെ, ഞാൻ, നിന്നെ സ്നേഹിക്കുന്നു എന്ന് പറഞ്ഞാൽ പോലും ഉലഞ്ഞു പോകുന്ന അത്രയും പൈങ്കിളി. ഏറ്റവും സ്വസ്ഥമായി, സുഖമായി അന്ന് ഞാൻ ഉറങ്ങി.

അടുത്ത ദിവസം ജോലിക്ക് തിരിച്ചു ജോയിൻ ചെയ്യണമെന്ന് തീരുമാനിച്ച് ഇറങ്ങി. ആ അഡ്രസ്സ് വെറുതെ എന്റെ തലച്ചോറിൽ മിന്നിമാഞ്ഞുകൊണ്ടിരുന്നു. എന്റെയുള്ളിലെ പ്രണയത്തിന്റെ പക്ഷി,

അയാളെ കാണണമെന്നുള്ള ആഗ്രഹത്തിൽ ചിറകിട്ടടിക്കുന്നത് വ്യക്തമായി അറിഞ്ഞു. ഞാൻ അയാളെ തിരഞ്ഞ് ഇറങ്ങി. പ്രണയി ക്കപ്പെട്ടു പോയാൽ, അതങ്ങനെയാണ്. മനസ്സ് ഒരു നെരിപ്പോടാകും. പ്രണയം അതിൽ പുകഞ്ഞു കത്തിക്കൊണ്ടിരിക്കും. എന്നിൽ ആ പുകച്ചിലിനെ ആളിക്കത്തിക്കുവാൻവേണ്ടിയാണ് അയാളെ കാണു വാൻ തീരുമാനിച്ചത്. നെടുമങ്ങാട് ബസ്സ്റ്റോപ്പിൽ ഇറങ്ങി. ആൽ ത്തറയും അതിനോട് ചേർന്നുള്ള ദുർഗാദേവിയുടെ ക്ഷേത്രവും കണ്ടു. അയാളുടെ അഡ്രസ്സ്, ചുവന്ന മഷിയാൽ ഞാൻ ഉള്ളം കൈയിൽ എഴുതിയിരുന്നു. അത് ഒരിക്കൽകൂടി നോക്കി, ആൽത്തറ യ്ക്ക് ചുറ്റുമിരിക്കുന്ന വയസ്സൻമുഖങ്ങൾക്ക് നേരെ നടന്നു.

‘‘ഇവിടെ, ലക്ഷ്മി നിവാസ് എന്നൊരു വീട് അറിയാമോ?’’

ഞാൻ, എല്ലാരോടുമായി ചോദിച്ചു. അവർ സംസാരം നിർത്തി എന്നെ നോക്കി.

‘‘ഏഹ്?’’

ചുവന്ന കൈലിമുണ്ട് ധരിച്ച ഒരാൾ നരച്ച പുരികങ്ങൾ ഉയർത്തി വീണ്ടും ചോദിച്ചു.

‘‘ലക്ഷ്മി നിവാസ്. അവിടെ അനിരുദ്ധൻ എന്നൊരാളെ കാണു വാൻ വേണ്ടിയാണ്.’’

ഞാൻ ആവർത്തിച്ചു. അയാൾ, എന്നെ അടിമുടിയൊന്നു നോക്കി. അകാരണമായി ഒരു ഭയം എന്നെ പൊതിഞ്ഞു. പ്രേമത്തിന്റേതാകണം. ഞാൻ ആശ്വസിച്ചു. പ്രേമിക്കാൻ തയ്യാറാകുന്നവർ ഒരേസമയം ധൈര്യവും ഭയവും ആവരണമാക്കണം. കൈത്തലം വിയർത്തിട്ടും ഞാൻ പരിഭ്രമം പുറമേ കാണിച്ചില്ല.

‘‘താൻ, അറിയുവോടോ പണിക്കരേ, ഈ പിള്ള ചോയിച്ച വീട്?’’

എന്നെ ആപാദചൂഡം വീക്ഷിച്ചതല്ലെന്നും അങ്ങേര് ആ വീട് ഓർത്തെടുക്കാൻ ശ്രമിച്ചു പരാജയപ്പെട്ടതാണെന്നും മനസ്സിലായ പ്പോൾ എന്തോ വലിയ ആശ്വാസം തോന്നി.

“വോ, അണ്ണാ. അതാ കൃഷ്ണൻ കൊച്ചേട്ടന്റെ വീടാണ്, കുഞ്ഞേതാ?”

അയാളുടെ ചോദ്യത്തിൽ ഞാൻ പരുങ്ങി.

‘‘ഞാൻ... കുറച്ചു ദൂരെ നിന്ന് വരുന്നതാണ്. അനിരുദ്ധനെ കാണാൻ.’’

ഞാൻ എങ്ങനെയോ പറഞ്ഞൊപ്പിച്ചു. അതല്ലാതെ, എനിക്ക് അയാളോടുള്ള പ്രേമം കൊണ്ടുവന്നതാണെന്നു പറയുവാൻ സാധി ക്കില്ലല്ലോ. അയാൾ വീണ്ടുമെന്നെ നോക്കി.

‘‘ഓ, യേതോ പത്രത്തില് പണിയെടുക്കുന്ന ആള് അല്ലേ ഡേ.

ആ കൊച്ചനെ കാണാൻ തോനെ ആള്ക്കാര് വരാറൊണ്ട്. കുഞ്ഞ് അയാക്കടെകൂടെ ജോലി ചെയ്യണത്തന്നെ?''

ഞാൻ അതെയെന്ന് തലയാട്ടി. ആ മറുപടിയിൽ അയാൾ തൃപ്തനായെന്നുതോന്നി.

''ദോ, ഇവിടേന്ന് വലത്തോട്ട് പോവുമ്പോ ഒരു കൊളം ഒണ്ട്. അയിന്റെ ഓപ്പോസിറ്റാണ് പിള്ള തെരക്കിയ വീട്. പക്ഷേ ആ കൊച്ചനിപ്പോ അവിടെ കാണൂല്ലല്ലോ മോളെ. ആഹ്, എന്തരായാലും പോയി നോക്ക്.''

അപ്പോഴാണ് ഞാനും അതോർത്തത്. ഇന്ന് വർക്കിങ് ഡേ ആണല്ലോ, അയാൾ അവിടെ ഉണ്ടായിരിക്കുമോ? എന്തോ ഉറപ്പില്ലാതിരുന്നിട്ടും മുന്നോട്ടുതന്നെ കാലുകളും മനസ്സും നടന്നു. ഞാൻ അതിനെ അക്ഷരം തെറ്റാതെ അനുസരിച്ചു. വഴി പറഞ്ഞുതന്നവരോട് നന്ദി പറഞ്ഞ് നടന്നു. അവർ കൂടുതലൊന്നും എന്നെക്കുറിച്ച് പറയരുതെന്ന്, അടുത്തു കണ്ട ദേവിക്ഷേത്രത്തിലേക്ക് നോക്കി കൈകൂപ്പി. കുളവും ബേക്കറിയുമൊക്കെ കടന്ന്, ആ വീടിന്റെ ഗേറ്റിൽ എത്തി. ലക്ഷ്മി നിവാസ്, കറുത്തു തിളങ്ങുന്ന മാർബിളിൽ ഭംഗിയായി എഴുതിയിട്ടുണ്ട്. ഇളംറോസും വെള്ളയും നിറത്തിൽ കടലാസുപൂക്കൾ ഭംഗിയായി ഒരുക്കിവെച്ചിരിക്കുന്നു. ഗേറ്റ് കടന്ന് അകത്തു കയറി.

ആരുമുണ്ടാകില്ലയെന്ന് പ്രതീക്ഷിച്ചതിനു വിപരീതമായി വാതിൽ പുറത്ത് നിന്നും പൂട്ടിയിട്ടുണ്ടായിരുന്നില്ല. മഞ്ഞയും വെള്ളയും ഇടകലർന്ന പൂച്ചട്ടികളിൽ തൂക്കിയിട്ടിരിക്കുന്ന അലങ്കാര സസ്യമായ ടർട്ടിൽ വൈനുകൾക്ക് അടുത്തായി, വലിയൊരു മണിയുണ്ടായിരുന്നു. തിരിച്ചുപോയാലോ എന്നൊരു ചിന്ത എന്നെ വലം വെച്ചു പാഞ്ഞുപോയി. കൈകൾ യാന്ത്രികമായി മണിയിൽ വന്ന് തൊട്ടു. ശംഖ് നാദം പോലെയെന്തോ ഉള്ളിൽ മുഴങ്ങി. എനിക്കുള്ളിലോ വീടിന്റെയുള്ളിലോ എന്നുള്ളത് എന്നെത്തന്നെ സംശയത്തിലാക്കി. രണ്ടോ മൂന്നോ നിമിഷങ്ങൾക്ക് ശേഷം, അലസമായ മുഖത്തോടെയാണ് അനിരുദ്ധൻ വാതിൽ തുറന്നത്. അയാൾ കണ്ണട വെച്ചിരുന്നില്ല. തിളക്കമുള്ള കണ്ണുകൾ എന്നെ കണ്ടതും സർപ്പത്തെപ്പോലെ തിളങ്ങി. ആ കണ്ണുകളുടെ ഭംഗി ഞാൻ ആദ്യമായി പൂർണ്ണമായി കണ്ടതുപോലെ. ആദ്യമല്ലെങ്കിലും അങ്ങനെ തോന്നിപ്പിച്ചു.

''ലിപികാ, നീ?''

ആശ്ചര്യത്തോടെ അയാൾ എന്നെ നോക്കി. ഞാൻ മന്ദഹസിച്ചു. ജാള്യതയും ആശങ്കയും അത്ഭുതവും ആഹ്ലാദവും ഒന്നിച്ചു നിറഞ്ഞിരുന്ന ഇത്തരമൊരു നോട്ടം മുൻപ് എനിക്ക് നേരിടേണ്ടി വന്നിട്ടില്ല. അതുകൊണ്ടുതന്നെ ഞാൻ തളർന്നു.

''വരൂ.''

അയാൾ എന്നെ അകത്തേക്ക് ക്ഷണിച്ചു. സാധാരണ സിനിമ കളിൽ വരുന്ന സ്ത്രീകളെപ്പോലെ ഏത് കാല്പാദം വെച്ചു കയ റണമെന്നൊന്നും ആശങ്കപ്പെടാതെ, ഞാൻ ഇടതുകാൽ വെച്ച് കയറി. എന്റെ വലതുകാൽ ആർക്കും ഇതുവരെ ഒരു ഐശ്വര്യവും ഉണ്ടാക്കി ക്കൊടുത്തിട്ടില്ല. എനിക്കുപോലും. അയാൾ അവിടെ സോഫയിൽ കിടന്ന ഒരു ടവൽ എടുത്ത് ദേഹം പുതച്ചു. വാതിൽ തുറക്കുമ്പോൾ ഷർട്ട് ധരിച്ചിരുന്നില്ല. ആ ദേഹം ആദ്യം കൃത്യമായി ശ്രദ്ധിക്കാതി രുന്നതിൽ നിരാശ തോന്നി.

''എങ്ങനെ വീട് കണ്ടുപിടിച്ചു?''

''കണ്ടുപിടിക്കില്ലെന്നു കരുതിയാണോ എഴുത്തിൽ അഡ്രസ്സ് വെച്ചത്?''

''തിരഞ്ഞു വരില്ലെന്ന് കരുതിയാണ്.''

''ഓഹോ, ഞാൻ പ്രണയിക്കുന്നയാളെ തിരഞ്ഞു വരുവാൻ എനി ക്കാരോടും അനുവാദം ചോദിക്കേണ്ടതില്ലല്ലോ?''

അയാളുടെ സ്വീകരണമുറിയുടെ ചുവരിലെ രവിവർമ്മ ചിത്ര ത്തിൽ നോക്കിയാണ് പറഞ്ഞത്. അയാളുടെ മുഖത്തെ അത്ഭുതം കാണുവാൻ മെല്ലെയൊന്നു പാളി നോക്കി. ആ മുഖം, തിരകളൊ ഴിഞ്ഞ മധ്യാഹ്നസാഗരം പോലെ ശാന്തമായിരുന്നു. അയാളുടെ മുഖത്ത് ഞാൻ പ്രതീക്ഷിച്ച ആശ്ചര്യമോ അത്ഭുതമോ ഒന്നും ഉണ്ടാ കാതിരുന്നതും എന്നെ നിരാശപ്പെടുത്തി. എന്റെ പ്രണയം ഇത്രയും നിസ്സാരമായി പറയരുതായിരുന്നുവെന്നു തോന്നി.

''ഞാൻ, നിനക്ക്, കുടിക്കാൻ എന്തെങ്കിലും എടുക്കാം. ഈ സമ യത്ത് കാപ്പി കുടിക്കുമല്ലോ അല്ലേ?''

ഞാൻ വെറുതെ മൂളി. സത്യത്തിൽ എനിക്കപ്പോൾ ഒന്നും ആവശ്യ മില്ലായിരുന്നു. എങ്കിലും എനിക്ക് അയാളുടെ കാപ്പി കുടിക്കുവാൻ മോഹം തോന്നി. ഞാൻ ആ വലുപ്പമുള്ള മുറി ശ്രദ്ധിച്ചു. എന്തൊരു വൃത്തിയാണതിന്. മുറിയാകെ ഇളംപച്ച പെയിന്റിംഗ് ചെയ്തിരി ക്കുന്നു. വെളുത്ത കർട്ടനുകൾ, വെളുത്ത സോഫാവിരികൾ, സാധാ രണ വലുപ്പമുള്ള ഒരു ടി. വി. റേഡിയോ, ഗുലാം അലിയുടെയും മുഹമ്മദ് റഫിയുടേയും ഗസൽ കാസറ്റുകൾ. ഭംഗിയുള്ള ബുക്ക് ഷെൽഫ്. അത്രതന്നെ ഭംഗിയായി അടുക്കി വെച്ചിരിക്കുന്ന പുസ്ത കങ്ങൾ, വിവിധ തരം ബുക്ക് മാർക്കുകൾ, വായിച്ചുകൊണ്ടിരി ക്കുകയായിരുന്നുവെന്ന് തോന്നിപ്പിക്കുന്ന 'മീരയുടെ നോവെല്ലകൾ'

ഞാൻ അത് തുറന്നു. ബുക്ക്മാർക്കിന്റെ സ്ഥാനം മാറ്റാതെ ആ പേര് വായിച്ചു.

"കരിനീല"

മുൻപ് എപ്പോഴോ വായിച്ചിട്ടുണ്ട്. കഥയൊന്നും ഓർമ്മയില്ല.

"വായിച്ചിട്ടുണ്ടോ അത്?"

അനിരുദ്ധൻ, ശലഭങ്ങളെ കൊത്തിവെച്ചിരിക്കുന്ന രണ്ട് വലിയ കപ്പുകളിൽ കാപ്പിയുമായി വന്നു. അയാൾ ടവൽ മാറ്റി, കറുത്ത ഷർട്ട് ധരിച്ചിരുന്നു. തുറന്നു കിടക്കുന്ന ബട്ടൺസിനുള്ളിലൂടെ വെളുത്ത ദേഹത്തെ നിറയെ രോമങ്ങൾ കാണാം. ശംഖ് ലോക്കറ്റുള്ള സ്വർണ്ണമാലയും.

"മുൻപ്, എപ്പോഴോ... കഥ ഓർക്കുന്നില്ല." മനസ്സ് പറഞ്ഞുതന്ന ആത്മഗതം നാവ് ഉച്ചരിച്ചു. ഞാൻ, കാപ്പിക്കപ്പ് വാങ്ങി അലസമായി പറഞ്ഞു. വീണ്ടും ചുറ്റും കണ്ണോടിച്ചു.

"വൃത്തിയാക്കലുകളൊക്കെ അപൂർവമാണ്. ജോലിത്തിരക്കാണ് മിക്കവാറും പറയാറുള്ള ഒഴിവുകഴിവുകൾ."

എന്റെ നോട്ടം കണ്ടിട്ടോയെന്തോ അയാൾ ചിരിച്ചുകൊണ്ട് പറഞ്ഞു.

"ഈ വീടിന് വേണ്ടുവോളം വൃത്തിയുണ്ട്. ഒരു ബാച്ചിലർ ലൈഫ് കൊണ്ടുപോകുന്ന ആളുടെ താമസസ്ഥലമാണെന്ന് പറയുകയേയില്ല."

അയാളുടെ ചുണ്ടിലെ ചിരിയുടെ ഭംഗി മായുന്നതുപോലെ എന്തുകൊണ്ടോ എനിക്ക് തോന്നി.

"എന്തേ, ഇന്ന് ജോലിക്ക് പോകാതിരുന്നത്?"

"കുറച്ച് ദിവസങ്ങളായി, ലിപികയും പോയില്ലായിരുന്നുവല്ലോ?"

"എങ്ങനെയറിഞ്ഞു?"

"എന്നും തിരക്കി."

"ഞാൻ, വരുമെന്ന് പ്രതീക്ഷിച്ചിരുന്നുവോ?"

"ഇല്ല. പക്ഷേ, നിന്റെ കത്ത് പ്രതീക്ഷിച്ചിരുന്നു."

"ഉം."

അതെന്താണ്, ഞാൻ വരുമെന്ന് കരുതാതിരുന്നതെന്ന് ചോദിക്കണമെന്നുണ്ടായിരുന്നു. ചില ചോദ്യങ്ങൾക്ക് ജീവിതത്തിൽ ആവർത്തനങ്ങളോ ഉത്തരങ്ങളോ ഇല്ലെന്ന് ആ നിമിഷം മനസ്സിലാക്കി.

അയാൾ മടക്കിവെച്ച പുസ്തകത്തിലെ ബുക്ക്മാർക്ക് മാറ്റി വായന തുടർന്നു. എനിക്ക് ദേഷ്യം തോന്നി. ഇത്രയും ദൂരം അയാളെ തിരക്കി വന്നിട്ടും അയാൾക്ക് പുസ്തകം വായിക്കുവാനാണോ തോന്നുന്നത്? എന്നോടൊന്നും പറയുവാനില്ലേ? ഇതെന്തുതരം പ്രേമമാണ്. അല്ലെങ്കിലും ഇതിനോളം ബോറടിപ്പിക്കുന്ന ഒന്നുമില്ല. എനിക്ക് നന്നായി ദേഷ്യം വന്നുകഴിഞ്ഞിരുന്നു. ഞാൻ കോഫിക്കപ്പ് താഴെ വെച്ചു. ബാഗ് കൈയിൽ എടുത്ത് പോകുവാൻ ഒരുങ്ങി.

''ഞാൻ ഇറങ്ങുന്നു.''

''ഉം...''

അയാൾ, അലസമായി മൂളി. അതെന്നെ വീണ്ടും ദേഷ്യം പിടിപ്പിച്ചു. ഞാൻ ബാഗ് സോഫയിൽ, തിരികെ വെച്ചിട്ട്, അയാളുടെ അടുത്തേക്കിരുന്നു. പുസ്തകം, കൈയിൽ നിന്നും തട്ടിമാറ്റി.

''നിങ്ങളെ കാണുവാനാണ് ഞാൻ വന്നത്. നിങ്ങളോട് സംസാരിക്കുവാനാണ് വന്നത്. എന്നേക്കാൾ എന്തു പ്രേമമാണ് നിങ്ങൾക്ക് ഈ പുസ്തകത്തിനോടുള്ളത്. ഇങ്ങനെയാണെങ്കിൽ എന്തിനാണ് അഡ്രസ്സ് തന്നത്. ഓഹ്, അതല്ലെങ്കിലും ഞാൻ വരുമെന്ന് നിങ്ങൾ പ്രതീക്ഷിച്ചില്ലല്ലോ അല്ലേ?''

ഞാൻ, അയാളോട്, ആക്രോശിച്ചു. അയാൾ വളരെ വേഗം എന്റെ അധരങ്ങളിൽ ഉതിർന്ന വാക്കുകളെ അയാളുടെ അധരങ്ങൾ ചേർത്തു വിഴുങ്ങി. ശ്വാസം പോലും പുറത്തേക്ക് എടുക്കാൻ കഴിയാത്തവണ്ണമുള്ള, ആ ചുംബനത്തെ ആത്മാവിൽ ആവാഹിക്കുകയായിരുന്നു. എന്റെയുള്ളിൽ ഞാൻ വിവാഹിതയാണെന്നോ എന്റെ അധരങ്ങളിൽ അലിഞ്ഞുചേരുന്നത് ഒരു പരപുരുഷനാണെന്നോ തോന്നിയിരുന്നില്ല. പകരം ഇനിയും അതിഗാഢമായി അയാൾ എന്നെ ചുംബിക്കണമെന്ന് മാത്രം തോന്നി.

കണ്ണുകൾ തുറക്കാതെ ആദ്യപ്രണയ ചുംബനത്തെ, ഞാനെന്റെ ഹൃദയത്തിൽ ഏറ്റുവാങ്ങി. രണ്ടു മനുഷ്യർ ചുംബിക്കുമ്പോൾ ലോകം മാറുന്നുവെന്നു പറയാറുള്ളതിന്റെ പൊരുൾ ആദ്യമായിട്ടാണ് ഞാൻ അറിഞ്ഞത്. അനിരുദ്ധൻ, എന്റെ ചുണ്ടുകളെ വേർപെടുത്തുമ്പോഴും ഇനിയും ഇനിയുമെന്ന്, മനസ്സ് ആശിച്ചുകൊണ്ടിരുന്നു. അയാൾ എന്നെ നോക്കി ചിരിച്ചു. ഞാൻ അയാളുടെ അനുവാദം ചോദിക്കാതെ, ആ നെഞ്ചിൽ ചേർന്ന് കിടന്നു. അയാൾ എന്നെ ചേർത്തുപിടിച്ചു.

''ഞാൻ, നിന്നെ പ്രണയിക്കുന്നു. അത് പറയുവാൻ ഇതിനോളം ഭംഗിയുള്ള ഒന്നുമെനിക്ക് അറിയില്ല.''

അയാൾ, എന്റെ കാതുകളിൽ മന്ത്രിച്ചു. ''സ്ത്രീ, അവൾ ഇത്രയേ ഉള്ളൂ. ഒരു ചുംബനത്തിൽ പുരുഷന്റെ നെഞ്ചിൽ ചേർന്ന് കിടക്കുവാൻ പാകത്തിൽ.''

''അത്രയേ ഉള്ളൂ. ഇല്ല. ഞാൻ തിരുത്തുന്നു. ഞാൻ. ഞാനെന്നുള്ള ഒരേയൊരു സ്ത്രീ, അത് അത്രയേ ഉള്ളൂ.

പൊടുന്നനെയാണ്, അനിരുദ്ധന്റെ റേഡിയോ ശബ്ദിച്ചത്. ഞാനാ നെഞ്ചിൽ നിന്നും പിടഞ്ഞുമാറി. റേഡിയോയിലേക്ക് സൂക്ഷിച്ചു നോക്കി.

''ഒരു, ചെമ്പനീർ പൂവിറുത്തു ഞാനോമലേ
ഒരുവേള നിൻ നേർക്കുനീട്ടിയില്ല.
എങ്കിലും എങ്ങനെ നീയറിഞ്ഞു
എന്റെ ചെമ്പനീർ പൂക്കുന്നതായ് നിനക്കായ്
സുഗന്ധം പരത്തുന്നതായ് നിനക്കായ്.''

റേഡിയോയിൽ നിന്നും ഉണ്ണിമേനോന്റെ സ്വരമാധുരി ഒഴുകിപ്പരന്നുകൊണ്ടിരുന്നു.

''ഓഹ്, കറണ്ട് പോയിരിക്കുകയായിരുന്നു. നീ ഭയന്നോ?''

അനിരുദ്ധൻ, എന്റെ മുടിയിഴകളെ മെല്ലെ തഴുകി. അയാളോട് വീണ്ടും ചേർത്തുപിടിച്ചു. ഞാൻ ആ വരികൾക്ക് കാതോർത്തു കിടന്നു.

''എന്തൊരു സ്ത്രീവിരുദ്ധതയാണെന്നോ ഈ വരികൾക്ക്?''

ഞാൻ അസ്വസ്ഥതയോടെ പറഞ്ഞു.

''എന്ത്, സ്ത്രീവിരുദ്ധത?''

അനിരുദ്ധൻ ആശ്ചര്യത്തോടെ എന്റെ കണ്ണുകളിലേക്ക് സൂക്ഷിച്ചു നോക്കി.

''ആ വരികൾ ശ്രദ്ധിച്ച് നോക്കൂ. അയാളുടെ ചെമ്പനീർ പൂക്കുന്നത് അവൾക്ക് വേണ്ടിയാണെന്ന്, അവൾ അറിയണമെങ്കിൽ അയാൾ അത് ഇറുത്ത് അവൾക്ക് നൽകുക തന്നെ വേണം. അതല്ലാതെ അവൾ അത് ഒരിക്കലും അറിയുകയില്ല എന്ന്.''

എന്റെ തൊണ്ട ഒരല്പം ഇടറിയോയെന്ന് സംശയിച്ചു. ദാസിനു വളരെ ഇഷ്ടമുള്ള പാട്ടാണ് അത്. പക്ഷേ, എക്കാലത്തും ഞാൻ ആ പാട്ടിനെ വെറുത്തുകൊണ്ടിരുന്നു. ഇറുക്കാത്ത ചെമ്പകത്തിന്റെ സുഗന്ധം അറിയുവാൻ മാത്രം കഴിവില്ലാത്തവൾ ആയതുകൊണ്ടാകണം. ദാസിന് ഈ പാട്ട് ഇഷ്ടമാണെന്നു അനിരുദ്ധനോട് പറഞ്ഞില്ല. അല്ലെങ്കിലും കാമുകിയുടെ ഭർത്താവിന്റെ ഇഷ്ടനിഷ്ടങ്ങൾ

അറിയുവാൻ, ഒരു കാമുകനും താല്പര്യം പ്രകടിപ്പിക്കുമെന്ന് തോന്നുന്നില്ല.

“ആഹാ, താൻ കൊള്ളാമല്ലോ. ഇങ്ങനെ ഒരു സംഗതി കണ്ടുപിടിക്കാൻ അല്ലെങ്കിലും ഒരു സ്ത്രീക്ക് മാത്രമേ കഴിയൂ. ഞാൻ ഇത് ആദ്യമായി ശ്രദ്ധിക്കുകയാണ്. നിനക്കത് എങ്ങനെ തോന്നി?”

അനിരുദ്ധൻ, അല്പസമയത്തെ ആലോചനയ്ക്ക് ശേഷം, എന്നോട് ചോദിച്ചു.

“ഇറുത്ത പൂക്കളുടെ ഗന്ധം മാത്രം ആസ്വദിക്കുവാൻ കഴിയുന്ന സാധാരണ സ്ത്രീയായതുകൊണ്ട്.”

യാതൊരു ഭാവഭേദവുമില്ലാതെ ഞാൻ പറഞ്ഞു.

“അല്ലെങ്കിലും എനിക്ക് തോന്നാറുണ്ട്. കാല്പനികതയിൽ ജീവിക്കുന്ന സ്ത്രീകൾക്ക് എപ്പോഴും ഒരു മാധവിക്കുട്ടി ലൈനാണ്. പ്രകടമാകുന്ന സ്നേഹം, ആത്മാർത്ഥമായ സ്നേഹം, സംതിങ് ലൈക് ദാറ്റ്.”

അനിരുദ്ധൻ, സോഫയിൽ നിന്നുമെഴുന്നേറ്റ്, മേശപ്പുറത്ത് ഇരുന്ന സിഗരറ്റ്പാക്കറ്റിൽ നിന്നും ഒന്നെടുത്തു കത്തിച്ചു വലിച്ചുകൊണ്ട് എനിക്ക് അഭിമുഖമായി ഇരുന്നുകൊണ്ട് പറഞ്ഞു. അപ്പോൾ അയാൾ, തീർത്തും വാർത്തകൾ കണ്ടെത്തുന്ന മാധ്യമപ്രവർത്തകനായി. എനിക്കെന്തോ അത് ഇഷ്ടമായില്ല. ഒരുപക്ഷേ, എന്റെ അരികിൽ നിന്നും എഴുന്നേറ്റുപോയതുകൊണ്ടാകാം.

“അത് രണ്ടും തെറ്റാണോ അനീ? നിങ്ങൾ തന്നെ പറയൂ. സ്നേഹം പ്രകടിപ്പിക്കാതിരിക്കുന്നതുകൊണ്ട് എന്ത് ലാഭമാണ് ഉള്ളത്? ആത്മാർത്ഥതയില്ലാതെ എന്തു സ്നേഹമാണ് ഉള്ളത്?”

ഞാൻ അല്പം ഉച്ചത്തിൽ തന്നെ ചോദിച്ചു.

“എല്ലാ ആത്മാർത്ഥതയ്ക്കും കിട്ടുന്ന അവസാന കൂലി ആത്മഹത്യയോ നീണ്ട ദീക്ഷയോ സന്യാസമോ വിരഹമോ മാത്രമാണ് ലിപികാ.”

അയാൾക്ക് തർക്കിക്കുവാൻ ഇഷ്ടമാണെന്ന് മനസ്സിലായി.

“അത് രണ്ടിൽ ഒരാളുടെ ആത്മാർത്ഥക്കുറവ് അല്ലേ? ഒരാൾ മറ്റേയാളെ സ്നേഹിക്കുന്നത് മാത്രമല്ല സ്നേഹം. രണ്ടുപേരും രണ്ടുപേരെയും സ്നേഹിക്കുന്നതാണ് സ്നേഹം. അതിന് കഴിയാതെ വരുമ്പോൾ മനുഷ്യർ തമ്മിൽ പിരിയുന്നുണ്ടാകാം. സ്നേഹം അതേ സ്റ്റോപ്പിൽ തന്നെ നിൽക്കും. അടുത്ത രണ്ടുപേർ വരുമ്പോൾ അവരിൽ കേറി താമസമാക്കും.”

‘‘ഹ, ഹ, അത് കൊള്ളാം.’’

അയാൾ ഉറക്കെ ചിരിച്ചു. ഒരു പഫ് കൂടി എടുത്ത്, പുകയെ അന്തരീക്ഷത്തിന്റെ ഗതിയറിയുവാൻ ഒഴുക്കിവിട്ടു.

‘‘ഹാ, അത് പറഞ്ഞപ്പോഴാ. എനിക്കൊരു പുസ്തകത്തിന്റെ ആസ്വാദനം എഴുതണമെടോ. മാധവിക്കുട്ടിയുടെ ‘പ്രണയത്തിന്റെ രാജകുമാരി’യുടെ. എത്ര വായിച്ചിട്ടും എനിക്കത് ബോറടിച്ചുകൊണ്ടിരിക്കുന്നു. ഇപ്പോൾ സൺഡേ സപ്ലിമെന്റിൽ, പുസ്തകങ്ങളുടെ ആസ്വാദനമാണ് നടത്തുന്നത്. പുതിയ തലമുറയിൽ വായന പരിപോഷിപ്പിക്കലാണ് എം.ഡിയുടെ ഉദ്ദേശ്യം. ആസ്വാദനം കണ്ടാൽ, ഉടനെ ബുക്ക് ഓർഡർ ചെയ്യണം. അതുപോലെ വേണം. ഞാൻ ഇന്നലെ തൊട്ട് തല പുകയ്ക്കുന്നു. വായിച്ച്, തീർത്തിട്ട് അത് എഴുതാൻ പറ്റുമെന്നു തോന്നുന്നില്ല.’’

അനിരുദ്ധന്റെ മേശയിൽ ചിതറിക്കിടക്കുന്ന പുസ്തകങ്ങളെ ഞാൻ നോക്കി. അതിൽ മെർലിൻ വെസ്ബോർഡ് എഴുതിയ ‘പ്രണയത്തിന്റെ രാജകുമാരി’ ബ്ലാക്ക് ആൻഡ് വൈറ്റിൽ പതിഞ്ഞു കിടക്കുന്നു.

‘‘താൻ, അത് വായിച്ചിട്ടുണ്ടോ?’’ ഞാൻ ചിരിച്ചു.

‘‘ഞാനും ഒരു ടിപ്പിക്കൽ മാധവിക്കുട്ടി ഫാൻ ആണ്.’’

‘‘ഓഹ്, ഗ്രേറ്റ്. അങ്ങനെയാണെങ്കിൽ, താൻ എന്നെയൊന്നു ഹെൽപ് ചെയ്യാമോ? എനിക്കൊരു ആസ്വാദനം എഴുതിത്തരാമോ?’’

ആ ചോദ്യം ഞാൻ പ്രതീക്ഷിക്കാത്തതുകൊണ്ടാകും. ഞാൻ ഞെട്ടിത്തരിച്ച് അത്ഭുതത്തോടെ അയാളെ നോക്കി.

‘‘പത്രത്തിൽ എഴുതാനോ? ഞാനോ? നിങ്ങൾക്കെന്താ അനീ ഭ്രാന്തുണ്ടോ? ഞാൻ അങ്ങനെ ഭാഷ നന്നായി കൈകാര്യം ചെയ്യുന്നവൾ ഒന്നുമല്ല.’’

‘‘എടോ, ഇങ്ങനെ ഒക്കെയല്ലേ എഴുതിതുടങ്ങുന്നത്. താൻ തരുന്നതിൽ ഞാൻ എന്റേതായ മാറ്റങ്ങളും സാഹിത്യങ്ങളും ഒക്കെ ചേർത്താൽ പോരെ. അത് ഞാൻ ഏറ്റന്നേ. എന്തായാലും വായിച്ച ഒരു പുസ്തകത്തെക്കുറിച്ച് ഒരു കുറിപ്പ്. അതെങ്കിലും എനിക്ക് എഴുതിത്തരൂ.’’

അനിരുദ്ധൻ, എന്റെ അരികിൽ വന്നിരുന്നു വിരലുകളിൽ പിടിച്ചുകൊണ്ട് ചോദിച്ചു. അപ്പോൾ ഒരുപക്ഷേ അയാൾ ചോദിക്കുന്ന എന്തും നൽകുവാൻ ഞാൻ തയ്യാറായിക്കഴിഞ്ഞിരുന്നു. ഞാൻ അയാളുടെ വിരലുകളിൽ എന്റെ കൈവെച്ചു.

‘‘ഉം. ഞാൻ, അനിക്കു വേണ്ടി ശ്രമിക്കാം.’’

"ഓഹ്, താങ്ക്യൂ, ലിപികാ."

അനിരുദ്ധൻ, എന്റെ സാരിയുടെ ഇടയിലൂടെ എന്റെ വയറിൽ ചേർത്തുപിടിച്ചു കഴുത്തിൽ ഉമ്മ വെച്ചു. ആ നിമിഷം എനിക്ക് പൂർണ്ണമായും അയാളുടേത് ആകുവാൻ തോന്നി. അനിരുദ്ധൻ എന്റെ നെറുകയിൽ ചുംബിച്ചു.

ഞാൻ യാത്ര ചോദിക്കാതെ, അവിടെ നിന്നുമിറങ്ങി. എനിക്കിനി ഒരിക്കലും അയാളെ കാണേണ്ടിയിരുന്നില്ല. ഈ കുറച്ച് നേരങ്ങളിൽ, ഞാൻ പൂർണ്ണമായും പ്രണയിക്കപ്പെട്ടു കഴിഞ്ഞുവെന്ന് തോന്നിയതിനാലാകണം. ആത്മാർത്ഥമായി പറഞ്ഞാൽ എനിക്ക് ജീവിതത്തിൽ ഇത്രയും നിസ്സാരമായ മണിക്കൂറുകൾ മാത്രമേ ആവശ്യമുണ്ടായിരുന്നുള്ളൂ.

അന്ന് രാത്രിയിൽ ഞാൻ, അനിരുദ്ധന് കൊടുത്ത വാക്ക് പാലിക്കുവാനുള്ള ഒരു ശ്രമം നടത്തി. ഒരുപാട് നാളുകളായി എന്റെ എഴുത്തുമേശ ഞാൻ ഉപയോഗിക്കാറില്ലായിരുന്നു. ആകെ അലങ്കോലപ്പെട്ട്, അടുക്കിപ്പെറുക്കലുകൾ ഒന്നുമില്ലാതെ, അത് എന്നെ നോക്കി പല്ലിളിച്ചു. എന്റെ മുറിക്ക് കുറച്ച്കൂടി വൃത്തിയുണ്ടാകണമെന്ന് അന്ന് എനിക്ക് ആദ്യമായി തോന്നി. ഞാൻ അവയെ സമയമെടുത്ത് അടുക്കി വെച്ചു. അനിരുദ്ധൻ തന്നു വിട്ട, ഫിലോഡെൻഡ്രോൺ എന്ന് പേരുള്ള ഇൻഡോർ പ്ലാന്റിനെ എന്റെ എഴുത്തുമേശയുടെ അരികിൽ സ്ഥാപിച്ചു. ഞാൻ ആ ചെടിക്ക് ഉമ്മ കൊടുക്കുകയും അതെന്റെ ചുംബനത്തിൽ വിറകൊള്ളുകയും ചെയ്തു. ഭംഗിയായി അടുക്കി വെച്ചുകഴിഞ്ഞ എന്റെ ബുക്ക് ഷെൽഫിന്റെ മുകളിലെ റാക്കിൽ നിന്നും 'പ്രണയത്തിന്റെ രാജകുമാരി' ഞാൻ എടുത്തു.

ആരൊക്കെയാലോ സ്നേഹിക്കപ്പെട്ട, ആരൊക്കെയാലോ വെറുക്കപ്പെട്ട ഏതോ ഒരു ആത്മാവ്, വള്ളുവനാടൻ ശൈലിയിൽ എന്നോട് പറഞ്ഞു.

"നീയ് എഴുത് കുട്ടീ."

ഞാൻ എത്രയോ വേഗമാണ് അത് എഴുതിത്തീർത്തത്. എനിക്ക് എന്നോടുതന്നെ ആശ്ചര്യം തോന്നി. ഇത് ശരിയോ തെറ്റോ. പൂർത്തിയാക്കുക മാത്രമായിരുന്നു എന്റെ ലക്ഷ്യം. ഞാൻ അത് തീർത്തയുടനെ വായിച്ച് നോക്കാതെ തന്നെ അനിരുദ്ധന് മെയിൽ ചെയ്തു. അയച്ചിട്ടുണ്ട് എന്നൊരു ടെക്സ്റ്റ് മെസ്സേജും അയച്ചു. അനിരുദ്ധൻ അത് തുറന്നു വായിക്കുന്നതും എന്നെ പ്രശംസിക്കുന്നതും ഞാൻ സ്വപ്നം കണ്ടു. ആ ലേഖനം, അത് ഇങ്ങനെ ആയിരുന്നു.

''പ്രണയത്തിന്റെ രാജകുമാരി.''

ഞാൻ ഇന്ത്യാക്കാരിയാണ്. തവിട്ടു നിറമാണ്. മലബാറിൽ ജനനം. മൂന്നു ഭാഷകളിൽ സംസാരിക്കും. രണ്ടു ഭാഷ കളിലെഴുതും. എന്നാൽ സ്വപ്നം ഒന്നിൽ മാത്രം. മാധവി ക്കുട്ടിയായും കമലാദാസ് ആയും കമല സുരയ്യയായും സാഹിത്യത്തിന്റെ അരങ്ങിൽ വെളിച്ചം തീർത്തുകൊണ്ട് യവനികയ്ക്ക് പിന്നിൽ മറഞ്ഞുപോയ എഴുത്തുകാരിക്ക് പ്രണാമം. കാനഡയിലെ മേപ്പിൾമരക്കൂട്ടങ്ങൾക്കിടയിലെ മർമ്മരമായി കമലാദാസിന്റെ സൗഹൃദക്കൂടാരത്തിൽ എത്തിച്ചേർന്ന, വഴിപിരിയാക്കൂട്ടായി തീർന്ന മെറിലി വൈസ്ബോർഡ് രചിച്ച (THE LOVE QUEEN OF MALABAR) പ്രണയത്തിന്റെ രാജകുമാരി (പരിഭാഷ: എം.ജി. സുരേഷ്) യുടെ പുസ്തക ആസ്വാദനം ആണ്.

മാധവിക്കുട്ടി... എപ്പോഴാണ് ഈ എഴുത്തുകൾ ഭ്രാന്ത മായി എന്നിൽ ആവേശിക്കപ്പെട്ടത് എന്ന് അറിയില്ല. ആമി എന്നൊരു ഭ്രാന്ത് കഥകളിൽ നിന്നും കഥകളിലേക്ക് പടരു മ്പോഴും രഹസ്യമായി ഞാൻ അവരെക്കുറിച്ച് അന്വേഷി ക്കുകയായിരുന്നു. മെനഞ്ഞെടുത്ത കഥകളേക്കാൾ എനിക്ക് അവരെ ആഴത്തിൽ അറിയുവാനുള്ള വിശപ്പാണ് ഉണ്ടാ യിരുന്നത്. പ്രണയമെന്ന കുളത്തിൽ കരയറിയാതെ നീന്തുവാൻ അവരാണ് എന്നെ പഠിപ്പിച്ചത്. 'എന്റെ കഥ' അവരെക്കുറിച്ചറിയുവാനുള്ള എന്റെ വിശപ്പ് ശമിപ്പിച്ചിരു ന്നില്ല. വീണ്ടും ഞാൻ എവിടെയൊക്കെയോ തിരഞ്ഞു. എനിക്കുള്ള ആഹാരമായിരുന്നു മെറിലി വെയ്സ്ബോഡിന്റെ 'പ്രണയത്തിന്റെ രാജകുമാരി'. സ്ത്രൈണത, രതി, പ്രണയം എന്നീ ഭാവങ്ങളെയാണ് ഈ പുസ്തകം സൂക്ഷ്മമായി വ്യാഖ്യാനിക്കുന്നത്.

പ്രണയത്തിന്റെ അത്യുന്നതിയിലുള്ള ഉന്മാദിനിയായ കമലാദാസിനെയും ഈ കൃതി കാണിച്ചു തരുന്നുണ്ട്. ഭംഗിയായ ആഖ്യാനരീതിയിലൂടെ ഒഴുകിനീങ്ങുന്ന അനു ഭവങ്ങളുടെ നദിയാണ് 'പ്രണയത്തിന്റെ രാജകുമാരി' എന്ന് ഞാൻ വിശേഷിപ്പിക്കും. കമല സുരയ്യയുടെ 'എന്റെ കഥ' യേക്കാൾ എന്തുകൊണ്ടും ആത്മകഥാംശം കൂടുതലാണ് ഇതിൽ എന്ന് എനിക്ക് തോന്നുന്നു. ഒരുപക്ഷേ മറ്റൊ രാളിന്റെ വീക്ഷണങ്ങളും ഭാവനയും സങ്കല്പങ്ങളും തമ്മിൽ ഒന്നിച്ചു ചേർന്നതിനാൽ ആകാം.

കണക്ക് പരീക്ഷയിൽ പരാജയം ഏറ്റുവാങ്ങിയ മകളെ മുപ്പത്തിയഞ്ചുകാരന് വിവാഹം ചെയ്തു കൊടുത്ത

അച്ഛന്റെ ഓർമ്മകളിൽ നിന്നു തുടങ്ങട്ടെ. ഞാൻ ആ അച്ഛനെക്കുറിച്ച് സങ്കൽപ്പിച്ചു നോക്കി. ഒരുതരത്തിലും ആ പ്രവർത്തിയോട് യോജിക്കുവാൻ കഴിഞ്ഞതേയില്ല. ചിലപ്പോൾ പെൺകുട്ടികൾ അത്രമാത്രം പഠിച്ചാൽ മതിയാകും എന്നുള്ള അന്നത്തെ കാലഘട്ടത്തിന്റെ അച്ഛൻ അങ്ങനെ ആയിരിക്കാം. പക്ഷേ എനിക്ക് ആ പതിനഞ്ചുകാരി വിവാഹശേഷം തന്റെ ആർത്തവത്തിന്റെ നാലാം ദിവസം അനുഭവിച്ച അമിതമായ വേദന മാത്രമേ മനസ്സിൽ ഉണ്ടായിരുന്നുള്ളൂ. അസാമാന്യ ലിംഗവലുപ്പമുള്ള ഒരാൾ ക്രൂരമായി ഒരു പെൺകുട്ടിയുടെ അടിവയർ തുളച്ചു കയറുന്ന ചിത്രം മാത്രമേ ഉണ്ടായിരുന്നുള്ളൂ. ഗർഭപാത്രത്തെ യോനിയുമായി ബന്ധിപ്പിക്കുന്ന ഭാഗം തകർന്നു ശസ്ത്രക്രിയയ്ക്ക് വിധേയയാകേണ്ടി വന്ന ആ പെൺകുട്ടിയാണ് ദാസേട്ടന്റെ പ്രിയപ്പെട്ട പത്നി, അയാളുടെ കുഞ്ഞുങ്ങളുടെ അമ്മ എന്നത് എന്നെ തെല്ലൊന്നുമല്ല അത്ഭുതപ്പെടുത്തിയത്.

'നീർമാതളം പൂത്തകാലം' വായിക്കുമ്പോൾ പത്തൊൻപതാം വയസ്സിൽ ഭർത്താവായ രാജാവിനെ ഉപേക്ഷിച്ച് നാലപ്പാട്ട് ധൈര്യപൂർവ്വം എത്തുന്ന കമലയുടെ അമ്മൂമ്മയുടെ അമ്മയെ വളരെ ചാരിതാർത്ഥ്യത്തോടെയാണ് ഞാൻ വായിച്ചത്. അഭിമാനിയും ആഭിജാതയുമായ ഒരു സ്ത്രീയുടെ തിരിച്ചുവരവായിരുന്നു അത്. അത്തരത്തിൽ ഒരു പാരമ്പര്യം നിലനിൽക്കുമ്പോഴും ഭർത്താവിൽ നിന്നും തിരികെ എത്തിയ കമലയെ 'തിരിച്ചു പോയി ദാസ് പറഞ്ഞത് അനുസരിച്ചു ജീവിക്കുവാൻ' ആണ് അമ്മമ്മ നിർദ്ദേശിക്കുന്നത്. ഒരുപക്ഷേ നീറുന്ന അനുഭവങ്ങൾ കൂടിയാകാം ഈ എഴുത്തുകാരിയുടെ എഴുത്തുകളുടെ ഊർജ്ജമായതും. സ്വവർഗരതിയിൽ തല്പരനായ, സ്വന്തം ഭാര്യയെ മേലുദ്യോഗസ്ഥന്റെ കിടക്കറയിൽ തള്ളിവിടുന്ന ഒരു ഭർത്താവിനോട്, തനിക്ക് ഇനി ബ്രഹ്മചര്യം അനുഷ്ഠിക്കുവാനുള്ള അവസരം നൽകണമെന്നും നിങ്ങൾക്ക് പരിപൂർണ്ണ സ്വാതന്ത്ര്യം നൽകുന്നു എന്നും പറഞ്ഞത് എത്രത്തോളം തന്റെ വിവാഹജീവിതത്തോടുള്ള വിരക്തി ആയിരിക്കണം എന്നും ഞാൻ ചിന്തിച്ചു.

എന്നാൽ വീണ്ടും എന്നെ അവരിൽ അത്ഭുതപ്പെടുത്തിയത്, വിധവ ആയതിനുശേഷം അവരുടെ ശരീരത്തിന്റെയും മനസ്സിന്റെയും എന്തിന് ജീവിതത്തിന്റെയും ഗതി മാറ്റിയ പ്രണയം ആയിരുന്നു. കമലാദാസിന്റെ ആരാധകൻ, മത

പണ്ഡിതൻ, ഉറുദു കവിതകളുടെ മധുരമായ സ്വരമാധുരി യുടെ ഉടമ. അങ്ങനെ ഒരാൾ അവരെ സ്പർശിച്ചത് വെറും തൊലിപ്പുറത്ത് മാത്രമായിരുന്നില്ല. അവരുടെ ഹൃദയത്തി ന്റെയും പ്രണയത്തിന്റെയും അടിവേരുകളിൽ ആയിരുന്നു. പുതുമഴ ലഭിച്ച മണ്ണിനെപോലെ അവർ തയ്യാറെടുത്തു പ്രണയത്തിനുവേണ്ടി എന്തും ത്യജിക്കാൻ. ഒടുവിൽ അവരെ ആ പ്രണയം 'ഒരു പ്രഭാതനക്ഷത്രമാക്കി.' കമലാ സുരയ്യ ആക്കി.

''അയാൾ മടങ്ങി വന്നിരുന്നു എങ്കിൽ കമല അയാൾ ക്കൊപ്പം പോകുമായിരുന്നോ എന്ന മെറിലിയുടെ ചോദ്യ ത്തിന്, ''പോകുമായിരുന്നു. എനിക്ക് മറ്റൊന്നും ബാധക മാകില്ലായിരുന്നു'' എന്ന് പറയുന്ന കമലയുടെ വാക്കു കളിൽ ആ പ്രണയത്തിന്റെ തീവ്രത അറിയാം. ഇസ്ലാം മതം സ്നേഹത്തിന്റെ മതമെന്നും അവർ എന്നുമെന്നും വിശ്വ സിച്ചു പോന്നു കഴിഞ്ഞു. ഇവിടെ എനിക്ക് എന്തുകൊണ്ടോ സധൈര്യം എഴുതുന്ന കമല മുറിവായി. അവർ എന്തു കൊണ്ട് അയാളോട് പറഞ്ഞില്ല.

''നീ, എന്റെ ശരീരത്തെയും മനസ്സിനെയും പ്രണയജല ത്താൽ വീണ്ടും ഉന്മത്തയാക്കി. എനിക്കൊരു മതത്തിന്റെയും മൂടുപടം വേണ്ട. നീ എന്നെ പ്രണയിക്കുക മാത്രം ചെയ്യൂ.'' എന്നത് എന്തുകൊണ്ടോ അവർക്ക് പറയുവാൻ സാധി ച്ചില്ല. അയാൾ അവരെ ഉപേക്ഷിച്ചു കടന്നു പോകുമ്പോഴും അയാളെക്കുറിച്ചു ഓർത്തുകൊണ്ട് എന്നും കണ്ണുനീർ പൊടിഞ്ഞു. കമലയുടെ ശരീരം വീണ്ടും അയാളെ ആവശ്യ പ്പെട്ടു. പ്രണയം എന്നാൽ വലിയൊരു തിരസ്കരണം കൂടിയാണല്ലോ. ഡോക്ടർ ഹുസൈൻ ആയിരിക്കണം ആ വേദനയിൽ നിന്നവർക്ക് ചെറിയൊരു മുക്തിയെങ്കിലും നൽകിയത്.

'വണ്ടിക്കാളകൾ' എന്നുള്ള കഥ എഴുതിയ സാഹചര്യവും ഇതിൽ വിവരിക്കുന്നുണ്ട്. തന്റെ കാമുകനെ കഥകളിൽ അവർ വീണ്ടും വരച്ചുവെയ്ക്കുന്നു. മതം അവരെ വല്ലാതെ ചൂഷണം ചെയ്തിരുന്നു എന്നൊരു തോന്നൽ എന്തു കൊണ്ടൊക്കെയോ കമലയിൽ നിറഞ്ഞു നിന്നു. കറുത്ത ബുർഖ ഊരിയെറിഞ്ഞു നഗ്നയായി നടക്കുവാൻ അവർ ആഗ്രഹിച്ചിരുന്നിരിക്കണം. അവരുടെ കൃഷ്ണനെയും കൊണ്ടാണ് അവർ ഇസ്ലാം ആയതെന്നും പറഞ്ഞു വെയ് ക്കുന്നു. അതൊരുപക്ഷേ തനിക്ക് എന്നും വൈകാരിക മായ അനാഥത്വം ഉണ്ടാകരുതെന്ന് കരുതിയുമാകണം.

മരണമെന്ന യാത്രയിലേക്ക് കയറും മുൻപ്, അവർ ഒരിക്കൽ കൂടി നീർമാതളഭൂമിയിൽ എത്തുന്നു. അവിടെ എന്നന്നേക്കുമായി തന്റെ കൃഷ്ണനെ ഉപേക്ഷിച്ചുപോരുന്നു. എന്ത് വേഷം ധരിച്ചാലും എന്ത് പേരിട്ടു വിളിച്ചാലും അവൾ നാലപ്പാട്ടെ ആമി മാത്രം ആകുന്നു. പ്രണയത്തിന്റെ, രതിയുടെ, വശ്യമായ കവിതകളുടെ, ശേഷിക്കുന്ന രാജകുമാരി മാത്രം ആകുന്നു

'യാഹ്, അല്ലാഹ്! ഇനിയെങ്കിലും എന്നെ ശിക്ഷിക്കൂ. നിന്നിലുമധികം ഞാൻ അവനെ സ്നേഹിച്ചുപോയി.'

ആസ്വാദനം

ലിപികാ നേത്ര

കൃത്യം, അരമണിക്കൂറിൽ, അനിരുദ്ധന്റെ കോൾ വന്നു. ഞാൻ അല്പമൊന്നു മടിച്ചാണ് എടുത്തത്.

''ലിപികാ, കൊള്ളാം. നന്നായിട്ടുണ്ട്. ഭാഷാപരമായ, കുറച്ച് മിസ്റ്റേക്ക്സ് ഉണ്ട്. ബട്ട് യുവർ ലാംഗ്വേജ് ഈസ് അമീസിങ്. എനിക്കിഷ്ടപ്പെട്ടു. ഇത് നിന്റെ പേരിൽ തന്നെ സൺഡേ സപ്ലിമെന്റിൽ കൊടുക്കാം.''

''അയ്യോ, വേണ്ടാ അനി. തന്റെ പേരിൽ തന്നെ കൊടുത്താൽ മതി.''

ഞാൻ എന്തുകൊണ്ടോ പെട്ടെന്ന് അങ്ങനെ പറഞ്ഞു.

''ആഹാ, ഇത് കൊള്ളാം. ഓരോരുത്തർ ഇവിടെ പത്രത്തിൽ ഒരു ഇന്റർവ്യൂവോ ലേഖനമോ ഒക്കെ അടിച്ചുവരാൻ, ഇല്ലാത്ത കുടുംബദാരിദ്ര്യം പോലും വിഷയമാക്കുന്നുണ്ട്. ഇവിടെ ചുളുവിൽ ഒരു ലേഖിക ആകുമെന്ന് പറയുമ്പോൾ ഇയാൾക്ക് അത് വേണ്ടത്രെ.''

''എന്റെ എഴുത്ത് അതിനുവേണ്ടി ഉണ്ടോ അനി? എനിക്കെന്തോ പോലെ.''

''എടോ, ഞാൻ എന്തായാലും ഇത് പ്രസിദ്ധീകരിക്കുവാൻ തീരുമാനിച്ചു. താൻ ഉറങ്ങിക്കോ. എനിക്ക് കുറച്ച് ജോലിയുണ്ട്. ഗുഡ് നൈറ്റ്.''

അനിരുദ്ധൻ, ഫോൺ വെച്ചു കഴിഞ്ഞും ഉള്ളിൽ നുരഞ്ഞു പൊന്തുന്ന ആഹ്ലാദത്തെ എങ്ങനെ പ്രകടിപ്പിക്കണമെന്ന് അറിയാതെ ഞാൻ തരിച്ചുനിന്നു. അനിരുദ്ധനോട് വേണ്ടെന്നൊക്കെ ജാടയ്ക്ക് പറഞ്ഞുവെങ്കിലും സ്വന്തം എഴുത്ത് അച്ചടിച്ചു വരുന്നത് ആർക്കാണ് ഇഷ്ടമില്ലാത്തത്.

ഏറ്റവും സന്തോഷത്തോടെ ഞാൻ അന്ന് ഉറങ്ങി. ആദ്യത്തെ അധരചുംബനങ്ങൾക്കും കെട്ടിപ്പിടുത്തങ്ങൾക്കും ശേഷം തീർച്ചയായും

എന്റെ ലോകം മാറിക്കഴിഞ്ഞിരുന്നു. ദാസിനു ബാങ്കിൽ ഓഡിറ്റിംഗ് തുടങ്ങിയതും ഞങ്ങൾക്ക് മാത്രമായി ഒരുപാട് സമയങ്ങൾ അനുവദിച്ചു തന്നു. മിക്കവാറും രാത്രികളിൽ ഞാൻ അനിരുദ്ധനേയോ അനിരുദ്ധൻ എന്നെയോ ഫോൺ ചെയ്തു സംസാരിച്ചുകൊണ്ടിരുന്നു. ചിലപ്പോൾ പാതിരാവോളം മറ്റു ചിലപ്പോൾ വെളുക്കുവോളം പ്രണയത്തിന്റെ അതീവഗാഢമായ അലസതകളും മൂർച്ഛകളും പരസ്പരം അനുഭവിച്ചുപോന്നിരുന്നു.

''നിന്റെ മുടിക്ക് എന്തൊരു ഗന്ധം ആണെന്നറിയാമോ?''

ഫോൺ ചുണ്ടുകളോട് കൂടുതൽ ചേർത്തുപിടിച്ചുകൊണ്ട്, അനി മെല്ലെ എന്റെ കാതുകളിൽ മന്ത്രിച്ചു.

''എന്ത് ഗന്ധമാണ്?''

''ഗന്ധരാജന്റെ, പാലപ്പൂവിന്റെ, കുടമുല്ലകളുടെ തീക്ഷ്ണമായ ഗന്ധം.''

ഞാൻ മെല്ലെ ചിരിക്കും. ഒരു തലയിണ എനിക്ക് കുറുകെ വെച്ചുകൊണ്ട്, അനിരുദ്ധനാണ് അതെന്ന് സങ്കല്പിച്ചുകൊണ്ട് ഞാൻ ആ നെഞ്ചിൽ കിടക്കും.

''ഉം, ഇവിടെ, പിച്ചിപ്പൂക്കൾ ഉണ്ട് അനീ. അത് എന്നും സന്ധ്യയ്ക്ക് ഞാൻ മുടിയിൽ ചൂടും. അതാകും.''

''ഹോ...'' അയാളുടെ ശ്വാസം എന്റെ കാതുകളിൽ നിന്നും നെഞ്ചിൽ നിന്നും അടിവയറിലേക്ക് ഒഴുകും. ഞാൻ കോരിത്തരിക്കും.

''ലിപികാ, എനിക്ക് ആ പൂക്കളോട് അസൂയ തോന്നുന്നു. നിന്റെ മുടിയിഴകളിൽ സ്ഥാനം പിടിക്കുമ്പോൾ, എനിക്ക് നിന്റെ പാദങ്ങൾ പതിക്കുന്ന മണ്ണിനോടുപോലും അസൂയയാണ്.''

ഞാൻ അല്പം ഉറക്കെ ചിരിച്ചു.

''അനീ, നീ വല്ലാതെ പൈങ്കിളി ആകുന്നു.''

അയാളും ചിരിച്ചു.

''ഉം... അല്ലെങ്കിലും കമിതാക്കൾ എന്നും പൈങ്കിളിയാണ്. ആരൊക്കെ എന്തൊക്കെ പുരോഗമനം പറഞ്ഞാലും പ്രണയിക്കുന്നവർക്ക് പൈങ്കിളിതന്നെ വേണം. അവർ പരസ്പരം ഇക്കിളിപ്പെടണം. അവരിൽ രോമാഞ്ചം ഉണ്ടാകണം. അവരുടെ കണ്ണുകൾ കൂമ്പിയടയണം, ചുണ്ടുകൾ നുകർന്നുകൊണ്ടിരിക്കണം.''

അത്, സത്യമായിരുന്നു. ഏതു പ്രായത്തിലും ഏതു കാലത്തിലും പ്രേമം പൈങ്കിളിയാകണം.

''നിനക്ക്, ദൈവത്തിൽ വിശ്വാസമുണ്ടോ?''

ഞാൻ, എന്ത് പറയണമെന്ന് രണ്ടോ മൂന്നോ നിമിഷങ്ങൾ ആലോചിച്ചു. ഒടുവിൽ ഇല്ലെന്ന് മറുപടി പറഞ്ഞു.

‘‘എന്തേ, നീ കമ്മ്യൂണിസ്റ്റ് ആണോ?’’ അനിരുദ്ധൻ തമാശ മട്ടിൽ ചോദിച്ചു.

‘‘എനിക്ക് അങ്ങനെ ഒരു രാഷ്ട്രീയത്തോടും പക്ഷം ചേരലില്ല. എനിക്ക് ആകെ ഇഷ്ടമുള്ള ഭരണാധികാരി, ഖലീഫ ഉമർ ആണ്. അമ്മ, ചെറുപ്പത്തിൽ പറഞ്ഞു തന്ന കഥയിൽ ആ ഭരണാധികാരി മാത്രമേ ഒരു അമ്മയുടെയും മക്കളുടെയും വിശപ്പ് മാറ്റിയിട്ടുള്ളൂ. പട്ടിണി കിടക്കുന്ന ആളുകൾ ഉണ്ടെങ്കിൽ, കേറിക്കിടക്കാൻ വീടില്ലാത്തവർ ഉണ്ടെങ്കിൽ, വിദ്യാഭ്യാസമുണ്ടായിട്ടും തൊഴിൽരഹിതർ ഉണ്ടെങ്കിൽ അവിടെ ഒരു ഭരണകൂടമുണ്ടാകുമെന്ന് ഞാൻ കരുതുന്നില്ല.’’

‘‘ഉം. ഒരുവിധത്തിൽ എല്ലാ ആശയങ്ങളും രാഷ്ട്രീയമാണ്. എല്ലാ ആദർശങ്ങളും രാഷ്ട്രീയമാണ്, നിന്റെയും.’’

‘‘ഉം...’’

‘‘നീ അപ്പോൾ ക്ഷേത്രങ്ങളിൽ പോകാറേയില്ല?’’

‘‘ഉണ്ടല്ലോ, പക്ഷേ, ഞാനൊന്നും പ്രാർഥിക്കാറില്ല. എനിക്ക് ക്ഷേത്രങ്ങളിലെ കൊത്തുപണികൾ, പ്രദക്ഷിണവഴികൾ, വൃക്ഷങ്ങൾ, ചന്ദനത്തിന്റെയും സാമ്പ്രാണികളുടെയും ഗന്ധങ്ങൾ, ക്ഷേത്രക്കുളം, അതൊക്കെ ഇഷ്ടമാണ്. എന്നതല്ലാതെ, വിഗ്രഹങ്ങളോട് ഇതുവരെ ഞാനൊന്നും ആവശ്യപ്പെട്ടിട്ടില്ല.’’

‘‘ദാസോ? ദാസ് വിശ്വാസിയാണോ?’’

ആദ്യമായിട്ടാണ്, അനിരുദ്ധൻ ദാസിനെക്കുറിച്ച് തിരക്കുന്നത്. എന്നിൽ അത് പൊടുന്നനെ എന്തോ ഒരുതരം നീറ്റൽ ഉണ്ടാക്കി. പ്രണയസല്ലാപങ്ങളിൽ ഭർത്താവിനെ ഓർമ്മിപ്പിക്കുന്ന കാമുകൻ അലോസരപ്പെടലാണ്. ഞാൻ ഇവിടെ സുഖമായി ഉറങ്ങുന്നുവെന്ന് കരുതി സ്വസ്ഥമായി എന്റെ ഭർത്താവ് എവിടെയോ എനിക്കു വേണ്ടി കൂടിയോ ജോലി ചെയ്യുന്നു. ഞാൻ, ഇവിടെ മറ്റൊരു പുരുഷനുമായി പാതിരാത്രിയിലും തത്ത്വങ്ങൾ പറഞ്ഞുകൊണ്ടിരിക്കുന്നു.

‘‘എനിക്ക്, ഉറക്കം വരുന്നു അനീ.’’

‘‘നമുക്ക്, നാളെ, പത്മനാഭസ്വാമീക്ഷേത്രത്തിൽ പോയാലോ?’’

‘‘ഉം.’’ അയാൾ ഫോൺ വെയ്ക്കുവാനുള്ള തിടുക്കത്തിൽ മാത്രമായിരുന്നു ഞാൻ. എന്റെ മനസ്സിൽ എന്തുകൊണ്ടോ ആ നിമിഷം ദാസ് മാത്രമേ ഉണ്ടായിരുന്നുവുള്ളൂ. അയാളെ ഓർത്ത് ഒരു തുള്ളി കണ്ണുനീർപോലും പൊടിഞ്ഞു.

പതിനൊന്ന്

പിറ്റേന്ന് അഞ്ച് മണി അലാറം മുഴങ്ങുമ്പോഴും ഞാൻ ഉണർന്നുതന്നെ കിടന്നിരുന്നു. ഇന്ന് പോകാം എന്നുള്ള അനിരുദ്ധന്റെ മെസ്സേജ് ഫോണിൽ വന്നു കിടന്നിരുന്നു. സാധാരണഗതിയിൽ അതെന്നെ സന്തോഷിപ്പിക്കേണ്ടതാണ്. എന്നിട്ടുമെന്തോ മറുപടി പറയാതെ ഞാൻ അവിടെ തന്നെ അലസമായി കിടന്നതേയുള്ളൂ.

അയാളോടുള്ള എന്റെ കൗതുകം പാടേ അവസാനിച്ചുവെന്ന് തോന്നി. അതേ നിമിഷം തന്നെ ഫോൺ ശബ്ദിച്ചു. അത് അനിരുദ്ധനായിരുന്നു. അയാൾ ആയിരിക്കുമെന്ന് ഊഹിച്ചിരുന്നു. കോൾ ശബ്ദം നിലയ്ക്കുന്നതുവരെ അതിൽ തന്നെ തുറിച്ചു നോക്കിയിരുന്നു. ഡിസ്പ്ലേയിൽ തെളിഞ്ഞുവന്ന അയാളുടെ പേരിൽ വെറുതെ വിരലുകൾ ഓടിച്ചുകൊണ്ടിരുന്നു. അത് നിലച്ച അടുത്ത നിമിഷം, ദാസിന്റെ കോൾ ശബ്ദിച്ചു. സെക്കന്റുകൾ പോലും കാത്തുനിൽക്കാതെ അതെടുത്തു.

‘‘ഹലോ, ദാസ്, നിങ്ങൾ എവിടെയാണ്?’’ ആവേശത്തോടെ ഞാൻ ചോദിച്ചു.

‘‘ലിപികാ, ഞാൻ വെള്ളിയാഴ്ച, മുംബൈയ്ക്ക് പോകുകയാണ്. കമ്പനി ആവശ്യമാണ്. തിരിച്ചു വരുവാൻ ഒരു മാസം കഴിയും.’’

യാതൊരു വിഷമവുമില്ലാതെ ദാസ് അത് പറഞ്ഞത്, എന്നെ ദേഷ്യപ്പെടുത്തുന്നതിനു പകരം വിഷമിപ്പിച്ചു. എന്റെ കണ്ണുകൾ നനഞ്ഞിരുന്നു.

ഞാൻ, വെറുതെ ഒന്ന് മൂളി. ദാസ് പോകണ്ടായെന്നോ ഞാൻ കൂടെ വന്നോട്ടേയെന്നോ മനസ്സ് ചോദിക്കുന്നുണ്ടായിരുന്നു. പക്ഷേ എന്തോ ഞാൻ മറ്റൊന്നും പറഞ്ഞില്ല.

‘‘നീ വേണമെങ്കിൽ അമ്മയെ കൂടെ വിളിച്ചു നിർത്തൂ. ഒറ്റയ്ക്ക് ആവില്ലേ?’’

‘‘അത്, സാരമില്ല.’’

‘‘ഓക്കേ, ഡിയർ. ടേക്ക് കെയർ.’’

ദാസ് ഫോൺ വെച്ചതിനുശേഷം, ഞാൻ അതിലെ സമയദൈർഘ്യത്തെനോക്കി. കൃത്യം രണ്ട് മിനിറ്റ് ഇരുപത്തിയേഴു സെക്കന്റ്. അതിനപ്പുറം ഒരിക്കലും നീണ്ടുനിന്നിട്ടില്ല ഞങ്ങളുടെ സംഭാഷണവും ജീവിതവും പോലും. ഞാൻ അനിരുദ്ധന്റെ നമ്പർ ഡയൽ ചെയ്തു. രണ്ടാമത്തെ ബെല്ലിൽ അയാളുടെ ശബ്ദം കേട്ടു.

"ഹലോ, ലിപികാ, നീ ഇന്ന് വരില്ലേ? നിനക്കൊരു സർപ്രൈസ് ഉണ്ട്."

"ഉം..."

"എന്തുപറ്റി? നീ കരഞ്ഞോ? ശബ്ദം വല്ലാതെയിരിക്കുന്നു." എന്റെ ശബ്ദത്തിലും ഒളിഞ്ഞിരിക്കുന്ന സങ്കടങ്ങളെ കണ്ടുപിടിക്കുവാൻ ഇത്ര എളുപ്പമാണോയെന്ന് ഞാൻ ആശങ്കപ്പെട്ടു. വീണ്ടും തികട്ടി വന്ന കരച്ചിലിനെ പാടുപെട്ട് ഒതുക്കി.

"ഇല്ല, അനീ. ഞാൻ തയ്യാറാകുവാൻ തുടങ്ങുകയായിരുന്നു. എന്താണ് സർപ്രൈസ് എന്ന് പറഞ്ഞത്."

"എന്റെ പെണ്ണേ, നേരത്തെ പറഞ്ഞിട്ട് തരുന്നതാണോ സർ പ്രൈസ്. നിന്റെ കാര്യം."

അയാൾക്കൊപ്പം ഞാനും ചിരിച്ചുപോയി. എന്റെ കണ്ണുനീരിനെ പുഞ്ചിരിയാക്കി മാറ്റുവാൻ കെൽപ്പുള്ള മറ്റൊരാളും അന്നേവരെ എന്റെ ജീവിതത്തിൽ ഉണ്ടായിട്ടില്ല. പത്മനാഭസ്വാമി ക്ഷേത്രത്തിൽ സാമാന്യം നല്ല തിരക്ക് ഉണ്ടായിരുന്നു. അസ്തമയസൂര്യന്റെ നിറ മുള്ള കുർത്തിയിലും കസവുകരയുള്ള മുണ്ടിലും അനിരുദ്ധൻ സൂര്യനെപ്പോലെ ജ്വലിച്ചു നിന്നു. മെറൂൺകളർ കരയുള്ള സെറ്റു സാരിയായിരുന്നു എന്റെ വേഷം. തൊഴുത്, ഇറങ്ങുമ്പോ അനിരുദ്ധൻ എന്നെ നോക്കി ചിരിച്ചു.

"ഇവിടെ, നമ്മൾ തൊഴുത് ഇറങ്ങിയ ഇടമില്ലേ? അവിടെ തറ യിൽ കാതോർത്താൽ കടലിന്റെ ഇരമ്പൽ കേൾക്കാം എന്നാണ് പറയുന്നത്."

അനിരുദ്ധൻ, എന്നോട് പറഞ്ഞു. ഞാൻ മറുപടിയൊന്നും പറ യാതെ വിളറിയ ചിരി മാത്രം സമ്മാനിച്ചു. ക്ഷേത്രത്തിന്റെ ഇരു വശത്തും പൂക്കൾ വിൽക്കുന്നവരും ബൊമ്മകൾ വിൽക്കുന്നവരും കുപ്പിവളക്കച്ചവടക്കാരും ആവശ്യക്കാരെ വാക്കുകളിൽ മാധുര്യം ചേർത്തു വിളിക്കുന്നുണ്ടായിരുന്നു.

"നീ വാ."

അനിരുദ്ധൻ എന്റെ കൈപിടിച്ചുകൊണ്ട് വളക്കച്ചവടക്കാരിൽ ഒരാളുടെ അടുത്ത് കൊണ്ടുപോയി. ക്ഷേത്രത്തിലേക്ക് എത്തുന്ന പെൺകൊടികൾ അനിരുദ്ധനെ കൺകോണുകളാൽ പ്രേമപൂർവ്വവും എന്നെ അസൂയയാലും നോക്കുന്നത് ഞാൻ കണ്ട് ആസ്വദിച്ചുകൊണ്ടി രുന്നു.

"ആ മഞ്ഞ നിറമുള്ള കുപ്പിവള എടുക്കൂ."

അനിരുദ്ധൻ കച്ചവടക്കാരനോട് പറഞ്ഞു. പഴുത്ത നാരങ്ങയുടെ വിളറിയ, മഞ്ഞ നിറമുള്ള കുപ്പിവളകളെ, ആ പ്ലാസ്റ്റിക് കവറിൽ നിന്ന് മോചിപ്പിച്ച്, എന്റെ കൈകളിൽ അണിഞ്ഞു തന്നു. തൃപ്തിയോടെ എന്റെ കൈകളിലൂടെ അവയെ തലോടി. ഞാൻ പുഞ്ചിരിച്ചു.

"നിന്റെ കൈകൾക്ക് ഇത് നന്നായി ചേരുന്നുണ്ട്."

"അമ്മാ, ലക്ഷണം പാക്കട്ടുമാ?"

കൈനോട്ടക്കാരിയായ ഒരു സ്ത്രീ, ഞങ്ങൾക്കു മുന്നിൽ വന്നു നിന്നു. അനിരുദ്ധൻ, നോക്കണോ എന്നൊരു അർത്ഥത്തിൽ എന്നെ നോക്കി. അവർ ഞങ്ങളെ സൂക്ഷ്മമായി നിരീക്ഷിച്ചു.

"ഉങ്കളെ രണ്ടാളെയും പാക്കറ്ത്ക്ക്, പത്മനാഭനും ലക്ഷ്മീദേവിയും പോലെ, പരമേശ്വരനും പാർവതിദേവിയും പോലെ പൊരുത്തമായിറുക്ക്. "

ഞാൻ ചിരിച്ചു. ഒരു സ്ത്രീയെയും പുരുഷനെയും ഒന്നിച്ചു കണ്ടാൽ അവർ തമ്മിലുള്ള ബന്ധം അറിഞ്ഞാലും ഇല്ലെങ്കിലും കൈനോട്ടക്കാരുടെ ആദ്യത്തെ ഡയലോഗ് എന്നും ഇതാണ്.

"ഞങ്ങൾ മുജ്ജന്മത്തിൽ ആരായിരുന്നുവെന്ന് പറയാമോ? ഭാര്യാഭർത്താക്കന്മാർ തന്നെയായിരുന്നുവോ?"

അനിരുദ്ധൻ അവരോട് ചോദിച്ചു. ധ്യാനത്തിൽ എന്നതുപോലെ അവർ കണ്ണുകളടച്ചു. രണ്ടോ മൂന്നോ നിമിഷങ്ങൾ നിന്നു. പിന്നീട് പറഞ്ഞു.

"മുഴുസാ സൊല്ലമുടിയാത്പ്പാ, ഇറുന്താലും ഒന്ന് സൊല്രെ. ഇന്ത അമ്മാവും നീങ്കളും ജന്മജന്മമാ കാതലിച്ചിറുന്തവങ്കെ. ആനാ എന്ത ജന്മത്തിലെയും ഇന്ത അമ്മാവുക്ക് ഉങ്കളെ കെടക്കാമ പോയിട്ടാങ്കെ. ഇന്ത ജന്മത്തിലെയും ഉങ്കള്ക്കുള്ളെ പ്രച്ചനൈകൾ വരത്താ സെയ്യും. കൊഞ്ചം ജാഗ്രതയാ ഇരുങ്കെ. ആമാ ഉങ്കളുക്ക് ഒരു പയ്യൻ താനേ?"

"അതേ." അനിരുദ്ധൻ വളരെ എളുപ്പം മറുപടി പറഞ്ഞു. ഞാൻ അയാളെ പാളിനോക്കി.

"ഉം. നല്ലാറുക്കട്ടും. പത്മനാഭൻ കാക്കട്ടും."

അവർ അനിരുദ്ധൻ നൽകിയ നൂറുരൂപാ നോട്ടും വാങ്ങി, ലക്ഷണം പാക്കട്ടുമായെന്ന് വിളിച്ചുകൊണ്ട് നീങ്ങി.

"പാവം, വെറുതെ, അവരെ തെറ്റിദ്ധരിപ്പിച്ചു."

"ആഹാ, പാവമോ? അവര് വയറ്റിപിഴപ്പിനു വേണ്ടി കള്ളം പറയുന്നവരാണെന്ന് മനസ്സിലായില്ലേ?"

അനിരുദ്ധൻ പതിയെ കാറിനടുത്തേക്ക് നടന്നുകൊണ്ട് ചോദിച്ചു.

‘‘അല്ല, ദൈവത്തിൽ വിശ്വാസമില്ലാത്ത ആളിന്, ഇതൊക്കെ വിശ്വാസമുണ്ടോ?’’

‘‘ദൈവത്തിൽ എനിക്ക് വിശ്വാസം ഇല്ലാത്തത് എന്തുകൊണ്ടാണെന്ന് അറിയാമോ?’’

‘‘എന്താണ്?’’

‘‘ദൈവം ഒരുകാലത്തും എന്നെ സഹായിച്ചിട്ടില്ല. നിസ്സാരപ്പെട്ട കണക്കുപരീക്ഷ പോലും ജയിപ്പിച്ചിട്ടില്ല. അതിനുശേഷം ഞാൻ ഒന്നും പ്രാർത്ഥിക്കാറില്ല.’’

‘‘ഹ, ഹ അതുകൊള്ളാം. പരീക്ഷയിൽ ജയിപ്പിക്കുന്ന ദൈവം എവിടെയെങ്കിലും ഉണ്ടെന്ന് ഞാനും വിശ്വസിക്കുന്നില്ല. അതല്ലെങ്കിൽ കണക്കിൽ അവരും മോശമാകും.’’

ഞങ്ങൾ ചിരിച്ചു. ആര്യഭവനിലെ മസാലദോശയോടും കാപ്പിയോടുമൊപ്പം പരസ്പരം പുഞ്ചിരികളും വാക്കുകളും മൗനങ്ങളും പങ്കുവെച്ചു.

‘‘നോക്കൂ.’’

അനിരുദ്ധൻ, ‘ശബ്ദം’ സപ്ലിമെന്റ് എനിക്ക് നേരെ ഉയർത്തി കാണിച്ചുകൊണ്ട് എന്റെ കൈകളിലേക്ക് വെച്ചുതന്നു. അതിൽ കമല സുരയ്യയുടെ ഭംഗിയുള്ള ചിത്രവും ‘പ്രണയത്തിന്റെ രാജകുമാരി’ യെക്കുറിച്ച് ഞാൻ എഴുതിയ ആസ്വാദനവും ഉണ്ടായിരുന്നു. വല്ലാത്ത സന്തോഷം തോന്നി. ജീവിതത്തിൽ ആദ്യമായി തോന്നുന്ന സന്തോഷം. കിട്ടുന്ന അംഗീകാരം. ഞാൻ ചിരിച്ചു.

‘‘ഭംഗിയായി അല്ലേ?’’

അനിരുദ്ധൻ ചോദിച്ചു. ഞാൻ വീണ്ടും ചിരിച്ചു.

‘‘ലിപികാ, നീയെന്നെ പ്രണയിക്കുന്നുണ്ടോ?’’

‘‘എന്നോടിത് എത്രാമത്തെ തവണയാണ് ചോദിക്കുന്നത്. പ്രണയത്തിൽ ഇത്രയും അവിശ്വസനീയത പാടില്ല.’’

ഞാൻ, ഒരു കഷ്ണം ദോശ മുറിച്ചെടുത്ത്, തക്കാളിച്ചട്നിയിൽ മുക്കി, അനിരുദ്ധന്റെ നേർക്കു നീട്ടി. അയാൾ അത് വാങ്ങി. ഞങ്ങൾക്ക് എതിർവശത്ത് ഇരിക്കുന്ന പ്രായമായ രണ്ടുപേർ ഞങ്ങളെ നോക്കിയെന്തോ പറഞ്ഞു. ഞാനത് ഗൗനിച്ചില്ല.

‘‘നീ ഇതുപോലെ എപ്പോഴെങ്കിലും ദാസിന് ആഹാരം കൊടുത്തിട്ടുണ്ടോ?’’

ഞാൻ മുഖം താഴ്ത്തി ചിരിച്ചു.

“ഞങ്ങൾ, ഇതുപോലെ ഒന്നിച്ചിരുന്ന് ആഹാരം കഴിച്ചതുപാലും ഓർമ്മയിലില്ല.”

“അതുകൊണ്ടാണോ നീ എന്നെ പ്രണയിക്കുന്നത്?”

“ഏതുകൊണ്ട്? എനിക്കൊപ്പം ദോശ കഴിക്കാത്തതിനാലോ?”

“തമാശ കളയൂ, ലിപികാ. പറയൂ, നീ എന്നെ പ്രണയിക്കുവാൻ കാരണമെന്താണ്?”

ഞാൻ അല്പനേരം ആലോചിച്ചു. അതേ, ഞാൻ ഇയാളെ പ്രണയിക്കുവാൻ കാരണമെന്താണ്? ഭംഗിയുള്ള ഒരു സാധാരണ പുരുഷൻ എന്നതിലുപരി ഇയാൾക്ക് എന്ത് അസാധാരണത്വമാണ് ഉള്ളത്? ഉത്തരം..!!

ഉത്തരം!!!

ഉത്തരം!!

അതെന്നെ ഭ്രാന്ത് പിടിപ്പിച്ചു. ഉത്തരം കിട്ടാതിരിക്കുമ്പോൾ ആയിരിക്കണം മറുചോദ്യങ്ങൾ പിറക്കുന്നത്?

“നിങ്ങൾ, എന്തുകൊണ്ടാണ് ആരെയും വിവാഹം ചെയ്യാതിരുന്നത്?”

അയാളുടെ കണ്ണിലെ വശ്യത മായുകയും പകരമൊരു കനൽ എരിയുകയും ഭയമോ പകപ്പോ തെളിയുകയും ചെയ്തു. അതോ എനിക്കങ്ങനെ തോന്നിയതോ? ഒന്ന് തീർച്ചയാണ്, വശ്യത മാഞ്ഞിരുന്നു.

“ലിപികാ, ഞാൻ, വിവാഹിതനാണ്. എനിക്കൊരു മകൾ ഉണ്ട്.”

അയാൾ നിസ്സാരമായി പറഞ്ഞുകളഞ്ഞു. വാക്കുകൾക്ക് ഇത്രയൊക്കെ നിസ്സാരപ്പെട്ട അവസ്ഥയേയുള്ളൂവെന്ന് ആദ്യമായി ഞാൻ തിരിച്ചറിഞ്ഞു. അനിരുദ്ധൻ പറഞ്ഞത് അതായിരിക്കില്ലെന്നു ഞാൻ വിശ്വസിച്ചു. അയാൾ കുറച്ച് മുൻപ് സൂചിപ്പിച്ച, പത്മനാഭസ്വാമി നടയ്ക്ക് മുന്നിലെ സാഗരത്തിന്റെ തിരയിളക്കം എന്റെ കാതുകളിൽ ആ നിമിഷം കേട്ടുകൊണ്ടിരുന്നു.

“നിങ്ങൾ, അങ്ങനെത്തന്നെയാണോ പറഞ്ഞത്?”

ഞാൻ, ഭ്രാന്ത് പിടിച്ചതുപോലെ, കണ്ണുനീരിൽ കുതിർന്ന ശബ്ദത്തോടെയാണ് ചോദിച്ചത്.

“അതേ, ലിപികാ. ഞാൻ വിവാഹിതനാണ്.”

ആ, വാക്യം എനിക്ക് ഒരിക്കലും സഹിക്കുവാൻ കഴിയുന്നതായിരുന്നില്ല. നിറഞ്ഞ കണ്ണുകളോടെ അയാളെ തുറിച്ചു നോക്കിയിരുന്നു. എന്റെ ദേഷ്യവും സങ്കടവും കണ്ണുകളിൽ പ്രതിഫലിച്ചു.

"അവളുടെ പേര്, സൈന്ധവി എന്നാണ്. ഒരിക്കൽ ഒരു കത്തിൽ നിന്നോട് ഇതേക്കുറിച്ച് സൂചിപ്പിച്ചതാണ്. നീ അത് വായിച്ചിട്ടുണ്ടാകില്ലയെന്ന് തോന്നിയിരുന്നു. അതല്ലെങ്കിൽ നിനക്കത് കിട്ടിയിരിക്കില്ലെന്നും."

അയാളോട് എന്താണ് പറയേണ്ടതെന്ന്, അറിയില്ലായിരുന്നു. നിർവികാരമായി വാക്കുകളറ്റ്, കണ്ണുകൾ നിറഞ്ഞ്, ചലിക്കുവാൻ പോലുമാകാതെ ഇതിനു മുൻപ് ഒരു ദിവസത്തെയും ഞാൻ നേരിട്ടിരുന്നില്ല. ഭൂമി നിശ്ചലമാകുന്ന, എന്നെ ഭ്രമണം ചെയ്യാത്ത അതിഭീകരമായ ഈ അവസ്ഥ ആവർത്തിക്കരുതേയെന്നു ഞാൻ ആഗ്രഹിച്ചു.

"**അ**തോടുകൂടി എല്ലാം അവസാനിച്ചുവെന്നാണ് ഞാൻ കരുതിയത്. പക്ഷേ ഞാൻ പറഞ്ഞില്ലേ? ഈ പ്രേമമെന്ന് പറയുന്നത് ഒരു കുഴപ്പം പിടിച്ച സംഗതിയാണ്. സൂര്യന്റെ ചൂടിൽ, ചിറകുകൾ കരിയുമെന്ന് പൂർണമായ ബോധ്യമുള്ളപ്പോഴും അതിനടുത്തെത്തുവാൻ പറക്കുന്ന പക്ഷിയെപ്പോലെ, തികച്ചും കുഴപ്പം പിടിച്ച സംഗതി."

"അതായത്, ദീദി വീണ്ടും ആ മനുഷ്യനിലേക്ക് എത്തിയതുപോലെ അല്ലേ?"

നൈനികയുടെ ചോദ്യത്തിലെ ദയനീയത, എന്റെ ഹൃദയത്തെയും പൊള്ളിച്ചുകഴിഞ്ഞിരുന്നു.

"ഉം."

അന്നേദിവസത്തെ കഥയെ ചുരുട്ടിവെച്ചുകൊണ്ട്, അവളോട് പൊയ്ക്കൊള്ളുവാൻ പോലും ആവശ്യപ്പെടാതെ അലസമായി എന്റെ മുറിയിലേക്ക് മനസ്സുകൊണ്ട് നിരങ്ങി നീങ്ങി. ആ നിമിഷം അയാളുടെ ചോദ്യം മനസ്സിൽ ആവർത്തിച്ചു ചോദിച്ചു.

"എന്താണ് നീയെന്നെ പ്രണയിക്കുവാനുള്ള കാരണം?"

ഞാൻ എന്റെ തുകൽച്ചുരുളിൽ നിന്നും ഒടിഞ്ഞു മടങ്ങിയ കത്തുകൾക്കുള്ളിൽ നിന്നും അയാളുടെ ചിത്രമെടുത്തു. നിന്റെ ചിരി.. നിന്റെ നോട്ടം, എന്നെ കാണുകയും വായിക്കുകയും ചെയ്യുമ്പോൾ നിനക്ക് ഉണ്ടാകുന്ന അത്ഭുതങ്ങൾ... വെറും കല്ലായിരുന്ന ഒരുവളെ വൈരമാക്കി മാറ്റിയ അതിഗൂഢമായ, അതീവ സാഹസികമായ രാകിമിനുക്കലിന്റെ അമരക്കാരൻ. എനിക്ക് നിന്നെ മാത്രമേ എന്റെ പ്രണയമായി സങ്കൽപ്പിക്കുവാൻ പോലും കഴിയുമായിരുന്നുള്ളൂ. നീ എന്റെ കാമുകനാകുമ്പോഴെല്ലാം ഭൂമിയിലെ മറ്റു പുരുഷന്മാർ അതിവിദഗ്ധമായി മണ്ണിലെ മേഘലങ്ങൾക്കിടയിൽ മറഞ്ഞിരിക്കുന്നു.

നീ...

നീ...

നീ...

അതല്ലാതെ ഒരു ഉത്തരവും എനിക്കുണ്ടായിരുന്നില്ല. ഞാൻ അയാളുടെ ചിത്രം നെഞ്ചിൽ ചേർത്തുവെച്ചു. മുറിവേറ്റ്, ചിറകുകൾ നഷ്ടപ്പെട്ട്, ഭൂമിയിലെ മണ്ണിൽ വീണുപോയ പക്ഷിയുടെ അതേ ആത്മനൊമ്പരത്തോടെ, അന്ന് അവിടെ നിന്നും തിരികെ മടങ്ങുമ്പോൾ കണ്ണുകൾ അനിയന്ത്രിതമായി ഒഴുകിക്കൊണ്ടിരുന്നു. മനസ്സിൽ ആർത്തലച്ചു പെയ്യുന്ന കടൽ പെയ്തൊഴിയുവാനായി കണ്ണിന്റെ മുറിവുകളെ കൂട്ടുപിടിച്ചിരുന്നുവെന്ന് പറയുന്നതാണ് യാഥാർത്ഥ്യം. ബസ്സിലായിരുന്നതിനാൽ, എന്നെ ആരൊക്കെയോ ശ്രദ്ധിക്കുന്നുണ്ടെന്ന് അറിയാമായിരുന്നു. ഞാൻ അവരെ, അവഗണിച്ചു. അപരിചിതരെങ്കിൽകൂടിയും ആരുമെന്റെ കണ്ണിന്റെ മുറിവുകളെക്കുറിച്ച് തിരക്കാതിരുന്നതും ആശ്വസിപ്പിക്കാതിരുന്നതും ആശ്വാസം നൽകി. ഈ ലോകവും എന്നെ കരയുവാൻ അനുവദിച്ചു കഴിഞ്ഞുവെന്നുള്ള ആഹ്ലാദത്തിൽ കൂടുതൽ ഉറക്കെ ഉള്ളിൽ നിശ്ശബ്ദമായി കരഞ്ഞുകൊണ്ടിരുന്നു. എന്നാൽ എന്റെയുള്ളിൽ ആരോ ചോദിച്ചുകൊണ്ടിരുന്നു. വാസ്തവത്തിൽ, ഞാൻ എന്തിനാണ് കരയുന്നത്? ഞാൻ വിവാഹിതയാണെന്നതുപോലെതന്നെ അയാളും വിവാഹിതനാണെന്നു മാത്രമല്ലേ പറഞ്ഞുള്ളൂ. എന്റെ ശരീരം മറ്റൊരാൾ സ്പർശിച്ചതാണ് എന്നതുപോലെ തന്നെ, അയാളും ഒരു സ്ത്രീയെ സ്പർശിച്ചിരുന്നുവെന്നതു മാത്രമല്ലേ പറഞ്ഞത്. അയാൾ എന്നോടെന്തിനാകും അത് മറച്ചുവെച്ചത്? വിവാഹിതനാണെന്ന സത്യമറിഞ്ഞാൽ ഞാൻ അയാളെ പ്രണയിക്കുകയില്ലെന്നു കരുതിയാകുമോ? അല്ല. വാസ്തവത്തിൽ, അത് നേരത്തെ അറിഞ്ഞിരുന്നുവെങ്കിൽ താൻ അയാളെ പ്രണയിക്കുമായിരുന്നുവോ?

അയാൾക്കൊരു മകൾ ഉണ്ടത്രെ. എന്ത് പ്രായം ഉണ്ടായിരിക്കും? അയാളുടെ പ്രായം വെച്ച് കണക്കാക്കിയാൽ ഏറിയാൽ രണ്ട്. അതല്ലെങ്കിൽ അഞ്ച്. ആരുടെ ഛായയാകും അവൾക്ക്? അയാളുടെ ഭംഗിയുള്ള കണ്ണുകൾ ഉണ്ടാകുമോ? ഉയർന്ന മൂക്കുണ്ടാകുമോ? അയാളുടെ നിറമുണ്ടാകുമോ? അതോ അവളുടെ ഛായയാണോ? അവളുടെ പേര്? അതെന്താണ് അയാൾ പറഞ്ഞത്? മറന്നു. ഓഹ്, എന്റെ മനസ്സിനോട് മതിപ്പ് തോന്നി. ഒരു വശം ഉറക്കെ അലറി വിളിക്കുകയും മറുവശം ശാന്തമായി അവരെക്കുറിച്ച് ചിന്തിക്കുകയും ചെയ്യുന്നതിലുള്ള ആത്മാർത്ഥമായ മതിപ്പ്.

എന്റെ മുറിയിലെ, ഷെൽഫിൽ നിന്നും 'ഏകാന്തതയുടെ നൂറു വർഷങ്ങൾ' എന്ന പുസ്തകം വലിച്ചെടുത്തു. അതിലാണ് അയാളുടെ കത്തുകൾ ഞാൻ സൂക്ഷിച്ചു വെച്ചിട്ടുള്ളത്. വലിയൊരു ശലഭത്തിന്റെ അസ്ഥിപഞ്ജരവും അതിലുണ്ടായിരുന്നു.

മുൻപൊരിക്കൽ, എന്റെ വരാന്തയിൽ ഏതോ പുസ്തകത്തിന്റെ മുഷിപ്പിക്കുന്ന വരികൾ വായിച്ചുകൊണ്ടിരിക്കവേയാണ്, വലിയ ഈ ശലഭം എന്നെ ശല്യപ്പെടുത്തിയത്. അതിനെ കൈയിൽ പിടിച്ചുകൊണ്ട് ഒരു ചിത്രമെടുത്തശേഷം, എന്റെ ബ്ലൗസിനു താഴേ കുത്തിയിരുന്ന സേഫ്റ്റി പിൻകൊണ്ട് കുത്തി, അതിന്റെ ജീവൻ ഞാൻ എടുത്തു. ശലഭങ്ങളെക്കുറിച്ച് ഗവേഷണം നടത്തിയിരുന്ന എന്റെ സുഹൃത്ത് അമേലിയയ്ക്ക് ആ ചിത്രം ഞാൻ അയച്ചു കൊടുത്തു.

"ഇത്, ബുദ്ധമയൂരിയെന്ന് പേരുള്ള ശലഭമാണ് കുഞ്ഞേ." അവൾ പറഞ്ഞു.

"അത് ചത്തു." ഞാൻ നിർവികാരതയോടെ പറഞ്ഞു.

"അയ്യോ എങ്ങനെ? എന്തൊരു ഭംഗിയായിരുന്നു അതിന്?"

"നമ്മളെ, ശല്യപ്പെടുത്തുന്നതൊക്കെ, അതിനി എത്ര ഭംഗിയുള്ളവയാണെങ്കിലും അതിനെ ജീവിക്കാൻ സമ്മതിക്കരുത് അമേലിയ."

"ഓഹ്, അതിനെ നീ കൊന്നു അല്ലേ?"

ഞാൻ ചിരിച്ചു. അവൾക്കെന്നെയറിയാം എന്നുള്ളതുകൊണ്ടു തന്നെ അത്ഭുതമൊന്നും തോന്നിയിട്ടുണ്ടാവില്ലെന്ന് ഊഹിച്ചു. ബുദ്ധമയൂരി, അതെന്റെ പുസ്തകത്തിൽ ഇപ്പോഴും ശിക്ഷിക്കപ്പെട്ട് ഉറങ്ങുന്നു. ഞാൻ, അയാൾ എനിക്കയച്ച മൂന്നാമത്തെ കത്തിന്റെ വായിച്ച് മടക്കിയ ഭാഗം നിവർത്തിവെച്ച് വായിച്ചു.

> "നീ, എന്റെയീ അസ്വഭാവികമായ തുറന്നുപറച്ചിലിനെ ഏത് വിധേന സ്വീകരിക്കുമെന്നോ എന്നെ ഉപേക്ഷിച്ച് പോകുവാനോ അതല്ലെങ്കിൽ എന്നെ പ്രണയിക്കാതിരിക്കുവാൻ കാരണമായേക്കുമോ എന്നൊക്കെ അതിഭീകരമായി ഭയപ്പെടുന്നുവെങ്കിൽക്കൂടിയും നിന്നോടിത് പറയാതിരിക്കുവാൻ കഴിയുന്നില്ല. എന്റെ ജീവിതത്തിലെ മൂന്നാമത്തെ സ്ത്രീയാണ് നീ. ആദ്യം ഞാൻ സ്നേഹിച്ചിരുന്ന പെൺകുട്ടി. അവളുടെ പേര്, ആരതി. അവൾ എന്നെ ഉപേക്ഷിച്ചു പോകുമെന്ന് ഒരിക്കലും കരുതിയിരുന്നില്ല. പെട്ടെന്ന് ഒരു ദിവസം എന്നെ വേണ്ടെന്ന് വെച്ചുകൊണ്ട് എന്റെ ജീവിതത്തിൽ നിന്നും അവൾ ഇറങ്ങിപ്പോകുകയായിരുന്നു. അവളെ ഞാൻ അന്വേഷിക്കാത്ത ഇടങ്ങൾ

ഇല്ലായിരുന്നു. എല്ലാത്തരത്തിലും അവളെന്നെ ഉപേക്ഷിച്ചു കഴിഞ്ഞുവെന്ന് പൂർണ്ണമായും ബോധ്യപ്പെട്ട അവസ്ഥ എന്നെ ഭ്രാന്തനാക്കി. ആ സമയത്തായിരുന്നു, സൈന്ധവിയുമായുള്ള എന്റെ വിവാഹത്തീയതി നിശ്ചയിക്കപ്പെട്ടത്.

ചെറുപ്പത്തിലേ അച്ഛനും അമ്മയും നഷ്ടപ്പെട്ട എന്നെ എടുത്തു വളർത്തിയത്, പഠിപ്പിച്ചത്, ജോലി വാങ്ങിത്തന്നത്, എല്ലാം സൈന്ധവിയുടെ അച്ഛൻ ആയിരുന്നു. എന്നെ മാത്രം സ്നേഹിച്ചിരുന്ന അവളെ പൂർണ്ണമായും സ്നേഹിക്കാൻ എനിക്ക് കഴിയുകയില്ലെന്ന് ബോധ്യമുണ്ടായിട്ടും അവളെ വിവാഹം ചെയ്തു. വിവാഹശേഷവും പല സ്ഥലങ്ങളിലും ആരതിയെ തിരഞ്ഞു. പതിയെ പതിയെ എന്റെ അകൽച്ച അവൾ മനസ്സിലാക്കി. അതിനിടയിൽ ഞങ്ങൾക്കൊരു മകൾ ജനിച്ചു. എന്നിട്ടും അവളെയും മകളെയും എനിക്ക് ഒരിക്കലും സ്നേഹിക്കുവാൻ കഴിഞ്ഞില്ല. ഞാൻ അവരെ കൂടെകൂട്ടാതെ ഇവിടേക്ക് വന്നു. ഇവിടെ വെച്ച് അപ്രതീക്ഷിതമായി നിന്നെ കണ്ടു. എന്റെ ആരതിയെപ്പോലെ ഒരു സ്ത്രീ. നീ അവൾ തന്നെയാണെന്ന് കരുതി നിന്നെ പിന്തുടർന്നു. നിന്റെ ഓഫീസിൽ നിനക്ക് വന്ന ഒരു പോസ്റ്റിൽ നിന്നും നിനക്ക് കത്തുകൾ എഴുതാൻ തുടങ്ങി. നീ അവൾ അല്ലെന്നും മറ്റൊരാളിന്റെ ഭാര്യ ആണെന്നും തിരിച്ചറിഞ്ഞപ്പോഴും എനിക്ക് നിന്നെ പിന്തുടരുന്നതിൽ നിന്നും വേർപെടുവാൻ കഴിഞ്ഞതുമില്ല. സത്യത്തിൽ, ഞാൻ എന്റെ മകളെയോ ഭാര്യയെയോ എന്തിന് ആരതിയെ പോലും മറന്നുകഴിഞ്ഞിരിക്കുന്നു. എന്റെ ലോകം നീയായി മാറിക്കഴിഞ്ഞിരിക്കുന്നു.

നിന്റെ ഞാൻ

നീണ്ട ആ കത്ത് ദീർഘനിശ്വാസത്തോടെ ഞാൻ മടക്കി വെച്ചു. എനിക്ക് അയാളോട് യാതൊരുവിധ സഹതാപവും തോന്നിയില്ല. അയാളുടെ ഭ്രമങ്ങളെക്കുറിച്ച് ബോധ്യപ്പെടുകയും ചെയ്തു. ഇഷ്ടമില്ലാത്ത സ്ത്രീയിൽ കുഞ്ഞിനെ ജനിപ്പിക്കാൻ കാണിച്ച അയാളുടെ സന്മനസ്സ് എനിക്കൊട്ടും മനസ്സിലായില്ല. സൈന്ധവിയോടും ആരതിയോടും ഒരേസമയം, സ്നേഹവും അയാളെ സ്വന്തമാക്കിയതിൽ ദേഷ്യവും തോന്നി. ഞാൻ വീണ്ടും കത്തുന്ന കണ്ണുകളോടെ ആ ശലഭത്തിന്റെ അസ്ഥിപഞ്ജരത്തിൽ തഴുകി.

പന്ത്രണ്ട്

യഥാർത്ഥത്തിൽ സംഭവിച്ചത് തന്നെയാണോ അവർ ഈ പറഞ്ഞു കൊണ്ടിരിക്കുന്നത്? നൈനിക, വീണ്ടും അവളുടെ സംശയത്തെ മനസ്സിൽ ആവർത്തിച്ചുകൊണ്ടിരുന്നു. ഡയറിയിൽ പറയുന്നതി നോട് സാമ്യമുണ്ടെങ്കിലും എവിടെയോ എന്തൊക്കെയോ ഒളിപ്പി ക്കുന്നതുപോലെ. കഥയെഴുത്തുകാരികളെന്നാൽ തന്നെ, ഇന്ദ്രജാല ക്കാരാണ്. അവർ എഴുത്തിന്റെ മാജിക് കൊണ്ട്, സത്യത്തെ മറച്ചു വെച്ചു കളയും. അവരെ വീണ്ടും കാണുന്നതിന് മുൻപ്, കുറച്ചു വ്യക്തമായ ചോദ്യങ്ങൾ ഉണ്ടാക്കണം. അവൾ മനസ്സിൽ ആലോചിച്ചു കൊണ്ട് ഡയറി എടുത്തു. അതിന്റെ മധ്യഭാഗത്ത് വെച്ചിരുന്ന ചരട് മാറ്റി അവൾ വായിച്ചു.

> ''ഇന്ന്, ലിപിക അവളുടെ 'നീലപ്പരുന്ത്' എന്ന കഥ അയച്ചു. എനിക്ക് അവളോട് ബഹുമാനമോ ഭയമോ തോന്നി. ചീഫ് എഡിറ്റർ പറയുന്നതുപോലെ നന്നായി ഉപയോഗപ്പെടുത്തിയാൽ, അവൾ ഒരു തുറുപ്പുഗുലാനാണ്. അവളുടെ ലേഖനങ്ങൾക്ക് വായനക്കാരും വിമർശകരും ഉണ്ട്. എഴുതാൻ അറിയാവുന്നവരെ ഉപയോഗപ്പെടുത്തേ ണ്ടത് സബ് എഡിറ്റർ ആയിട്ടുള്ള എന്റെ കടമയാണ്. പക്ഷേ ശ്യാം പറഞ്ഞതുപോലെ, അവൾക്ക് എന്നോടുള്ള പ്രണയം അധികരിച്ചുകൊണ്ടിരിക്കുകയാണ്. ശ്യാമിന് അവളെ ഒരു രാത്രിയെങ്കിലും വേണമെന്ന് അവൻ എത്രയോ തവണയായി എന്നോട് ആവശ്യപ്പെടുന്നു. അവളുടെ ഉട ലളവുകളെക്കുറിച്ചും രതിയിൽ അവൾക്കുള്ള അമിതമായ താല്പര്യത്തെക്കുറിച്ചും പറഞ്ഞ്, അവനെ കൊതിപ്പിക്കു ന്നതും ഇപ്പോൾ എന്റെ വിനോദമാണ്.''

അവൾ അസ്വസ്ഥതയോടെ ആ ഡയറി അടച്ചുവെച്ചു. ഫോൺ എടുത്ത് ഡയൽ ചെയ്തു. നിർമ്മല മാഡമെന്ന് ഡിസ്പ്ലേയിൽ തെളിഞ്ഞു.

''പറയൂ''

''മാം, ഈ ലിപികാ നേത്രയുടെ നീലപ്പരുന്ത് എന്നുള്ള കഥ കിട്ടാൻ എന്തെങ്കിലും വഴിയുണ്ടോ?''

''എന്തേ, ഇപ്പോൾ അത് ചോദിക്കുവാൻ കാരണം?''

''അല്ല, ഞാൻ ആ ഡയറി വായിക്കുകയായിരുന്നു. അതിൽ ആ കഥയെക്കുറിച്ച് പറഞ്ഞിട്ടുണ്ട്. കഥകളിൽ എന്തൊക്കെയോ അവർ

ഒളിപ്പിച്ചുവെയ്ക്കുന്നതുപോലെ തോന്നുന്നു. ഒരുപക്ഷേ 'നീലപ്പരുന്ത്' നമ്മുടെ ലക്ഷ്യത്തിലേക്ക് തുറക്കുന്ന താക്കോൽ ആണെങ്കിലോ?''

''ഉം. നിന്റെ ഊഹം ശരിയാണെങ്കിൽ ആ പത്രമോഫീസുമായി ബന്ധപ്പെടേണ്ടി വരും. വർഷങ്ങൾക്ക് മുൻപ് ഉള്ളതായിരുന്നതിനാൽ, അവരത് ഓർക്കുന്നുണ്ടാകുമോ എന്നുതന്നെ സംശയമാണ്.''

''ഹേയ്, ലിപികാ നേത്രയെ അവർ മറക്കുവാൻ വഴിയില്ലെന്നു തോന്നുന്നു. അവിടെ ശ്യാം എന്നുള്ള പേരിൽ ആരെങ്കിലും ഉണ്ടോയെന്നും അന്വേഷിക്കണം. അയാൾ അവരെ തീർച്ചയായും മറന്നിട്ടുണ്ടാകില്ല.''

''ഡീറ്റെയിൽസ് കിട്ടിയിട്ട്, ഞാൻ അറിയിക്കാം.''

''ഓക്കേ, മാം. താങ്ക്സ്.''

ഫോൺ വെച്ചതിനു ശേഷവും നൈനിക, രാത്രി വൈകുവോളം അവളുടെ നിരീക്ഷണങ്ങളും ഊഹങ്ങളും കണ്ടെത്തലുകളും ഡയറിയിൽ കുറിച്ചുകൊണ്ടിരുന്നു. ഏകദേശം രണ്ടുമണിയോടെയാണ് നൈനികയ്ക്ക് വീണ്ടും നിർമ്മലയുടെ കോൾ വന്നത്.

''ഹാ, മാം പറയൂ.''

''തിരുവനന്തപുരത്തുള്ള എന്റെ രണ്ടു സുഹൃത്തുക്കൾ വഴി, 'ശബ്ദം' പബ്ലിക്കേഷൻസിനെക്കുറിച്ച് അന്വേഷിച്ചു. അവരുടെ പത്രങ്ങൾ ഇപ്പോൾ അച്ചടിക്കുന്നില്ല. പുസ്തകപബ്ലിക്കേഷൻ മാത്രമേ ഉള്ളൂ.''

''ഉം, ശ്യാമിനെക്കുറിച്ച് എന്തേലും?''

''ഞാൻ, തിരക്കി. അയാൾ അനിരുദ്ധനെ കാണാതായി വളരെ കുറച്ചുനാൾ മാത്രമേ വർക്ക് ചെയ്തിരുന്നുള്ളൂ. അതിനുശേഷം അയാൾക്ക് ഒരു ആക്സിഡന്റ് സംഭവിച്ചു. രണ്ടു കണ്ണുകളുടെയും കാഴ്ച നശിച്ചു. ഇപ്പോൾ കാട്ടാക്കടയിലുള്ള അയാളുടെ വീട്ടിൽ തന്നെയാണ്.''

''ശ്ശോ, കഷ്ടമായല്ലോ മാം. അയാളെ കണ്ടെത്തുവാൻ സാധിച്ചിരുന്നെങ്കിൽ അനിരുദ്ധനെക്കുറിച്ചും ലിപികയെക്കുറിച്ചും കൂടുതൽ അറിയാമായിരുന്നു.''

'' നീ നിരാശപ്പെടേണ്ട. എന്റെ കൈയിൽ അയാളുടെ അഡ്രസ്സ് ഉണ്ട്. അയാളെ പോയി കാണണം ഉടനെ.''

''ഓഹ് ഗുഡ്. നമുക്ക് പോകാം. ആ മാം പിന്നേ, ആ കഥ?''

''അതൊരു ചെറുകഥയാണ്. പക്ഷേ ആ സമയത്ത് അതുണ്ടാക്കിയ ഇമ്പാക്റ്റ് വളരെ വലുതായിരുന്നു. നിനക്ക് ഞാൻ അത് മെയിലിൽ അറ്റാച്ച് ചെയ്തിട്ടുണ്ട്.''

അവൾ ഫോൺ എളുപ്പം വെയ്ക്കുകയും മെയിൽ ഓപ്പൺ ചെയ്ത് ആ കഥ വായിക്കുവാൻ തുടങ്ങുകയും ചെയ്തു.

നീലപ്പരുന്ത്

സമയം ഏകദേശം മൂന്നുമണി ആയിട്ടുണ്ട്. പുലർന്നു വരുന്നതേയുള്ളൂ. ശ്രാവൺ, തലേദിവസം ഉറങ്ങിയിരുന്നില്ല. അയാളുടെ കാതിൽ മുഴുവൻ, അവൾ പറഞ്ഞ വാക്കുകൾ ആയിരുന്നു.

''ശ്രാവൺ, രണ്ടു ദിവസം, രണ്ടു ദിവസം നമുക്ക് മാത്രം ഉള്ളതാണ്.''

സാഹിത്യക്യാമ്പ് തിരുവനന്തപുരം വൈലോപ്പിള്ളി സംസ്കൃതി ഭവനിൽ നടക്കുന്നുണ്ട് എന്നുള്ള കള്ളം പറഞ്ഞുകൊണ്ടാണ് അവൾ വരുന്നത്. രണ്ടു ദിവസം പൂർണ്ണമായും തന്റേതു മാത്രമായി. ഓർക്കുംതോറും അയാളുടെ ഹൃദയത്തിൽ വല്ലാത്തൊരു സന്തോഷം ഉടലെടുത്തു. ചുണ്ടിൽ രൂക്ഷമായ ഗൂഢമന്ദഹാസവും. ഇന്ന് വൈകീട്ട് നാല് മണിയോടെ താൻ തിരുവനന്തപുരത്ത് എത്തും. അവളും. അയാൾ എളുപ്പം ഡ്രസ്സ് ധരിച്ചു. അവൾക്കിഷ്ടമുള്ള വയലറ്റ് കുർത്തയും വെളുത്ത ജീൻസും തനിക്ക് നന്നായി ഇണങ്ങുന്നതായി അയാൾക്ക് തോന്നി. അവൾ തന്നെ ഒരിക്കൽ പിറന്നാൾ സമ്മാനമായി നല്കിയതായിരുന്നു അത്.

ശ്രാവൺ. മുപ്പത്തഞ്ചുകാരനായ, അവിവാഹിതനായ, സുന്ദരനായ ചെറുപ്പക്കാരൻ. സർക്കാർ ഉദ്യോഗസ്ഥനാണ്. ഒരിക്കൽ ഒരു പെൺകുട്ടിയുമായി പ്രണയത്തിൽ ആകുകയും പിന്നീട് വേർപെടേണ്ടിവരികയും ചെയ്ത ഒരു നിരാശാകാമുകൻ. അങ്ങനെയാണ് അയാൾ എഴുതിത്തുടങ്ങിയത്. അക്ഷരങ്ങളുടെ ചങ്ങാതി ആയിരുന്ന ലിപിക. വളരെ നന്നായി എഴുതുന്ന ഒരു ഇരുപത്തിയേഴുകാരി പെൺകുട്ടി. അക്ഷരങ്ങൾ തന്നെയാണ് അവരെ പരസ്പരം ഒന്നിച്ചു ചേർത്തത്. ഇനിയൊരു പ്രണയം ഉണ്ടാകുകയില്ല എന്നൊരു അവസ്ഥയിൽ കണ്ടുമുട്ടിയതാണ് അവളെ.

ഒരുപാട് നാളുകൾ നീണ്ടുനിന്ന പ്രണയത്തിന് ഒടുവിൽ ഇതാ അവളെ കണ്ടുമുട്ടാൻ പോകുന്നു. അയാളുടെ ഹൃദയമിടിപ്പ് ഏറി. കാർ വിഴിഞ്ഞം ഹാർബർ റോഡിൽ എത്തിയപ്പോൾ അയാൾ ലിപികയെ ഫോൺ ചെയ്തു.

തൊട്ടടുത്ത തെരുവിൽതന്നെ അവൾ ഉണ്ടായിരുന്നു. അയാൾ കാർ ഒതുക്കി. കാത്തു നിന്നു. കടൽ ഇരമ്പുന്ന ശബ്ദം കേൾക്കാമായിരുന്നു. വെള്ളയും റോസും കലർന്ന ബോഗൻവില്ലകൾ പൂത്തു നിന്നിരുന്ന റോഡരുകിൽ നിന്നും വെളുത്തു മെലിഞ്ഞു ഉയരമുള്ള ഒരു സ്ത്രീ നടന്നു വരുന്നു. വയലറ്റ് സാരിയിൽ അവളുടെ ശരീരവടിവുകൾ വ്യക്തമായി അയാൾക്ക് കാണാം. അതേ, ലിപിക... ലിപിക നേത്ര. തന്റെ രാജകുമാരി. തന്റെ പ്രണയം. അവൾ അടുത്ത് വന്ന് അയാളെ നോക്കി ചിരിച്ചു.

‘‘വരൂ.’’

അയാൾ മെല്ലെ അവളോട് പറഞ്ഞു. അവർ തൊട്ടടുത്തു ഉള്ള റെസിഡൻസി ലക്ഷ്യമാക്കി നടന്നു. റിസപ്ഷനിൽ ഒരു പതിനേഴുകാരൻ പയ്യൻ ഉണ്ടായിരുന്നു. അവൻ ഉറക്കം തൂങ്ങിയ കണ്ണുകൾ കൊണ്ട് അവരെ നോക്കി.

‘‘ഒരു റൂം വേണമായിരുന്നു.’’

പയ്യൻ അവരെ ഒന്നൂടെ നോക്കി. രജിസ്റ്റർ അവർക്കു നേരെ നീട്ടി. അയാൾ രജിസ്റ്ററിൽ എഴുതി. മിസ്റ്റർ ആൻഡ് മിസ്സിസ് ശ്രാവൺ ചന്ദ്രശേഖർ. റൂം നമ്പർ 26. മൂന്നാമത്തെ ഫ്ളോർ ആണ്.

‘‘ശ്രാവൺ, നമുക്ക് ബീച്ചിലേക്ക് തുറക്കുന്ന ബാൽക്കണി ഉള്ള റൂം വേണം.’’ ലിപിക മെല്ലെ പറഞ്ഞു.

‘‘ആ റൂം അങ്ങനെയാണ്.’’ പയ്യൻ മെല്ലെ പിറുപിറുത്തു.

ഏറ്റവും വിലപിടിപ്പുള്ള റൂമായിരുന്നതിനാൽ തന്നെ, അതിന്റേതായ എല്ലാ ആഡംബരവും ആ മുറിക്ക് ഉണ്ടായിരുന്നു. ശ്രാവൺ റൂം ലോക്ക് ചെയ്തു. മെല്ലെ അവളെ നോക്കി. ലിപിക, ആ ബെഡ്ഡിൽ കിടക്കുകയായിരുന്നു. അയാളുടെ കണ്ണുകൾ ലക്ഷണമൊത്ത അവളുടെ ശരീരത്തെ ആസ്വദിച്ചു നീങ്ങി. രാത്രി വളരെ ഏറിയിരുന്നു. ലിപിക ബാൽക്കണിയിൽ കടൽ ആസ്വദിച്ചുകൊണ്ട് നിന്നു. കറുത്ത നിറത്തിലുള്ള സിൽക്ക് സാരിയിലും സ്ലീവ് ലെസ്സ് ബ്ലൗസിലും അവൾ അതീവസുന്ദരിയായി ശ്രാവണിന് തോന്നി. ശ്രാവൺ മെല്ലെ അവളുടെ അണിവയറിനെ പൊതിഞ്ഞു ചേർത്തു. അവളുടെ പിൻകഴുത്തിൽ ചുംബിച്ചു. അവൾ അയാളുടെ കൈകളോട് തന്റെ കൈ ചേർത്തുപിടിച്ചു.

''വരൂ, ലിപിക.''

അവർ ഒന്നിച്ചാണ് ബെഡ്ഡിൽ ഇരുന്നത്. അവളുടെ മുടിത്തുമ്പുകളിൽ നിന്ന് വെള്ളത്തുള്ളികൾ ഇറ്റുവീണിരുന്നു. അയാൾ അവളുടെ ചുണ്ടുകളിൽ ചുംബിച്ചു. കൈകൾ സാരിയുടെ തുമ്പിലേക്ക് നീങ്ങിയതും അവൾ തടഞ്ഞു.

''ശ്രാവൺ, എനിക്ക് നിങ്ങളുടെ പ്രണയം വേണം. എന്നെ മാത്രം പ്രണയിക്കൂ. മടുക്കാതെ, എന്നെ മാത്രം പ്രണയിക്കൂ. ഞാൻ പറയുന്നത് സെക്സിനെക്കുറിച്ച് അല്ല. പ്രണയത്തെക്കുറിച്ചാണ്.''

അയാൾ അമ്പരപ്പോടെ നോക്കി.

''ലിപികാ, ഞാൻ തന്നെ ആവോളം പ്രണയിക്കുന്നുണ്ട്. ലോകത്തിൽ ഒരു പുരുഷനും ഒരു പെണ്ണിനേയും ഇത്ര കണ്ടു സ്നേഹിക്കില്ല. അത്രമേൽ നിന്നെ ഞാൻ പ്രണയിക്കുന്നു. നിന്റെ ശരീരവും എനിക്ക് പവിത്രമാണ്. ഞാൻ നിന്റെ പുരുഷൻ ആണ്. നിന്നിൽ രതിസുഖം തരേണ്ടവനാണ്. എത്രയോ രാത്രികളിൽ നീ പറയുംപോലെ നിന്റെ ഇടതുമാറിന്റെ കറുത്ത മറുകിൽ ഞാൻ ചുംബനങ്ങൾ നൽകിയിട്ടുണ്ട്. നീ അറിയാതെയോ അറിഞ്ഞോ നിന്നിൽ അലിഞ്ഞുചേർന്നിട്ടുണ്ട്. നീ ഒരു മൃദുവായ വീണയാണ് കുട്ടീ. ഞാൻ അതിന്റെ തന്ത്രിയും.''

അയാൾ വീണ്ടും അവളെ കെട്ടിപ്പിടിച്ചു. അവൾ വീണ്ടും ചോദിച്ചു.

'' നമുക്കിടയിൽ സെക്സ് ഇല്ലാതെ വയ്യേ ശ്രാവൺ?''

''ഞാൻ ഒരു പുരുഷൻ ആണ് ലിപികാ. എനിക്ക് നീ എന്റെ മാത്രം സ്ത്രീയും. ഇത് നമ്മുടെ പ്രണയംപോൽ അത്രമേൽ പവിത്രമാണ്.''

അവർ ആലിംഗബദ്ധരാകുകയും വിളക്കുകൾ അണയുകയും ചെയ്തു. കടലിൽ നിന്നും ബോട്ടിന്റെ ഭീകരശബ്ദം മാത്രം അവിടെ മുഴങ്ങിക്കേട്ടു.

''മാഡം, ഇന്നാണ് ആ കോളേജിലെ ഫംഗ്ഷൻ.'' ലിപിക പത്രത്തിൽ നിന്നും മുഖമുയർത്തി.

''ഘ്, ഞാൻ ഓർക്കുന്നുണ്ട്. സാരംഗിയോട് ഒന്ന് വരാൻ പറയൂ.'' മുഖത്തെ കണ്ണട നേരെയാക്കി അവൾ പറഞ്ഞു.

''എന്താ ലിപികാ?''

''ഇതു കണ്ടോ?''

സുമുഖനായ ചെറുപ്പക്കാരന്റെ ചിത്രം ലിപിക, സാരംഗിയെ കാണിച്ചു. അവൾ ആ തലക്കെട്ട് വായിച്ചു.

''ശ്രാവൺ ചന്ദ്രശേഖർ, പതിനഞ്ചാം ചരമവാർഷികം.''

അവൾ ലിപികയെ നോക്കി. മുഖത്ത് യാതൊരു ഭാവ ഭേദവും ഇല്ലാതെ അവൾ ചായ കുടിച്ചുകൊണ്ടിരുന്നു. പിന്നെ അതേ ഭാവത്തോടെ തുടർന്നു.

''ഞങ്ങൾ ആകെ സംസാരിച്ചത് പത്തു മിനിറ്റ് മാത്രമാണ്. ആ നിമിഷങ്ങളിൽ അത്രയും അയാൾ എന്റെ ശരീരത്തെ ക്കുറിച്ച് മാത്രം പറഞ്ഞു. എന്റെ മുലകളെക്കുറിച്ച് പറഞ്ഞു. ഇടത്തെ മുലയിലെ കറുത്ത മറുകിൽ ഒരുപാട് നേരം ആഞ്ഞുകുടിച്ചു. അതിൽ പുരണ്ടിരുന്ന വിഷം അയാളുടെ ജീവനും എടുത്തു. പ്രണയമില്ലാതെ, പ്രാപിക്കുന്ന പുരു ഷൻ ജീവിച്ചിരിക്കരുത്. അവനെ കൊന്നുകളയണം. അവൻ കാമിക്കുന്ന മുലകളിലോ, യോനിയിലോ വിഷം പുരട്ടി കൊന്നു കളയണം. ഹ... ഹ... ഹ...''

ലിപികയുടെ മുഖഭാവം, സാരംഗിയെപോലും ഭയപ്പെ ടുത്തി. ലിപിക അപ്പോൾ ആകാശത്തു പറക്കുന്ന പരു ന്തിനെ നോക്കുകയായിരുന്നു.

''നോക്ക്. അതൊരു നീലപ്പരുന്ത് ആണ്. കൊക്കുകളിൽ വിഷമുള്ള നീലപ്പരുന്ത്.''

ആകാശത്തിൽ മേഘക്കീറുകൾക്കിടയിൽ, ഇണ ചേർന്നി രുന്ന മേഘങ്ങളിൽ ഒന്നിന് ശ്രാവണിന്റെ മുഖവും മറ്റൊ ന്നിന് അയാൾ മുൻപ് ഉപേക്ഷിക്കപ്പെട്ട കാമുകിയുടെ മുഖവുമായിരുന്നു. ലിപിക ഒരിക്കൽകൂടി ചുണ്ടുകൾ കോട്ടി വികൃതമായി പുഞ്ചിരിച്ചു.

Story by

ലിപികാ നേത്ര

അവൾ, അത് വായിച്ച് കഴിഞ്ഞതും ഉള്ളിൽ അകാരണമായ ഭയങ്ങൾ ഉറഞ്ഞുകൂടി. നിർമ്മലയോട് അത് പറയേണ്ടെന്ന് തീരു മാനിച്ചു. ഒരുപാട് സംശയങ്ങളുമായി ഉറങ്ങുവാൻ ശ്രമിച്ചുകൊണ്ട് കിടന്നു.

നൈനികയും നിർമ്മലയും പിറ്റേന്ന് വെളുപ്പിന് 3.15ന്റെ രാജധാനി എക്സ്പ്രസ്സിൽ തന്നെ കേരളത്തിലേക്ക് പോകാൻ തീരുമാനിച്ചു. 'ശബ്ദം പബ്ലിക്കേഷൻ' വിപുലീകരിക്കപ്പെട്ട ഒരു പബ്ലിഷിങ് ഹൗസ് ആയിരുന്നു. അവർ മാനേജിങ് ഡയറക്ടർ, ഫിലിപ്പ് മാത്യു എന്നെഴുതിയ ബോർഡിന് മുന്നിൽ വെയിറ്റ് ചെയ്തിരുന്നു. ഏകദേശം അരമണിക്കൂറിനു ശേഷമാണ് അയാൾ വന്നത്. അയാളെ കണ്ടതും ഇരുവരും എഴുന്നേറ്റു.

''ഓഹ്, യെസ്, മിസ് നിർമ്മല അല്ലേ? എന്നോട് പി.എഫ് ഇന്നലെ വിളിച്ചു പറഞ്ഞിരുന്നു. നിങ്ങൾ വരുമെന്ന്. ഈ കുട്ടി മകളാണോ?''

അതെയെന്ന് നിർമ്മല തലകുലുക്കി.

''പേര്?'' അയാൾ അവൾക്ക് നേരെ ചോദിച്ചു.

''നൈനിക.'' അല്പം പതർച്ചയോടെയാണ് അവൾ അത് പറഞ്ഞത്.

''ഓക്കേ, നിങ്ങൾ അന്വേഷിച്ച ആ ചെറുകഥ. അത് ഞങ്ങളുടെ പത്രം ഉണ്ടായിരുന്ന സമയത്ത് പ്രസിദ്ധീകരിച്ച ഒന്നാണ്. അതിന് ശേഷം, ഞങ്ങളുടെ പബ്ലിക്കേഷൻതന്നെ അത് നോവൽ ആക്കാൻ തീരുമാനിച്ചു. വെറും ഇരുപത്തിയഞ്ച് വയസ്സുള്ള ഒരു സ്ത്രീയാണ് അത് എഴുതിയതെന്ന് ഒരിക്കലും വിശ്വസിക്കുകയില്ല. ആ സമയത്തെ കത്തിനിൽക്കുന്ന ഒരു കഥകൂടിയായിരുന്നു അത്. അത് നോവൽ ആക്കുവാനും ആ സ്ത്രീയെ 'ശബ്ദ'ത്തിന്റെ വായനക്കാർക്ക് പരിചയപ്പെടുത്തിയതുമെല്ലാം ഞങ്ങളുടെ ഒരു സബ് എഡിറ്റർ ആയിരുന്ന അനിരുദ്ധൻ ആണ്. ബട്ട് അൺഫോർച്ചുനേറ്റ്ലി, അയാൾ മിസ്സിംഗ് ആയി. കൂടെ ആ ലേഡിയും. എന്തായിരുന്നു അവരുടെ പേര്?''

അയാൾ, നെറ്റിയിൽ തട്ടി ഓർമ്മകൾ ഉണർത്തിക്കൊണ്ടിരുന്നു.

''ഹാ, ലിപികാ നേത്ര. അതിനും ഒരാഴ്ച മുമ്പേ അവർ ഇവിടെ വന്നു പുസ്തകം അച്ചടിക്കുന്നത് നിർത്തണം എന്നൊക്കെ ആവശ്യപ്പെട്ടിരുന്നു. ഇതെല്ലാം അപ്പച്ചൻ പറഞ്ഞുള്ള അറിവാണ് കേട്ടോ. ഞാൻ ഇത് ഏറ്റെടുത്തിട്ട് അധികമായില്ല.''

''മാത്യു സാർ ഇപ്പോൾ?'' നിർമ്മല പ്രതീക്ഷയോടെ ചോദിച്ചു.

''അപ്പച്ചൻ ഇപ്പോൾ വിശ്രമത്തിലാണ്. അൽഷിമേഴ്സിന്റെ ചെറിയൊരു ആരംഭവും ഉള്ളതുകൊണ്ട്, തീരെ പുറത്തു പോകാറേയില്ല.''

നിർമ്മലയുടെ മുഖത്തെ പ്രതീക്ഷ നശിച്ചു.

'നീലപ്പരുന്തിന്റെ കോപ്പി ഒരെണ്ണം കിട്ടുമോ?'' നൈനികയാണ് ചോദിച്ചത്.

''ആ ചെറുകഥയുടെ പി.ഡി.എഫ്. മാത്രമേ ഇവിടെ ഉണ്ടായിരുന്നുള്ളൂ. രണ്ടു ദിവസംമുൻപ് ഞാൻ, അത് മാഡത്തിനു അയച്ചിരുന്നല്ലോ.''

''യെസ്. അത് കിട്ടിയിരുന്നു. അതല്ലാതെ നോവൽ കിട്ടാൻ എന്തേലും മാർഗം ഉണ്ടോ?''

''സോറി. അനിരുദ്ധനെയും ലിപികയേയും സംബന്ധിച്ച് ഇറങ്ങിയ ഇഷ്യൂസിൽ പത്രത്തിന്റെയും പബ്ലിക്കേഷന്റെയും പേര് അനാവശ്യമായി വലിച്ചിഴയ്ക്കപ്പെട്ടപ്പോൾ, ഞങ്ങൾ അതിന്റെ പ്രിന്റിംഗ് അവസാനിപ്പിച്ചതാണ്.''

''ഓക്കേ. അവരെക്കുറിച്ച് കൂടുതൽ അറിയാവുന്ന ആരെങ്കിലും ഉണ്ടോ?''

''അനിരുദ്ധനുമായി അടുപ്പമുള്ളതിൽ ഇന്നുള്ളത് ശ്യാം മോഹൻ മാത്രമാണ്. പക്ഷേ ഞാൻ പറഞ്ഞുവല്ലോ, അയാൾ ഒരു ആക്സിഡന്റിൽ...''

''അയാൾ അല്ലാതെ മറ്റാരെങ്കിലും?''

''സോറി. അതേക്കുറിച്ച് എനിക്ക് കൂടുതലായി ഒന്നുമറിയില്ല. എന്താണ് ഇപ്പോൾ ഇവരെക്കുറിച്ച് അന്വേഷിക്കാൻ? അല്ല, ഇത്തരം അന്വേഷണങ്ങൾ സ്ട്രയ്ഞ്ച് ആയതുകൊണ്ട് ചോദിച്ചതാണ് കേട്ടോ?''

''പ്രത്യേകിച്ച് ഒന്നുമില്ല. എഴുതിത്തുടങ്ങിയവരിൽ നിന്നും എഴുതി മറഞ്ഞുപോയവരെക്കുറിച്ച് ഒരു ഫീച്ചർ തയ്യാറാക്കുവാൻ വേണ്ടിയായിരുന്നു.''

പൊടുന്നനെ നാവിൽ വന്നൊരു കള്ളം നിർമ്മല പറഞ്ഞു. അയാൾ അതിൽ തൃപ്തിപ്പെട്ടുവെന്നു തോന്നി. അവർ യാത്ര പറഞ്ഞുകൊണ്ട് അവിടെ നിന്നും ഇറങ്ങി. ഇനി കാണേണ്ടത് ശ്യാം മോഹനെയാണ്.

''നിനക്ക്, അയാൾ പറയുന്നതിൽ നിന്നും ആവശ്യമുള്ളത് കുറിച്ചെടുക്കുകയോ റെക്കോർഡ് ചെയ്യുകയോ ചെയ്യണം. ഒന്നും വിട്ടുപോകരുത്. ആ ഡയറിയിൽ എഴുതിയത് വെച്ചു നോക്കിയാൽ, ശ്യാംമോഹനു പറയുവാൻ ഒരുപാട് ഉണ്ടാകും.''

ഓട്ടോയിൽ ഇരിക്കുമ്പോൾ നിർമ്മല നൈനികയോട് പറഞ്ഞു. അവൾ മെല്ലെ തലയാട്ടി. ശ്യാം മോഹന്റെ വീട് കണ്ടെത്തുവാൻ അവർക്ക് പ്രയാസമുണ്ടായില്ല. ബെല്ലടിച്ചപ്പോൾ അല്പം പ്രായമുള്ള ഒരു സ്ത്രീയാണ് വാതിൽ തുറന്നത്. അയാളുടെ അമ്മയായിരിക്കും അതെന്ന് അവർ ഊഹിച്ചു.

''ആരാ?''

“ഞങ്ങൾ കുറച്ചു ദൂരെ നിന്നാണ്. ശ്യാം മോഹനെ ഒന്ന് കാണണം. അദ്ദേഹം പത്രത്തിൽ ഉണ്ടായിരുന്ന സമയത്തുള്ള കുറച്ചു കാര്യങ്ങൾ തിരക്കുവാൻ ആയിരുന്നു.”

അവർ നൈനികയേയും നിർമ്മലയേയും അകത്തേക്ക് വിളിച്ചു. അല്പസമയത്തിനു ശേഷം, ശ്യാം മോഹൻ അവരുടെ കൈ പിടിച്ചുകൊണ്ട് സ്വീകരണമുറിയിലേക്ക് വന്നു.

“നിങ്ങൾ ആരാണ്? എന്തിന് എന്നെ അന്വേഷിച്ചു വന്നു? പത്രത്തിലെ ജോലിയൊക്കെ ഞാൻ ഉപേക്ഷിച്ചിട്ട് കാലങ്ങൾ ആയി. എനിക്കൊന്നും പറയുവാൻ ഇല്ല.”

അല്പം അലോസരമായിട്ടാണ് അയാൾ സംസാരിച്ചത്. നിർമ്മല അയാളുടെ കണ്ണുകളിലെ മങ്ങലിനെ ശ്രദ്ധിച്ചു. കുഴിഞ്ഞുപോയിരിക്കുന്നു. കണ്ണുകൾ ചൂഴ്ന്നെടുക്കപ്പെട്ടുപോയതുപോലെ. എന്തുകൊണ്ടോ അയാൾ, സാധാരണ ബ്ലൈൻഡ് ആയവർ ഉപയോഗിക്കുന്ന തരം കണ്ണട വെച്ചിരുന്നില്ല. ഒരുപക്ഷേ മറന്നുപോയതാകാം.

“ഞങ്ങൾ, അനിരുദ്ധനെക്കുറിച്ച് അറിയുവാൻ വന്നതാണ്. ലിപികാ നേത്രയെയും.”

അയാൾ ഒരല്പം ഞെട്ടുകയും കസേരയിൽ നിന്ന് എഴുന്നേൽക്കുകയും ചെയ്തു.

“ഇപ്പോൾ ഇറങ്ങിക്കോ. എനിക്ക് അവരുമായി ഒരു ബന്ധവും ഇല്ല. ഞാൻ അവരെ അറിയുകയുമില്ല. എനിക്ക് അവരെക്കുറിച്ച് ഒന്നും പറയാനുമില്ല. ഇറങ്ങാൻ...”

ആക്രോശിച്ചുകൊണ്ടാണ് അയാൾ പറഞ്ഞത്. അവരോടുള്ള വെറുപ്പോ ഭയമോ എന്തൊക്കെയോ ആ വാക്കുകളിൽ പതിഞ്ഞു കിടന്നിരുന്നു.

“ഇല്ല, ശ്യാം മോഹൻ. ഞങ്ങൾക്ക് അവരെക്കുറിച്ച് അറിയണം. അറിഞ്ഞേ മതിയാകൂ.”

പിന്നീട് അവർ പറഞ്ഞത് കേട്ടതുകൊണ്ടായിരിക്കണം, കണ്ണുകൾ നഷ്ടപ്പെട്ട കുഴികളിൽ നിന്നും കണ്ണുനീർ ഒഴുകുവാൻ തുടങ്ങി.

ഏകദേശം രണ്ടാഴ്ചയോളം ഞാൻ അനിരുദ്ധന്റെ കോളുകളും സന്ദേശങ്ങളും പാടെ അവഗണിച്ചു. എനിക്ക് അയാളോട് ഒന്നും സംസാരിക്കുവാൻ ഇല്ലാതായതുപോലെ. അയാളെ വീണ്ടും കാണുവാൻ വയ്യാതായതുപോലെ. ഏറ്റവും ആദ്യമായി, അയാളുടെ പേര് എന്റെ കാതുകളിൽ പതിഞ്ഞത് ഓർക്കുന്നു. ആ പേരിനെ ഞാൻ രുചിക്കുകയും എന്റെ നാവിന്റെ രസമുകുളങ്ങളിൽ താലോലിക്കുകയും

മെല്ലെ, എന്റെ ആമാശയത്തിനു നൽകുകയും അയാളോടുള്ള എന്റെ പ്രണയത്തിന്റെ വിശപ്പ് മാറ്റുകയും ചെയ്തിരുന്നു. എന്റെ പ്രണയ പ്പട്ടിണികളിൽ അതിനുശേഷമെന്നും അയാളുടെ പേര് ഞാൻ ആഹാരമാക്കുമായിരുന്നു. അത്രത്തോളം ആത്മാവിനാൽ ബന്ധിക്ക പ്പെട്ട ഒരുവനെ, ഞാൻ അവഗണിച്ചുകൊണ്ടിരുന്നത്, എന്റെ ഹൃദയ ത്തിൽ അതികഠിനമായ മുറിവുകൾ സൃഷ്ടിച്ചുകൊണ്ടിരുന്നു. ആഹാരവും ഉറക്കവും നഷ്ടപ്പെട്ട്, വൃത്തിയായി ഓഫീസിൽ പോകു വാൻ കഴിയാത്തവളായി ഞാൻ എല്ലാവർക്കുമുന്നിലും പരിഹാസ പാത്രമായി തന്റെ ദിവസങ്ങൾ കഴിച്ചുകൂട്ടി. ആ രണ്ടാഴ്ചയ്ക്കിട യിൽ അയാളുടെ സന്ദേശങ്ങൾ ഒന്നുംതന്നെ വരാതിരുന്ന ദിവസ ങ്ങളിൽ ഞാൻ കൂടുതൽ ഭയപ്പെട്ടു. അയാൾ എന്നെ മറന്നുവെന്നും എന്നെ ഉപേക്ഷിച്ചുവെന്നുമുള്ള ചിന്ത അതിഭീകരമായി അലട്ടി. അയാൾ, എന്നെ നിഷേധിക്കുന്നത്, എനിക്ക് അയാളുടെ സ്നേഹം നിഷേധിക്കപ്പെടുന്നത് ഒരിക്കലും സഹിക്കുവാൻ കഴിയുമായി രുന്നില്ല. മൂന്നാമത്തെ ആഴ്ചയിലെ അവസാന വെള്ളിയാഴ്ച, അയാൾ എന്നെ തിരക്കി, ഓഫീസിൽ വന്നു. എനിക്ക് നൽകുവാൻ പറഞ്ഞുകൊണ്ട്, പ്യൂൺ, ദിവാകരേട്ടന്റെ കൈയിൽ ഒരെഴുത്ത് കൊടുത്തു.

''ലിപികാ...

എനിക്ക് നിന്നോട് സംസാരിക്കുവാനുണ്ട്. നിനക്ക് എന്നോട് വെറുപ്പാണെന്നറിയാം. എങ്കിലും ഈ ദിവസത്തിന്റെ അവ സാനത്തിൽ കുറച്ച് മണിക്കൂറുകൾ എനിക്ക് നൽകണം. അതിനുശേഷം, ഞാൻ കാണാതിരിക്കാം. സംസാരിക്കാ തിരിക്കാം. നിന്നെ മറന്നുകൊള്ളാം. നമ്മുടെ സ്ഥിരം കോഫീഷോപ്പിൽ നിന്നേയും പ്രതീക്ഷിച്ചു പന്ത്രണ്ടാം ടേബിളിൽ ഞാൻ ഉണ്ടാകും.

നിന്റെ അനി

എനിക്ക് ദേഷ്യം ഇരച്ചു കയറി. എന്റെ അനി പോലും. അയാൾ എങ്ങനെ എന്റെ അനിയാകും? എന്റേതെന്ന് ഉറപ്പിച്ചു പറയുമായി രുന്നു, അയാൾക്ക് അവകാശികളായി മറ്റു രണ്ടു സ്ത്രീകൾ ഉണ്ടാ യിരുന്നില്ലെങ്കിൽ. ആരതി, സൈന്ധവി. രണ്ടു സ്ത്രീകൾ അയാൾ ക്കുണ്ട്. അയാൾക്ക് അവർ ഉണ്ടെന്ന് അയാൾ എന്നെ എപ്പോഴും ഓർമ്മിപ്പിച്ചുകൊണ്ടിരിക്കുകയും ചെയ്തു. എനിക്കയാളോട് വെറു പ്പാണ്. സ്നേഹിക്കുന്ന സ്ത്രീയോട്, മറ്റു സ്ത്രീകളെ സ്നേഹിച്ചി രുന്നുവെന്ന് പറയുന്ന എല്ലാ പുരുഷന്മാരോടും എനിക്ക് വെറുപ്പാണ്.

എനിക്ക് കടുത്ത അപമാനം തോന്നി. ആ കത്ത്, നാലായി കീറി, ടേബിളിന് കീഴിലെ വേസ്റ്റ് ബിന്നിൽ നിക്ഷേപിച്ചു.

‘‘അതിനർത്ഥം, ദീദി, അദ്ദേഹത്തെ കാണുവാൻ അന്ന് പോയി രുന്നില്ല എന്നാണോ?’’

നൈനികയുടെ, ആ ദിവസത്തെ ആദ്യത്തെ ചോദ്യത്തിന് ഞാൻ വെറുതെ മന്ദഹസിച്ചു. കരിനീലയിൽ കടുംപച്ച ബോർഡറുള്ള സാരിത്തുമ്പ് അലസമായി എടുത്ത് ഇടുപ്പിൽ കുത്തിവെച്ചുകൊണ്ട് തുടർന്നു. ‘‘ഓഫീസ് ഘടികാരത്തിലെ അഞ്ച് മണി അലാറം, എന്റെ കാലുകളെ കോഫീഹൗസിലേക്ക് നയിച്ചു. നാലായി കീറിയെറിഞ്ഞ കത്ത്, മുറിവുകൾ തുന്നിക്കൂട്ടിയതുപോലെ സെല്ലോടേപ്പിനാൽ പൊതിഞ്ഞ് വാനിറ്റി ബാഗിന്റെ മൂന്നാമത്തെ അറയിൽ ഞെരുങ്ങി യുറങ്ങിക്കിടന്നിരുന്നു. അയാൾ എന്തൊക്കെയോ ആലോചിച്ചു കൊണ്ടിരിക്കുന്നത് കണ്ടു. അലസമായി വാരിച്ചുറ്റിയ സാരിയെ ക്കുറിച്ചോ രണ്ടാഴ്ചകൊണ്ട് വീണ്ടും മെലിഞ്ഞുണങ്ങിയ കൈകളെ ക്കുറിച്ചോ കൺതടങ്ങളിൽ പടർന്ന കറുപ്പിനെക്കുറിച്ചോ ഞാൻ ചിന്തിച്ചില്ല. ഇനിമേൽ, ഇയാൾക്ക് മുന്നിൽ എന്റെ സൗന്ദര്യത്തെ തുറന്നു കാണിക്കുന്നതിൽ അർത്ഥമില്ലെന്ന് മാത്രം ചിന്തിച്ചു.

‘‘വന്നിട്ട്, അധികമായോ?’’

ഒന്നും സംഭവിക്കാത്തതുപോലുള്ള എന്റെ ആ ചോദ്യം അയാളെ അമ്പരപ്പിച്ചിട്ടുണ്ടാകണം. ഞാനത് പ്രതീക്ഷിച്ചുതന്നെയാണ് ചോദി ച്ചതും.

‘‘ഹാ, ഒരു പതിനഞ്ചു മിനിറ്റ്.’’

അയാളുടെ ശബ്ദത്തിലെ ഇടർച്ച, അയാളുടെ പരാജയമെന്നത് കണക്കേ ഞാൻ ആസ്വദിച്ചു.

‘‘ലിപികാ, ഞാൻ...’’

ഞാൻ, വലതുകരം ഉയർത്തി അയാളെ തടഞ്ഞു.

‘‘നിങ്ങൾ, എന്താണ്, എന്നോട് പറയുവാൻ ആഗ്രഹിക്കുന്നതെന്ന് എനിക്ക് അറിയാം അനീ. പരാജയം എന്റേതാണ്. ഒട്ടുമേ പരിചയ മില്ലാത്ത ഒരാളിന്റെ എഴുത്തുകൾ നിരന്തരം കൈപ്പറ്റിയത്, നിങ്ങ ളിൽ പ്രണയം തോന്നിയത്, നിങ്ങളുടെ ചുംബനങ്ങൾ ഏറ്റു വാങ്ങി യത്, നിങ്ങളുടെ രതിയിൽ തീർത്തും അലിഞ്ഞു ഇല്ലാതായത്, നിങ്ങളുടെ ജീവിതത്തിൽ മറ്റാരൊക്കെയോ ഉണ്ടെന്നറിഞ്ഞും നിങ്ങൾ മറ്റാരുടെയോ ആയിരുവെന്നറിഞ്ഞും നിങ്ങളെ മറക്കുവാൻ കഴിയാതെ, നിങ്ങളെ വെറുക്കുവാൻ കഴിയാതെ ഇപ്പോൾ ഈ സമയം നിങ്ങൾ

പറഞ്ഞ ടേബിളിനരികിൽ, നിങ്ങൾക്കരികിൽ ഇരിക്കുന്നത്. എല്ലാം... എല്ലാം എന്റെ മാത്രം തെറ്റാണ്. എന്റെ മാത്രം പരാജയമാണ്.''

''നീ എന്നോട് ക്ഷമിക്കൂ, ലിപികാ. നിന്നെ ചതിക്കുവാൻ വേണ്ടി യല്ല, ഞാൻ നിന്നോട് അടുത്തത്. ഞാൻ പറഞ്ഞുവല്ലോ, നിന്റെ മുഖം, അത് കണ്ടമാത്രയിൽ ഞാൻ ഭ്രാന്തനായതാണ്. നിന്റെ ചുണ്ടു കൾ, എന്റെ ചുണ്ടുകളിൽ ചേരുമ്പോൾ ഞാൻ ആത്മാവ് ഉരുകി നിന്നുപോയതാണ്, നമ്മുടെ രതിയുടെ ആഴത്തിലേക്ക് നീയെന്നെ കൊണ്ടുപോകുമ്പോൾ നിന്നെ നഷ്ടപ്പെടുവാൻ കഴിയാത്തവിധം ഞാൻ നിന്നിൽ മരിച്ചുവീണതാണ്. നീ എന്തുകൊണ്ട് ഇതൊന്നും മനസ്സിലാക്കുന്നില്ല?''

''ആഹാ, നിങ്ങൾ എത്ര മധുരമായി സംസാരിക്കുന്നു. മുൻപാ യിരുന്നുവെങ്കിൽ ഈ മാധുര്യം ഞാൻ ആസ്വദിക്കുമായിരുന്നു. ഇപ്പോൾ എനിക്ക് വിദഗ്ധമായി വല നെയ്യുന്ന ചിലന്തിയെ ഓർമ്മ വരുന്നു. നിങ്ങൾ എന്റെ മുഖം കണ്ടമാത്രയിൽ ഭ്രാന്തനായതാണെന്ന് സമ്മതിക്കുന്നു. എന്താണ് കാരണം? നിങ്ങളുടെ കാമുകി, ആരതിയുടെ മുഖസാമ്യം ഉള്ളതുകൊണ്ട്. നിങ്ങളെ ചുംബിക്കുമ്പോൾ നിങ്ങൾ ആത്മാവുരുകി നിന്നതാണ്. എന്താണ് കാരണം, അവൾ നിങ്ങളെ ചുംബിച്ചത് ഓർമ്മയിൽ വന്നതുകൊണ്ട്. നമ്മുടെ രതിയിൽ നിങ്ങൾ മരിച്ചു വീണതാണ്. എന്താണ് കാരണം, നിങ്ങളുടെ ഭാര്യയുമായുള്ള വേഴ്ചയുടെ സുഖം കയറിയതുകൊണ്ട്. ഞാൻ പറഞ്ഞില്ലേ, എനിക്ക് ചിലന്തിയെ മാത്രം ഓർമ്മ വരുന്നു.''

''ഹോ, അവരൊന്നും എന്റെ ജീവിതത്തിൽ ഇല്ലാത്തവരാണ് ലിപികാ. ഞാൻ അവരെക്കുറിച്ച് നിന്നോട് പറഞ്ഞുപോയതാണോ തെറ്റ്?''

അയാൾ മേശയിൽ കൈകളൂന്നി, മുടിയിൽ പിടിച്ചിരുന്നു.

''ഞാൻ, നിന്നെ കുടുക്കുവാൻ വന്ന ചിലന്തിയാണെന്നാണോ പറയുന്നത്?''

ഞാൻ ഒന്നും മിണ്ടിയില്ല. ഒരുപക്ഷേ, ഇത്തരമൊരു കൂടിക്കാഴ്ച സംഭവിച്ചില്ലായിരുന്നുവെങ്കിൽ, ഈ സംഭാഷണങ്ങൾ ഫോണിലൂടെ മാത്രമായിരുന്നുവെങ്കിൽ, ഞാൻ ആ ചോദ്യത്തിന് അതേയെന്ന് മറുപടിപറയുമായിരുന്നു.

''എന്താണ്, മകളുടെ പേര്?''

അയാൾ, രണ്ടോ മൂന്നോ, നിമിഷനേരത്തെ മൗനത്തിനു ശേഷം പറഞ്ഞു.

''സമീര''

ഞാൻ, വീണ്ടും ആ പേര് ആവർത്തിച്ചു പറഞ്ഞു.

‘‘സമീര, സൈസന്ധവി, അനിരുദ്ധൻ. ഉം, കൊള്ളാം.’’

എന്റെ ചുണ്ടുകൾ ചിരിയെന്നു വിശേഷിപ്പിക്കാവുംവിധം ചലിച്ചു. എന്റെ ചിരി അയാൾക്ക് പരിഹാസമായി തോന്നിയേക്കാം. ഞാൻ അതിൽ തെല്ലുപോലും ആശങ്കപ്പെട്ടില്ല.

‘‘നീയെന്നെ പരിഹസിക്കുകയാണ് അല്ലേ?’’

‘‘ഹേയ്, അല്ലേയല്ല. ഞാൻ വിഡ്ഢിയായതിൽ സന്തോഷിക്കുകയാണ്.’’

അൽപനേരം, തമ്മിൽ ഒന്നും മിണ്ടിയില്ല.

‘‘ഞാൻ, പൊയ്ക്കോട്ടെ. പറയുവാനുള്ളത് പറഞ്ഞു കഴിഞ്ഞു കാണുമെന്ന് വിശ്വസിക്കുന്നു.’’

അയാൾ ഒന്നും മിണ്ടാതെ, എന്റെ കണ്ണുകളിലേക്ക് നോക്കി. കൃത്യമായി എനിക്ക് ഓർമ്മയുണ്ട്. ആ കണ്ണുകൾ നനഞ്ഞിരുന്നു. ആ കണ്ണുനീർ വീണ്ടും എന്നെ അയാളിലേക്ക് വലിച്ചിട്ടു. സ്നേഹിച്ച് പോകുകയെന്നാൽ, സ്നേഹിക്കുന്നിടത്തോളം, വെറുപ്പ് പകരാത്തിടത്തോളം, സ്നേഹിച്ചയാളിന്റെ ഏത് പാതകത്തിനും ക്ഷമിക്കുക കൂടിയാണെന്ന് ആ നിമിഷങ്ങളിൽ തിരിച്ചറിഞ്ഞു. അയാളുടെ കാമുകിയെയും ഭാര്യയെയും വിസ്മരിച്ചു. അയാൾ എന്റേതാണെന്നു വീണ്ടും മുദ്രകുത്തി. എന്നാൽ, മനസ്സ്, അന്നുമുതൽ അയാളെക്കുറിച്ച് വൈരുദ്ധ്യാത്മകമായി ചിന്തിച്ചു തുടങ്ങി. അയാൾ, അരികിൽ ഉണ്ടായിരിക്കുകയോ ഫോണിൽ സംസാരിക്കുകയോ ചെയ്യുമ്പോൾ, എല്ലാം മറന്ന് അയാളെ സ്നേഹിക്കുകയും അങ്ങനെയല്ലാത്ത സന്ദർഭങ്ങളിൽ അയാൾ, എന്നെ വഞ്ചിച്ച, മറ്റാരെയൊക്കെയോ സ്നേഹിച്ച പുരുഷനാണെന്ന് ഓർമ്മപ്പെടുകയും അതെന്നിൽ അയാളോടുള്ള പക വർധിപ്പിക്കുകയും ചെയ്തു. മനസ്സ് വൈരുദ്ധ്യാത്മകമായി ചിന്തിക്കുന്ന അവസ്ഥയാണ് ഏറ്റവും അപകടം പിടിച്ച അവസ്ഥയെന്ന് തിരിച്ചറിഞ്ഞു.

നൈനിക, അന്ന് വളരെ വൈകിയും ഇഥികയെക്കുറിച്ചും അനിരുദ്ധനെക്കുറിച്ചും ഓർത്തുകൊണ്ടിരുന്നു. ശ്യാം മോഹൻ പറഞ്ഞത് ശരിയാണ്. അവർ ഏറ്റവും ഭ്രാന്തമായി അയാളെ പ്രണയിച്ചിരുന്നു. അവളുടെ ചിന്തകൾ ശ്യാം മോഹന്റെ വാക്കുകളിലേക്ക് പറന്ന് ഒഴുകി.

‘‘നിങ്ങൾക്കറിയാമോ? ഞാൻ ഏറ്റവും കൂടുതൽ വെറുക്കുന്ന സ്ത്രീയും പുരുഷനും അവർ മാത്രമാണ്. എന്റെ ജീവിതം ഇരുട്ടിലാകുവാൻ കാരണമായവർ. എന്റെ ജീവിതം മാത്രമല്ല, അയാൾ ഒരുത്തൻ കാരണം ഒരുപാട് ജീവിതങ്ങൾ നശിച്ചുപോയിട്ടുണ്ട്. അല്ല, അവൾ നശിപ്പിച്ചുകളഞ്ഞിട്ടുണ്ട്.’’

നൈനികയും നിർമ്മലയും പരസ്പരം നോക്കി. അയാളുടെ വാക്കുകൾക്ക് ചെവിയോർത്തിരുന്നു.

"ലിപികാ നേത്ര വെറും സാധാരണ പെണ്ണാണെന്നുള്ള അനിരുദ്ധന്റെ ചിന്തയാണ് എല്ലാം മാറ്റിമറിച്ചത്. അവന്റെ സ്വാർത്ഥമായ ആവശ്യങ്ങൾക്കും താല്പര്യങ്ങൾക്കുമായി അവളെ ഉപയോഗിക്കുവാൻവേണ്ടി മാത്രമാണ് അവളോട് പ്രണയം നടിച്ചിരുന്നത്. പക്ഷേ അയാൾ ഒരിക്കൽ എന്നോട് പറഞ്ഞിട്ടുണ്ട്, അവളെ പ്രണയിച്ച് പോകുന്നവന് അവളിൽ നിന്നും മോചനം ഉണ്ടാവില്ലെന്ന്. അയാൾ അത് കുറെ അനുഭവിച്ചതാണ്."

"നിങ്ങൾ എങ്ങനെ ശിക്ഷിക്കപ്പെട്ടു?"

നിർമ്മലയുടെ ചോദ്യത്തിന് ഉത്തരം പറയുവാൻ അയാൾ അല്പം മടിച്ചു. പിന്നീട് പറഞ്ഞു.

"അവളെ ഞാനും ഉപയോഗപ്പെടുത്തിയതുകൊണ്ട്. ഈ ശിക്ഷ ഞാൻ അർഹിക്കുന്നതുകൊണ്ട്."

"അപ്പോൾ നിങ്ങൾക്ക് സംഭവിച്ചത് വെറുമൊരു ആക്സിഡന്റ് അല്ല?"

നിർമ്മലയുടെ ചോദ്യത്തിൽ നിഗൂഢമായ ഒരു ആനന്ദമുണ്ടെന്ന് നൈനികയ്ക്ക് തോന്നി.

"അല്ല. അവളെ ഉപയോഗിച്ച രാത്രിക്ക് ശേഷം, ഞങ്ങൾ അവളെ കണ്ടില്ല. ആദ്യമൊക്കെ അനിരുദ്ധൻ ഭയന്നു. അവൾ, ആത്മഹത്യ ചെയ്യുമോ എന്നൊക്കെ. കുറച്ച് ദിവസങ്ങൾ ആയിട്ടും അതേക്കുറിച്ച് വിവരങ്ങൾ ഒന്നുമില്ലാത്തതുകൊണ്ട്, അയാൾ അത് വിട്ടു. അപ്പോഴേക്കും അയാളുടെ ഉദ്ദേശ്യം പൂർണ്ണമായും സാധിച്ചിരുന്നു."

"എന്നിട്ട്?"

"അങ്ങനെയിരിക്കെ ഒരു ദിവസം അനിരുദ്ധൻ എന്നെ വിളിച്ചു. ലിപിക, തിരിച്ചുവന്നുവെന്നും അവൾക്കൊപ്പം ഒരു ദിവസം കഴിയുവാൻ അവൾ ക്ഷണിച്ചിരിക്കുകയാണെന്നും പറഞ്ഞു. ഞാനും കൂടി വരാമെന്ന് പറഞ്ഞിട്ട് അയാൾ സമ്മതിച്ചില്ല. കുറെ ആയി അവളെ കിട്ടിയിട്ട് എന്ന് മാത്രം ചിരിച്ചുകൊണ്ട് പറഞ്ഞു. പിന്നീട് അയാളെ വിളിച്ചപ്പോൾ ഫോൺ സ്വിച്ച്ഓഫ് ആയിരുന്നു. പിറ്റേന്നാണ് അയാളെയും ലിപികയേയും കാണുവാനില്ലെന്നുള്ള ന്യൂസ് പരന്നത്. ഇരുവരും ഒളിച്ചോടിപ്പോയതാണെന്നുള്ള തരത്തിൽ വാർത്തകൾ പ്രചരിച്ചു. ഞാനും അത് വിശ്വസിച്ചു. കാരണം, അവളുടെ പ്രണയത്തിൽ അയാൾ വീണ്ടും അകപ്പെട്ടുകാണുമെന്ന് ഞാൻ വിചാരിച്ചു."

അയാൾ, മുന്നിലെ ടേബിളിൽ ഇരുന്ന കോഫീ ഒരു സിപ്പ് എടുത്തുകൊണ്ട് തുടർന്നു.

“പിന്നെയും രണ്ടാഴ്ച കഴിഞ്ഞാണ്, അനിരുദ്ധനും ലിപികയും ആത്മഹത്യ ചെയ്തുവെന്ന് ഒരു തമിഴ് പത്രത്തിൽ റിപ്പോർട്ട് ചെയ്തിരിക്കുന്നത് കണ്ടത്. അതോടെ അയാളുടെ ബുദ്ധിമോശ മെന്ന് പരിഹസിച്ചുകൊണ്ട് ഞാനും അത് മറന്നു. പക്ഷേ...”

അയാളൊന്നു നിർത്തി.

“പക്ഷേ?” നൈനിക എടുത്തു ചോദിച്ചു.

“മൂന്ന് മാസത്തിനുശേഷം, അനിരുദ്ധന്റെ ഭാര്യ സൈന്ധവിയും അവളുടെ പിതാവും പായസത്തിൽ വിഷം കലർത്തി ആത്മഹത്യ ചെയ്തുവെന്നു ഞാൻ അറിഞ്ഞു. അവന്റെ കുഞ്ഞിന് കൊടുത്തെ ങ്കിലും കുഞ്ഞ് മരണത്തിൽ നിന്നും രക്ഷപ്പെട്ടുവെന്നും അവിടെ ഒരു അനാഥാലയത്തിലേക്ക്, കുഞ്ഞിനെ കൈമാറിയെന്നുമൊക്കെ അറിഞ്ഞു.”

“നിങ്ങൾ അവിടെ പോയില്ലേ?”

“പോയിരുന്നു. പക്ഷേ, സംഭവം നടന്നു കുറെ കഴിഞ്ഞാണ് ഞാനും ഇത് അറിയുന്നത്. അവിടെ പരിസരവാസികൾ എന്നോട് ഒരു കാര്യം പറഞ്ഞിരുന്നു.”

“എന്ത് കാര്യം?”

“അവർ, മരിക്കുന്ന ദിവസം, ഒരു സ്ത്രീ അവിടെ വന്നിരുന്നു വെന്നും അവർ മരണപ്പെട്ട ശേഷം, അവരെ കാണാതായെന്നും. അവർ പറഞ്ഞ അടയാളങ്ങൾ വെച്ചു നോക്കുമ്പോൾ അത്... അത്, ലിപികയാണ്.”

നൈനികയും നിർമ്മലയും പരസ്പരം നോക്കി.

“നിങ്ങൾ അല്ലേ പറഞ്ഞത്, അവർ ആത്മഹത്യ ചെയ്തതായി പത്രത്തിൽ കണ്ടുവെന്ന്.” നിർമ്മല, വീണ്ടും ചോദിച്ചു.

“അതേ, പക്ഷേ, എനിക്കതിൽ നിന്നും ഒരു കാര്യം മനസ്സിലായി. അവൾ മരിച്ചിട്ടില്ല. അനിരുദ്ധൻ ജീവിച്ചിരിക്കുന്നുമുണ്ടാവില്ലെന്നു ഞാൻ ഊഹിച്ചു. അവന്റെ കുടുംബത്തിന്റെ മരണത്തിന് പിന്നിൽ അവളാണെങ്കിൽ അവൾ തീർച്ചയായും എന്നേയും തേടിവരുമെന്ന് ഞാൻ ഭയന്നു. കുറച്ചുനാൾ ജോലി ഉപേക്ഷിച്ച് കോയമ്പത്തൂർക്ക് പോയി. ഒരു ദിവസം, എനിക്ക് ഇവിടെ നിന്നും ഒരു കോൾ വന്നു. എന്റെ അമ്മയ്ക്ക് അസുഖം കൂടുതലാണെന്നും ഉടനെ വരണമെന്നും പറഞ്ഞുകൊണ്ടുള്ള ഒരു കോൾ. ആ കാലയളവിനുള്ളിൽ ഒരിക്കൽ പോലും ലിപിക എന്നെ തിരഞ്ഞു വരാതിരുന്നതിനാൽ, എന്റെ സംശയങ്ങൾ എല്ലാം തെറ്റാണെന്നും അനിരുദ്ധന്റെ കുടുംബം, ആത്മഹത്യ ചെയ്തതുതന്നെയാകുമെന്ന് ഞാൻ വിശ്വസിച്ചു.”

അയാളുടെ തൊണ്ട വീണ്ടും വരണ്ടുവന്നിരുന്നു. അയാൾ ഒരിക്കൽ കൂടി കാപ്പി സിപ്പ് ചെയ്തു.

''ഞാൻ ഇവിടെ എത്തുമ്പോൾ ആരും തന്നെ ഉണ്ടായിരുന്നില്ല. അമ്മയെ ഹോസ്പിറ്റലിൽ കൊണ്ടുപോയേക്കുമെന്ന് കരുതി ചേച്ചിയെ വിളിക്കാൻ ഫോൺ ഡയൽ ചെയ്യുമ്പോഴാണ് എന്റെ പുറകിൽ നിന്നും ബലിഷ്ഠമായ ഒരു കൈ വന്നു ക്ലോറോഫോം മണപ്പിക്കുന്നത്. പിന്നീട് ബോധം വീഴുമ്പോൾ, ഇവിടെ ഒരു കസേരയിൽ എന്നെ ബന്ധനസ്ഥനാക്കിയിരുന്നു. എനിക്കു മുന്നിൽ ഒരാൾ ഉണ്ടായിരുന്നു. അയാളെ, ഇതിനു മുൻപ് എവിടെയും ഞാൻ കണ്ടിരുന്നില്ല.''

''എന്നിട്ട്?''

അയാളുടെ കണ്ണുകൾ, ശൂന്യതയിൽ എവിടെയോ തിരയുന്നത് പോലെയോ മുഖത്ത് അതേ രാത്രിയിലെ ഭയം ചുട്ടു നീറുന്നത് പോലെയോ നൈനികയ്ക്ക് തോന്നി.

''അയാളോട് നിങ്ങൾ ആരാണ് എന്ന് ചോദിച്ചു. ചിരി മാത്രമായിരുന്നു മറുപടി. അയാളുടെ കൂടെ ഒരു സ്ത്രീയുണ്ടായിരുന്നു.''

''ലിപിക ആയിരുന്നോ അത്?''

''അല്ല, മറ്റൊരു സ്ത്രീ. അവരെ ഞാൻ ഇതിനു മുൻപ് കണ്ടിട്ടില്ല. അവർ ഒന്നും സംസാരിച്ചില്ല. പക്ഷേ അവരുടെ കണ്ണുകളിൽ എന്നോടുള്ള പക എരിയുന്നുണ്ടായിരുന്നു. അവരാണ് എന്റെ കണ്ണുകൾ...''

ശ്യാം മോഹൻ കണ്ണുകളുടെ സ്ഥാനത്തെ കുഴികളെ തലോടി. അയാളുടെ ശബ്ദം ഇടറിയിരുന്നു.

''ഇത്, അവൾക്കുവേണ്ടി, എന്നു മാത്രം' എന്ന് എന്റെ വേദനകളുടെ അലർച്ചയുടെ അവസാനം ഞാൻ കേട്ടു. 'അവൾ' എന്ന് ഉദ്ദേശിച്ചത് ലിപികയെ തന്നെയാകും. പിന്നീട് ഒരിക്കലും ഇത്രയും വർഷങ്ങൾക്കു ശേഷവും ഒരിക്കലും ഞാൻ അവളെക്കുറിച്ച് ഒന്നും കേട്ടിട്ടില്ല. അവളെ തിരക്കി നിങ്ങൾ വരുന്നതുവരെ. എനിക്കിപ്പോൾ എന്റെ കാഴ്ച നഷ്ടപ്പെട്ടതിൽ പരാതിയില്ല. ഞാൻ തെറ്റു ചെയ്തു. എനിക്ക് ശിക്ഷ കിട്ടി. അത്രമാത്രം.''

ഫോൺ, റിങ് ചെയ്യുന്ന ശബ്ദം നൈനികയെ ഉണർത്തി. അവൾ ഞെട്ടിത്തരിച്ചുകൊണ്ട് ഡിസ്പ്ലേയിൽ നോക്കി. നിർമ്മലാ മാഡം ആയിരുന്നു.

''നീ ഉറങ്ങിയിരുന്നോ?''

''ഇല്ല, മാം.''

''ഇഥികയോട് നീ ആരെന്ന് വെളിപ്പെടുത്തിയോ?''

"ഇല്ല, പക്ഷേ, ഞാൻ അത് ഉടനെ പറയും. അതിന് മുൻപ് എനിക്ക് കുറച്ച് കാര്യങ്ങൾകൂടി അവരിൽ നിന്നും അറിയുവാൻ ഉണ്ട്. ശ്യാം മോഹൻ അങ്കിൾ പറഞ്ഞത് ശരിയാണെങ്കിൽ, അവർ ഭയപ്പെടേണ്ട ഒരു സ്ത്രീയാണ്."

"പ്രണയം കൊണ്ട് മുറിഞ്ഞ സ്ത്രീകളെ ഭയപ്പെടണം. ലിപികാ നേത്ര മുറിഞ്ഞുപോയത്, ഇല്ലാതായിപ്പോയത്, അവൾ ഇഥികയായത് എല്ലാം പ്രണയിച്ചുപോയതിന്റെ പേരിലാണ്. അവരെ നീ ഭയക്കണം. ഒപ്പം നീ സൂക്ഷിക്കണം."

"ഉം..."

നൈനിക വീണ്ടും അവരെ കാണുന്നതിനെക്കുറിച്ച് ചിന്തിച്ചു കൊണ്ടിരുന്നു. അവളുടെ ടേബിളിലെ ക്ലോക്കിൽ സമയം മൂന്ന് എന്ന് കാണിച്ചു.

"**നി**ന്റെ ഉദ്ദേശ്യം, എന്നെക്കുറിച്ചുള്ള ഡോക്യുമെന്ററി തന്നെയാണോ?"

ഇഥികയുടെ അപ്രതീക്ഷിതമായ ചോദ്യത്തിൽ നൈനികയുടെ ഉള്ളൊന്നു കുടുങ്ങി. ആ പതർച്ച മുഖത്ത് കാണിക്കാതെ അവൾ ചോദിച്ചു.

"അതെന്താ ദീദി, അങ്ങനെ ചോദിച്ചത്?"

"അല്ല, ഞാൻ പറയുന്നതിലൊന്നും ഒരു വേശ്യയുടെ ചരിത്രമില്ലല്ലോ. ഒരു പെണ്ണിന്റെ ചരിത്രമല്ലേ ഉള്ളൂ."

"എനിക്കറിയേണ്ടതും ആ പെണ്ണിനെയാണ്. അവളുടെ ജീവിതം, അവൾ തിരഞ്ഞെടുത്ത വഴിയെയാണ് ദീദി."

നൈനിക, ഇഥികയിൽ നിന്നും മുഖം തിരിച്ചുകൊണ്ട് അവിടെ ചില്ലുഭരണിയിൽ തുടിക്കുന്ന അലങ്കാരമത്സ്യത്തിന്റെ പാച്ചിലിൽ ദൃഷ്ടി ഉറപ്പിച്ചു.

"നിനക്ക്, എന്റെ പേരിലുള്ള ഒരു ദേവദാസിയുടെ കഥയറിയാമോ?"

"ഊഹും." അവൾ ഇല്ലെന്ന് തലയാട്ടി.

"മുൻപ്, നൂറ്റാണ്ടുകൾക്ക് മുൻപ്, ഇഥികയെന്നൊരു ദേവദാസി ഉണ്ടായിരുന്നു. ക്ഷേത്രങ്ങളിലെ നർത്തകിമാരാണ് ദേവദാസികൾ. രത്നവർമ്മൻ എന്നൊരു രാജാവ്, ഇഥികാ ഇന്ദ്രാണി എന്ന് പേരായ ദേവദാസിയിൽ വല്ലാതെ ആകൃഷ്ടനായി. ഏത് വിധേനയും അവളിലും മോഹം ജനിപ്പിക്കാൻ അയാൾ തീരുമാനിച്ചു. സുന്ദരനായ രത്നവർമ്മനോട്, അവൾക്കും ആഗ്രഹം തോന്നി. അവരുടെ ആദ്യത്തെ രതിസംഗമത്തിനിടയിൽ അയാൾ മരണപ്പെടുന്നു. കൊട്ടാരത്തിലെ കാവൽക്കാർ വന്നു നോക്കുമ്പോൾ, നഗ്നനായി മരിച്ചു കിടക്കുന്ന രാജാവിനെയും നഗ്നയായി സിംഹാസനത്തിലിരിക്കുന്ന

ഇഥികാ ഇന്ദ്രാണിയേയും കണ്ടു. അവളുടെ അസാമാന്യവലുപ്പമുള്ള മുലകളും ശംഖുപുഷ്പം തോൽക്കുന്ന യോനിയും കണ്ട ആ രണ്ടു കാവൽക്കാരും രാജാവിനെ മറന്ന് അവളിലേക്ക് പടർന്നു. ഒരാൾ അവളുടെ മുലകളും മറ്റെയാൾ യോനിയും പാനം ചെയ്തു. അടുത്ത നിമിഷങ്ങളിൽ രണ്ടുപേരും ജീവൻ നിലച്ച് നിലത്തുവീണു. അവൾ ആർത്തട്ടഹസിച്ചു ചിരിച്ചുകൊണ്ടിരുന്നു. ഒരു സന്ന്യാസി, വിഷ ശരീരിണിയായ അവളെ മന്ത്രങ്ങൾ ഉപയോഗിച്ചു ശിലയാക്കി മാറ്റി, ഒരു ക്ഷേത്രം പണികഴിപ്പിച്ചു പ്രതിഷ്ഠിച്ചു. ഒരു സ്ത്രീ നഗ്നയായി പ്രതിഷ്ഠിതമായ ക്ഷേത്രം കാമത്തിപുരയിലാണ് ഉള്ളത്. ഇഥികാ ദേവി. വർഷങ്ങൾക്ക് മുൻപുവരെ, അവിടെയുള്ള ഗ്രാമീണരിൽ തെറ്റ് ചെയ്യുന്നവനെ ശിക്ഷിച്ചിരുന്നത് ഇഥികാ ദേവിയാണ്. ശിലയുടെ മുലകളിലോ യോനിയിലോ വിഷം പുരട്ടി തെറ്റ് ചെയ്തവനെ കുടിപ്പിച്ചാണ് അവർ ശിക്ഷ നടപ്പാക്കിയിരുന്നത്.''

നൈനിക, പൊടുന്നനെ നീലപ്പരുന്ത് എന്നുള്ള കഥയെക്കുറിച്ച് ആലോചിച്ചു. ആ കഥയും ഇപ്പോൾ ഇവർ പറഞ്ഞതും തമ്മിൽ ബന്ധമുണ്ടോ? എങ്കിൽ അതൊരു ശിക്ഷ ആയിരുന്നുവോ? അവളുടെ ചിന്തകൾ സംശയത്തിന്റെ വഴികളിലൂടെ ഒഴുകി.

''എന്തിനാണ്, ആ സ്ത്രീ പുരുഷന്മാരെ കൊന്നത്?'' നൈനികയുടെ ചോദ്യം കേട്ട് ഞാൻ പൊട്ടിച്ചിരിച്ചു.

''എല്ലാ, സ്ത്രീകളിലും പുരുഷന്റെ ലൈംഗികതയെ വെറുക്കുന്ന ഒരുവൾ ഉണ്ടാകും. എത്ര വലിയ ലൈംഗികാസക്തി ഉള്ളവർ ആണെങ്കിൽ പോലും അത് ഒരാളിൽ മാത്രം നിക്ഷിപ്തമാകുമ്പോൾ തോന്നിയേക്കാവുന്ന വെറുപ്പോ പകയോ പ്രതികാരമോ ആവാം. മുലകളിലോ യോനിയിലോ ശരീരമാകമാനമോ അപമാനവിഷം താങ്ങുന്നവരാണ് ലൈംഗികതയിലേർപ്പെടുന്ന ഓരോ സ്ത്രീകളും.''

''ആ പേര് സ്വീകരിച്ചത്, ദീദിയും അങ്ങനെ ഒരുവൾ ആണെന്നുള്ള സൂചനയാണോ?''

നൈനിക, ഇഥികയെ ചൂഴ്ന്നു നോക്കി. അവരുടെ കണ്ണുകളിലും ചുണ്ടുകളിലും കടുത്ത വിഷം കലരുന്നുണ്ടെന്ന് അവൾക്ക് തോന്നി.

''ഞാൻ, വിഷം പേറുന്നവൾ തന്നെയാണ്.''

നൈനികയുടെ നോട്ടത്തിൽ നിന്നും ഞാൻ പതിയെ എന്റെ കണ്ണുകൾ പിൻവലിച്ചുകൊണ്ട് പറഞ്ഞു.

''നീ പൊയ്ക്കോളൂ. എനിക്ക് അല്പം വിശ്രമിക്കണം.''

ഞാൻ, അവളെ പറഞ്ഞയച്ചു. എനിക്കുള്ളിൽ ഇന്ദ്രാണിദേവി ഉണർന്നതുപോലെ തോന്നി. എന്റെ മുറിയിലെ തടി അലമാരയിൽ നിന്നു ഞാൻ അനിരുദ്ധന്റെ ചിത്രമെടുത്തു. അയാളുടെ വിസ്തൃതമായ

നെഞ്ചിൽ ചുംബിച്ചുകൊണ്ടിരുന്നു. എന്റെ മാറിടം ക്രമാതീതമായി ഉയരുകയും താഴുകയും ചെയ്തു. അയാളെയോർക്കുമ്പോൾ എന്റെ യോനി, തനിയെ നനയുമ്പോൾ മാത്രമാണ്, ഞാൻ ഒരു വേശ്യയായി മാറിയിരുന്നത്. അത്തരം, നിമിഷങ്ങളെ ഞാൻ ആത്മാർത്ഥമായി വെറുക്കുകയും ഇനിമേൽ ഒരിക്കലുമെന്റെ ഹൃദയത്തിൽ അയാളെ ഗർഭം ചുമക്കുകയില്ലെന്നും തീരുമാനിക്കും. അങ്ങനെ തീരുമാനിച്ച ഒരു പകലിലാണ്, ഞാൻ അയാളുമായി രതിയിൽ ഏർപ്പെടുന്നത്. ഞാൻ, വരുമെന്ന് മുൻകൂട്ടി അറിയിച്ചിരുന്നതുകൊണ്ട് അയാൾ അന്ന് ജോലിക്ക് പോയിരുന്നില്ല.

വെളുപ്പിൽ, വയലറ്റ്, പച്ച, കറുപ്പ്, നിറങ്ങളിൽ ശലഭങ്ങളെ തുന്നിയ സാരിയാണ് ഞാൻ ഉടുത്തിരുന്നത്. അയാളെ ഭ്രമിപ്പിക്കുവാൻ കേവലം ഒരു സാരിയുടുക്കൽ പോലും എങ്ങനെ ആയിരിക്കണമെന്നതിൽ എനിക്ക് വ്യക്തമായ പ്ലാനിങ് ഉണ്ടായിരുന്നു. അയാൾക്കിഷ്ടമുള്ള വസ്ത്രവും സാരിയായിരുന്നു. മുന്താണി അഴിച്ചിടണം. പൊക്കിളിനു കീഴിൽ ആയിരിക്കണം. മുടി അഴിച്ചിട്ടിരിക്കണം. കണ്ണുകൾ എഴുതി യിരിക്കണം. അയാളുടെ ഇഷ്ടങ്ങളിൽ വസ്ത്രം ധരിക്കുവാൻ, ഒരുങ്ങു വാൻ എനിക്കും ഇഷ്ടമായിരുന്നു. ക്ഷേത്രത്തിന്റെ മുൻപിൽ പൂക്കൾ വിൽക്കുന്നവരിൽ നിന്നും മുല്ലപ്പൂവ് വാങ്ങി, ബാഗിൽ സൂക്ഷിക്കു കയും ഒരു മുഴം പൂവ് മുടിയിൽ ചൂടുകയും ചെയ്തു. അതിന്റെ ഗന്ധം അസഹനീയമാണെങ്കിലും അനിരുദ്ധന്റെ രക്തത്തെ ആ ഗന്ധം ചൂടുപിടിപ്പിക്കുമെന്നതിനാൽ എന്നും അവ മുടിയിഴകളിൽ ചൂടിയിരുന്നു.

''നീയിന്ന് വളരെ സുന്ദരിയായിരിക്കുന്നു.''

അയാൾ, എന്നെ നോക്കി. ഭംഗിയായി നീട്ടിയെഴുതിയ മിഴികളാൽ ഞാനും നോക്കി. വശ്യമായി പുഞ്ചിരിച്ചു. ഞാൻ അയാളുടെ ബെഡ് റൂമിലെ ജനാലയ്ക്കരികിൽ വന്നു നിന്നു. അയാൾ, എന്നെ പുണർന്നു. ഷർട്ട് ധരിച്ചിരുന്നില്ലാത്തതിനാൽ, അയാളുടെ ശരീരത്തിന്റെ ക്രമാ തീതമായ ചൂട് ഞാനറിഞ്ഞു. അതെന്റെ ദേഹത്തെ പൊള്ളിച്ചു. ഞങ്ങൾ തമ്മിൽ കാണുമ്പോഴെല്ലാം, മഴ ഘനീഭവിച്ചു പെയ്തു കൊണ്ടിരുന്നു. അന്നുമൊരു മഴ ദിവസമായിരുന്നു.

''എന്ത് ഭംഗിയാണെന്നറിയുമോ നീ സാരിയുടെ മുന്താണി ഇങ്ങനെ അഴിച്ചിടുമ്പോൾ?''

അയാൾ എന്റെ കാതുകളിൽ രഹസ്യമായി മന്ത്രിച്ചു.

''എനിക്ക് ഭയങ്കര കൊതിയായിരുന്നു, സാരി ഇങ്ങനെ ഉടുക്കു വാൻ. പക്ഷേ, ഒരിക്കലും ഞാൻ അങ്ങനെ ഉടുത്തിട്ടില്ല. അങ്ങനെ ഉടുക്കുന്നതിൽ എനിക്ക് തീരെ ആത്മവിശ്വാസം ഉണ്ടായിരുന്നില്ല.''

‘‘സാരി, ഇങ്ങനെ ഉടുത്ത്, മുടി അഴിച്ചിട്ട് വേണം ഇനിയെന്നും എഴുത്തുകാരി ലിപികാ നേത്രയെ ജനങ്ങൾ കാണുവാൻ. ഒരു പെണ്ണിന്റെ ഏറ്റവും വലിയ കോൺഫിഡൻസ് അവളുടെ വസ്ത്ര ധാരണം തന്നെയാണ്.’’

‘‘എഴുത്തുകാരി, ലിപികാ നേത്രയോ?’’

ഞാൻ തിരിഞ്ഞു നിന്നുകൊണ്ട് ചോദിച്ചു. എന്റെ കണ്ണുകളിൽ അത്ഭുതം ഉണ്ടായിരുന്നു.

‘‘അതെന്താ, നിനക്ക് വിശ്വാസം ഇല്ലാത്തതുപോലെ? നീ എഴുതുന്ന പുസ്തക ആസ്വാദനം പംക്തി ഇത് നാലാമത്തെ ആഴ്ചയാണ് തുടർച്ചയായി പ്രസിദ്ധീകരിക്കുന്നത്. നിനക്ക് എന്തു മാത്രം, ആരാധകരും വിമർശകരും ഉണ്ടെന്നും അറിയാമോ?’’

ഞാൻ അയാളുടെ നെഞ്ചിൽ മുഖം ചേർത്തുവെച്ചു. പതിയെ പറഞ്ഞു.

‘‘എനിക്ക് ആരാധകരൊന്നും വേണ്ട. നീയാണ് എന്റെ ആരാധകൻ. എന്റെ വിമർശകനും. നിന്നെ സന്തോഷിപ്പിക്കാൻ, നിന്റെ പ്രശംസ കിട്ടുവാൻ, അതിനുവേണ്ടി മാത്രമാണ് ഞാൻ എഴുതുന്നത്.’’

അയാൾ എന്റെ മുടിയിൽ തഴുകി വീണ്ടുമെന്നെ ചേർത്തു പിടിച്ചു. ആ നിമിഷം അങ്ങനെ നിന്നു മരിക്കുവാൻ കഴിഞ്ഞിരുന്നു വെങ്കിലെന്നുപോലും കരുതിയിട്ടുണ്ട്. പ്രണയിച്ച് പോകുന്ന സ്ത്രീകൾ അങ്ങനെയാകും.

‘‘നിനക്ക്, എന്നോട് ഇപ്പോഴും വെറുപ്പുണ്ടോ?’’

അയാൾ എന്റെ സാരി മാറ്റിയിരുന്നു. അയാൾ എന്നെ പുണരുമെന്നതോർത്ത് ഞാൻ ആ കിടക്കയിൽ കിടന്നിരുന്നു. എന്റെ നെറ്റിയിൽ ചുംബിച്ചുകൊണ്ടാണ് അത് ചോദിച്ചത്.

‘‘മാറൂ, അനീ.’’

ഞാൻ, അയാളെ മാറ്റി എഴുന്നേറ്റു. അയാൾ അന്ധാളിപ്പോടെ എന്നെ നോക്കി.

‘‘എന്റെ, ബാഗിൽ മുല്ലപ്പൂക്കൾ ഉണ്ട്. അത് കിടക്കയിൽ വിതറണം.’’

അയാൾ, വശ്യമായി പുഞ്ചിരിച്ചു. ഞാൻ പൂക്കൾ വിതറി. വീണ്ടും അയാളുടെ നെഞ്ചിൽ മുഖം ചേർത്തു കിടന്നു.

‘‘നമ്മുടെ ആദ്യത്തെ സെക്സ് പോലെ.’’

‘‘അങ്ങനെ തോന്നിയോ?’’

‘‘ഉം.’’

“എന്തേ?”

“ഇതിനു മുൻപ് ഒരിക്കലും നീ ഇതുപോലെ പൂക്കൾ വിതറിയിട്ടില്ലല്ലോ ലിപികാ?”

“ഓഹ്, അതുകൊണ്ടോ? എനിക്ക് പക്ഷേ, നിങ്ങൾക്കൊപ്പമുള്ള എല്ലാ സെക്സും ആദ്യത്തേതുപോലെ തന്നെയാണ്.”

“ആരതിയും ഇങ്ങനെ പറയുമായിരുന്നു.”

ഞാൻ പൊടുന്നനെ ഷോക്കേറ്റതുപോലെ അയാളിൽ നിന്നും അടർന്നു മാറി. അതയാൾ അറിഞ്ഞില്ലെന്നു മാത്രം.

“അവളും നിങ്ങളും തമ്മിൽ ഇതുപോലെ ഉണ്ടായിട്ടുണ്ടോ? ”

അയാൾ, സിഗരറ്റിനു തിരികൊളുത്തി വലിച്ചുകൊണ്ട് പറഞ്ഞു.

“എത്രയോ പ്രാവശ്യം. അവളും നിന്നെപ്പോലെയായിരുന്നു. നിന്റെ വാശി, നിന്റെ ദേഷ്യം, ഒടുവിൽ ഇതുപോലെ എന്റെ നെഞ്ചിൽ ചേർന്ന് കിടക്കും. എല്ലാ പിണക്കങ്ങളും മറക്കും.”

“അവളെ, നിങ്ങൾ ഒരുപാട് സ്നേഹിച്ചിരുന്നു അല്ലേ?”

ചോദിക്കുമ്പോൾ എന്റെ തൊണ്ട ഇടറിയതും കണ്ണുകൾ നിറഞ്ഞതുപോലും അയാൾ അറിഞ്ഞില്ല. അതെന്നെ കൂടുതൽ വിഷമിപ്പിച്ചു.

“ഉം, ഒരുപാട്. അവൾക്ക് ഞാനെന്നാൽ പ്രാണൻ ആയിരുന്നു. എനിക്ക് തിരിച്ചും. എന്തു കാരണം കൊണ്ടായിരിക്കും അവൾ എന്നിൽ നിന്നും അകന്നതെന്ന് എനിക്കിപ്പോഴും അറിയില്ല ലിപികാ.”

“ഉം.”

ഞാൻ മൂളിക്കേട്ടു.

“ഒരു നിമിഷംപോലും എന്റെ ശബ്ദം കേൾക്കാതെ, എന്നെ കാണാതെ ഇരിക്കുവാൻ കഴിയാതിരുന്നവൾ. അവളുടെ വീട്ടിൽ നിന്നും ജോലിസ്ഥലത്ത് പോയാലും നിരന്തരം എന്നെ വിളിച്ചുകൊണ്ടിരിക്കും. എന്നെ സ്നേഹിച്ചുകൊണ്ടേയിരിക്കും.”

“ഉം...”

സിഗരറ്റ് കത്തിത്തീർന്നിരുന്നു. അയാൾ വീണ്ടും കിടക്കയിൽ വന്നിരുന്നു.

“സെക്സിലോ?”

അയാൾ എന്നെയൊന്നു നോക്കി പുഞ്ചിരിച്ചു. അപ്പോഴുമെന്റെ കണ്ണുകൾ നിറഞ്ഞത് അയാൾ കണ്ടിരുന്നില്ല.

“അവൾ വല്ലാത്ത വശ്യതയാണ്. ഏത് പുരുഷനിലും രതി ഉണർത്തുവാൻ അവളുടെ ഒരു നോട്ടം മതിയാകും. അവളെ എത്ര ഭോഗിച്ചാലും എനിക്ക് മതിയാകുമായിരുന്നില്ല. നീ വിളിക്കും പോലെ,

അവസാന രതിമൂർച്ഛയിൽ അവളും എന്റെ പേരെടുത്തു വിളിക്കും. അതെന്നെ കൂടുതൽ ആവേശത്തിൽ ആഴ്ത്തും. നിന്നെപ്പോലെ അവളും എഴുതുമായിരുന്നു. അനി, കേൾക്കൂ, എന്ന് പറഞ്ഞു എനിക്ക് തരുമായിരുന്നു. ഞാനും അവളും അന്നിരുന്ന് എത്രയോ കഥകൾ എഴുതി. പരസ്പരം വായിച്ചു. എത്രയോ പാട്ടുകൾ പാടി. ങ്ഹാ...''

നെടുവീർപ്പുകളോടെ അയാൾ അവളുടെ ഓർമ്മകൾ പറഞ്ഞു നിർത്തുമ്പോൾ ഏറ്റവും അപമാനിക്കപ്പെട്ട്, ഹൃദയം മുറിഞ്ഞു. പ്രേമം നഷ്ടപ്പെട്ട് ആരുമില്ലാത്ത വഴികളിലൂടെ കരഞ്ഞു നീങ്ങുകയായിരുന്നു ഞാൻ.

''ഹേയ്, ലിപികാ, എന്തുപറ്റി?''

''ഞാൻ നിങ്ങൾക്ക് ആരാണ് അനീ?''

പൊട്ടിപ്പോയ കരച്ചിലോടെയാണ് അത് ചോദിച്ചത്.

''അയ്യോ മോളെ, നീ എനിക്കെന്റെ ജീവനാണ്.''

എനിക്ക് അയാളോട് വെറുപ്പ് തോന്നി. ആ വാക്കുകൾ പച്ചക്കള്ളമാണെന്നും തോന്നി. അയാളെന്നെ ചേർത്തുപിടിച്ചു.

''അതൊക്കെ കഴിഞ്ഞ കാലമല്ലേ? അവൾ എന്നിൽ നിന്നും പോയിട്ട് എത്രയോ വർഷങ്ങൾ കഴിഞ്ഞിരിക്കുന്നു.''

ഞാൻ അയാളുടെ ശരീരത്തിൽ നാസിക ചേർത്തു വെച്ച്, ആ ഗന്ധം സ്വീകരിച്ചു.

''എന്തേ?'' അയാൾ അത്ഭുതപ്പെട്ടു ചോദിച്ചു.

''വർഷങ്ങൾ കഴിഞ്ഞിട്ടും അതേ ഗന്ധം. മാറാത്ത, മടുക്കാത്ത അവളുടെ അതേ ഗന്ധം.''

'' ഹ, ഹ, ഹ!'' അയാൾ ഉറക്കെ പൊട്ടിച്ചിരിച്ചുകൊണ്ടിരുന്നു. ഞാൻ അയാളെ തുറിച്ചുനോക്കിയിരുന്നു. എനിക്ക് ചിരിക്കുവാൻ കഴിയുമായിരുന്നില്ല. അനുഭവിച്ചതത്രയും ഞാൻ ആയതുകൊണ്ട് എനിക്ക് അയാളുടെ ചിരിയിൽ പങ്കുചേരുവാൻ കഴിയുമായിരുന്നില്ല. എനിക്ക് മുൻപ് ഒരു കാമുകൻ ഇല്ലാതിരുന്നതിൽ ആ നിമിഷം ഞാൻ വല്ലാതെ ഖേദിച്ചു.

''നീ, ഇത്രയും ഉള്ളൂ? ഞാൻ എന്തോ ഓർത്തപ്പോൾ പറഞ്ഞതാണ്. അതല്ലാതെ എന്നെ ഉപേക്ഷിച്ചുപോയവൾ എവിടെ, എന്നെ സ്നേഹിക്കുന്ന നീ എവിടെ?''

''ഞാൻ നിങ്ങളുടെ മൂന്നാമത്തെ സ്ത്രീയാണ് അല്ലേ?''

''പക്ഷേ, നിന്റെ അച്ച് വേറെയാണല്ലോ. ഞാൻ അവർക്കൊന്നും കാണാത്ത, അവർക്കൊന്നും നൽകാത്ത എന്റെ ജീവൻ നിനക്കല്ലേ തന്നുകൊണ്ടിരിക്കുന്നത്. പറയൂ. നിനക്കെന്നോട് വെറുപ്പുണ്ടോ?''

അയാളുടെ പൂച്ചക്കണ്ണുകളിൽ ദയനീയത നിറഞ്ഞതുപോലെ എനിക്ക് തോന്നി.

"ഉണ്ടായിരിക്കണം."

"എന്നിട്ടും നീ?"

"അതേ, എന്നിട്ടും... എന്നിട്ടും ഞാൻ നിങ്ങളെ ഒരുപാട് പ്രണയിക്കുന്നുണ്ട് അനീ, നിങ്ങൾ എന്റേതല്ലയെന്നും എന്റേതാകില്ലെന്നും എന്നെ നിങ്ങൾതന്നെ ബോധ്യപ്പെടുത്തുമ്പോഴും ഒരിക്കൽ നിങ്ങൾ സ്നേഹിച്ചവളുടെ പ്രണയവും അവളുടെ ഉടലാഴങ്ങളും എന്നോട് വിവരിക്കുമ്പോൾ, മറ്റൊരുവൾക്ക് താലി കെട്ടുകയും അവളുടെ ഉദരത്തിൽ നിങ്ങളുടെ ജീവനെ നിക്ഷേപിച്ചതാണെന്നും ഓർക്കുമ്പോൾ, ഞാൻ വ്രണപ്പെടുന്നു, എന്റെ സ്വാർത്ഥത ആളിക്കത്തുന്നു. ആ മുറിവ്, ഉണങ്ങില്ല അനീ. ദാ, ഈ നിമിഷം എന്റെ കൈയിൽ ഒരു കത്തിയുണ്ടായിരുന്നുവെങ്കിൽ ഞാൻ അവരെയെല്ലാം കൊന്നുകളയുമായിരുന്നു. നിങ്ങളെയും. നിങ്ങളെ ഞാൻ വെറുക്കുന്നു അനീ. നിങ്ങളെ വെറുക്കുന്നു."

ഞാൻ അയാളുടെ നെഞ്ചിൽ മുഖം പൂഴ്ത്തി വെച്ചു കരഞ്ഞുകൊണ്ടിരുന്നു.

"ലിപികാ, നോക്കൂ. സൈന്ധവിയെ ഞാൻ ഒരിക്കൽ പോലും സ്നേഹിച്ചിട്ടില്ല. പിന്നെ കുഞ്ഞ്. ഞാനും ചോരയും നീരുമുള്ള ഒരു പുരുഷനല്ലേ ലിപികാ? അതങ്ങനെ സംഭവിച്ചതാണ്. അതും നിനക്ക് മുൻപ് മാത്രം. എനിക്കു മുന്നേ നീയും മറ്റൊരുവന്റേത് ആയിരുന്നുവല്ലോ?"

ഞാൻ കത്തുന്ന കണ്ണുകളോടെ അയാളെ നോക്കി.

"ഞാൻ, അത് നിങ്ങളോട് മറച്ചുവെച്ചിട്ടില്ല." ഞാൻ ആക്രോശിച്ചു.

"ലിപികാ, ഞാൻ... ഞാൻ അങ്ങനെയല്ല പറഞ്ഞത്."

"പിന്നെ? എങ്ങനെയാണ് വിവാഹിതയായ സ്ത്രീയാണ് ഞാൻ എന്ന് അറിഞ്ഞുകൊണ്ടാണ് നിങ്ങൾ എനിക്ക് കത്തുകൾ എഴുതിയത്. എന്നെ കാണുവാൻ വന്നത്, എന്നെ ചുംബിച്ചത്, എന്റെ ശരീരവും മനസ്സും നിയന്ത്രണത്തിലാക്കിയത്?"

"ശരിയാണ് ലിപികാ. നിനക്ക് മുൻപ് എന്റെ ജീവിതത്തിൽ രണ്ടു സ്ത്രീകൾ ഉണ്ടായിരുന്നുവെന്നത് എനിക്ക് നിന്നോട് ആദ്യമേ തുറന്നു പറയാമായിരുന്നു. തീർച്ചയായും അത് എന്റെ മാത്രം തെറ്റാണ്. അത് പറയാതിരുന്നത് ഭയന്നിട്ടാണ് ലിപികാ. നീയെന്നെ വിട്ടുപോകുമോയെന്ന് ഭയന്നിട്ട്. എന്റെ ആ ഭയം നിന്നോടുള്ള എന്റെ പ്രണയം തന്നെയായിരുന്നു."

"എന്താണ് നിങ്ങൾക്ക് എന്നോടുള്ള പ്രണയം? മറ്റൊരുവളിൽ നിങ്ങൾ അനുഭവിച്ച രതിയെക്കുറിച്ച് ക്ലാസ്സെടുക്കുന്നതാണോ?

അതോ അവളുടെ പ്രണയത്തെക്കുറിച്ച് എന്നോട് പുകഴ്ത്തിപ്പറഞ്ഞു കൊണ്ടിരിക്കുന്നതോ?''

''എന്റെ മോളെ, ഇനിയൊരിക്കലും ഞാൻ അത് ആവർത്തിക്കില്ല. ഞാൻ നിന്നെയാണ് പ്രണയിക്കുന്നത്. നിന്നിലാണ് ഞാൻ അകപ്പെട്ടത്. എനിക്കിനി നിന്നിൽ മാത്രം ജീവിച്ചാൽ മതി.''

എന്റെ കണ്ണുനീർ അടങ്ങി. പറഞ്ഞില്ലേ? അത്രയേയുള്ളൂ ഞാൻ. അയാളെന്നെ മധുരമുള്ള വാക്കുകൾകൊണ്ട് പൊതിഞ്ഞുപിടിക്കുന്നതുവരെ മാത്രമേയുള്ളൂ ഞാൻ. വീണ്ടും അയാളുടെ നെഞ്ചിൽ മുഖം ഒളിപ്പിച്ചു. അയാളെന്റെ മുടിയിഴകളിൽ തഴുകി. നാവിനാലും വിരലുകളാലും ചുണ്ടുകളാലും ഞങ്ങളിൽ വലിയൊരു പ്രണയമഴ പെയ്തിറങ്ങി. മാനസികമായും ശരീരികമായും പൂർണ്ണമായും ദാസിൽനിന്നും അകന്നു കഴിഞ്ഞ നാളുകളായിരുന്നു അത്.

അന്നത്തെ വൈകുന്നേരം, അപ്രതീക്ഷിതമായ സമയത്ത് പോർച്ചിൽ ദാസിന്റെ കാറ് കണ്ടു. ഒരു മാസത്തിനു ശേഷം ഭർത്താവിന്റെ സാന്നിധ്യം ഉണ്ടാകുന്നത് ഏതൊരു ഭാര്യയെയും ആഹ്ലാദിപ്പിക്കും. ആ സമയത്തിനുള്ളിൽ മറ്റൊരാളെ ആത്മാവിൽ വഹിക്കാത്ത ഏതൊരു ഭാര്യയെയും. പക്ഷേ എന്നെയത് വേദനിപ്പിച്ചു. ഉള്ളിൽ അതികഠിനമായ ദേഷ്യമുണ്ടാക്കി. അനിരുദ്ധനെ വിളിക്കുവാൻ അയാൾ ഉറങ്ങുന്നതുവരെ കാത്തിരിക്കണമെന്നുള്ളത് എന്റെ ദേഷ്യത്തെ ഇരട്ടിച്ചു. സത്യത്തിൽ അതെന്തൊരു നീതികേടാണ്. ഒരാളുമായി വിവാഹ ഉടമ്പടിയിൽ ഒപ്പുവെച്ചുവെന്നു കരുതി, ഇഷ്ടമുള്ളയാളിനോട് സംസാരിക്കുവാനും ഇഷ്ടമുള്ളയാളിനൊപ്പം ശയിക്കുവാനും ഇഷ്ടമുള്ള ബന്ധങ്ങളിൽ ആഹ്ലാദിക്കുവാനും മറ്റൊരാളിന്റെ സമ്മതം കാത്തുനിൽക്കേണ്ടി വരിക. അതല്ലാത്തതൊക്കെ അവിഹിതമാകുക. വിരോധാഭാസം. ഞാൻ വീടിനകത്തു കയറി. ദാസിന്റെ അച്ഛനുമമ്മയും മകളുടെ വീട്ടിലാണ് ഇപ്പോൾ താമസം. എന്റെ സ്വഭാവരീതികൾ, അവർക്കും അവരുടെ സ്വഭാവരീതികൾ എനിക്കും ഇഷ്ടപ്പെടാത്തിടത്തോളം എനിക്കതിൽ ദുഃഖമൊന്നും തോന്നിയില്ല. ഞങ്ങളുടെ ബെഡ്റൂമിന്റെ വാതിൽ അടഞ്ഞുകിടന്നിരുന്നു. അടക്കിയുള്ള സംസാരവും ചിരികളും കേൾക്കാമായിരുന്നു. തീർച്ചയായും അതൊരു സ്ത്രീയുടേതുമായിരുന്നു. ഞാൻ രണ്ടു പ്രാവശ്യം മുറിയുടെ വാതിലിൽ മുട്ടി. അല്പം പരിഭ്രമത്തോടെ ദാസ് വാതിൽ തുറന്നു. അയാൾ കാവി മുണ്ട് വാരിച്ചുറ്റിയിരുന്നു.

ഒരിക്കൽ, ഞങ്ങളുടെ മധുവിധു നാളുകളിൽ കൽക്കത്തയിൽ പോയപ്പോൾ ദാസ് എനിക്ക് വാങ്ങി സമ്മാനിച്ചിരുന്ന വയലറ്റ് കമ്പിളി അവളുടെ ശരീരം മൂടിയിരുന്നു. ഞാൻ, അവളെയൊന്നു

നോക്കി. മലയാളിസ്ത്രീയല്ലെന്നു ഉറപ്പ്. പഞ്ചാബിയോ രാജസ്ഥാനിയോ ആയിരിക്കണം. എന്നേക്കാൾ നിറമുണ്ട്, എന്നേക്കാൾ ശരീരമുണ്ട്. എന്നേക്കാൾ ഒരുപക്ഷേ ദാസിനെ സ്നേഹിക്കുന്നുമുണ്ടാകും. എന്തുകൊണ്ടോ എനിക്കൊരു ദേഷ്യവും തോന്നിയില്ല. ഇത്തരം സന്ദർഭങ്ങളിൽ ഭാര്യമാർ, മറ്റൊരു പുരുഷനെ ആത്മാവിൽ വഹിച്ചിട്ടില്ലാത്ത ഭാര്യമാർ, പൊട്ടിത്തെറിക്കേണ്ടതാണ്. നിലത്തു കിടന്നുരുണ്ട് അലറി വിളിച്ചു കരയേണ്ടതാണ്. ശാപവാക്കുകൾ ചൊരിയേണ്ടതാണ്. പക്ഷേ, ഞാൻ ശാന്തമായി അകത്തു കടന്നു. ലേസ് പിടിപ്പിച്ച വിദേശ നിർമ്മിത അടിവസ്ത്രങ്ങൾ അലക്ഷ്യമായി കിടക്കുന്നതിൽ ഒരുപാടൊന്നും ശ്രദ്ധിക്കാതെ, അലമാരി തുറന്നു വീട്ടിൽ ഉടുക്കാറുള്ള ഒരു സാരിയെടുത്തുകൊണ്ട് തിരിഞ്ഞു നടന്നു.

‘‘ശല്യപ്പെടുത്തിയതിൽ ക്ഷമിക്കുക.’’

ഏറ്റവും ആത്മാർത്ഥമായിട്ടാണ് ഞാനത് പറഞ്ഞത്. രണ്ടു പേരുടെ ആനന്ദകരമായ നിമിഷങ്ങളെ തകർക്കുന്നതിൽപരം, എന്ത് ദ്രോഹമാണ് ഉള്ളത്. തീർച്ചയായും ഞാൻ ക്ഷമ ചോദിച്ചത് ആത്മാർത്ഥമായിട്ടായിരുന്നു. എന്റെ പേരിൽ ഒരിക്കലും അവർ തമ്മിൽ പിണങ്ങരുതെന്നും ആഗ്രഹിച്ചു. അവർ ആശ്ചര്യത്തോടെ പരസ്പരം നോക്കുക മാത്രം ചെയ്തു.

‘‘അൺബിലീവബിൾ. നിനക്ക്, അയാളോട് ദേഷ്യം തോന്നിയില്ലേ?’’

എനിക്ക് തോന്നേണ്ടിയിരുന്ന എല്ലാ ദേഷ്യങ്ങളും മുഖത്തും ശബ്ദത്തിലും ആവാഹിച്ചെടുത്താണ് അമേലിയ അത് ചോദിച്ചത്.

‘‘എന്തിന്?’’ ഞാൻ ചിരിച്ചു.

‘‘എടീ, സ്വന്തം ഭർത്താവ് മറ്റൊരു സ്ത്രീയുമായി ബെഡ് ഷെയർ ചെയ്യുന്നത് കാണുന്ന ഏതൊരു ഭാര്യയും ദേഷ്യപ്പെടില്ലേ? അയാളെ അടിക്കില്ലേ? വലിച്ചെറിഞ്ഞ് ഇറങ്ങിവരില്ലേ?’’

‘‘ഒരാൾ, അയാൾക്കിഷ്ടമുള്ളത്, അയാളുടെ മനസ്സിനും ശരീരത്തിനും സന്തോഷം ഉണ്ടാക്കുന്നത് ചെയ്യുമ്പോൾ ഞാനെന്തിന് അയാളോട് ദേഷ്യപ്പെടണം? സെക്സ്, ഈസ് നോട്ട് എ പ്രോമിസ് എന്ന് കേട്ടിട്ടില്ലേ? അത് തിരുത്തി, മാര്യേജ് ഈസ് നോട്ട് എ പ്രോമിസ് എന്നാക്കേണ്ട സമയം അതിക്രമിച്ചു കഴിഞ്ഞു.’’

‘‘ദാസിന്റെ സ്ഥാനത്ത് അനിരുദ്ധൻ ആയിരുന്നുവെങ്കിലോ?’’

‘‘ഞാൻ, അയാളെ കൊല്ലുമായിരുന്നു.’’ എന്റെ മറുപടി വളരെ പെട്ടെന്ന് ആയിരുന്നു.

‘‘അതെന്താ, അയാളുടെ കാര്യം പറയുമ്പോൾ നിന്റെ തത്ത്വങ്ങളെല്ലാം എവിടെപ്പോയി?’’

"അതേ, ഞാനും അതോർത്തു. അയാൾ എന്റേതാണ്. അയാളെ വാക്കുകളിൽ പോലും ആരും പങ്കുവെയ്ക്കുന്നത് ഞാൻ ഇഷ്ടപ്പെടുന്നില്ല. എന്തിന് മറ്റൊരാൾ നോക്കുന്നതുപോലും സഹിക്കില്ല. അയാളുടെ കാര്യത്തിൽ തത്ത്വങ്ങളോ പ്രമാണങ്ങളോ ഉടമ്പടികളോയില്ല. എന്റെ സ്വാർത്ഥത മാത്രമേയുള്ളൂ. തികഞ്ഞ, തീവ്രമായ സ്വാർത്ഥത. ഏത് മനുഷ്യനും അവന്റേത് എന്ന് കരുതുന്ന മനുഷ്യനോട് അപകടകരമാകുംവിധം സ്വാർത്ഥമായിരിക്കുന്നതിനാലായിരിക്കണം, യുദ്ധങ്ങൾ ഉണ്ടാകുന്നത് മരണങ്ങൾ ഉണ്ടാകുന്നത്, വേദനകളും ലോകനാശങ്ങളും സംഭവിക്കുന്നത്."

"നിന്റെ മനസ്സ്, പൂർണ്ണമായും അയാളുടേതായി അല്ലേ?"

അമേലിയ ചോദിച്ചു. ഞാൻ അവളെ സൂക്ഷിച്ചു നോക്കി. മെല്ലെ ചിരിച്ചു.

"ശരീരവും." അവൾ അത്രയൊന്നും അത്ഭുതമില്ലാതെ എന്നെ നോക്കി. പ്രതീക്ഷിച്ചിരുന്നു എന്നൊരു ഭാവം അവളിൽ നിറഞ്ഞ് നിന്നു.

"അതേ, അമീ. എനിക്കെന്റെ ശരീരം ആർക്കെങ്കിലും നൽകണമെന്ന് തോന്നിയത് അയാൾക്ക് മാത്രമാണ്. എനിക്ക് ആരോടെങ്കിലും ലസ്റ്റ് തോന്നിയിട്ടുണ്ടെങ്കിൽ അതും അയാളോട് മാത്രമാണ്. ഒരേപോലെ പ്രണയത്തിലും കാമത്തിലും നിപുണനാകുക വളരെ കുറച്ച് പുരുഷന്മാർക്ക് മാത്രമുള്ള ഗുണങ്ങൾ ആണ്. അയാൾ അങ്ങനെയുള്ള പുരുഷനാണ്. ആ അയാൾ എന്റേതായതിൽ ഞാൻ അഭിമാനിക്കുന്നു."

"നിന്നെയെനിക്ക് മനസ്സിലാകുന്നില്ല. മനസ്സിലാകുന്നതേയില്ല ലിപികാ."

"എനിക്കും."

ഞാൻ വീണ്ടും ചിരിച്ചു. അവളും.

"നീ, അതേക്കുറിച്ച് പറയൂ. ചിത്രശലഭങ്ങളിലെ വിഷമുള്ള ശലഭത്തെക്കുറിച്ച്."

അവൾ ചിരിച്ചുകൊണ്ട് വീണ്ടും പറഞ്ഞു തുടങ്ങി.

അന്ന്, രാത്രിയിൽ, ഞാൻ ഓഷോയുടെ 'സ്ത്രീ' എന്നുള്ള പുസ്തകം വായിച്ചുകൊണ്ടിരിക്കെയാണ്, ദാസ്, എനിക്കരികിൽ വന്നിരുന്നത്. അയാളുടെ മുഖത്ത് പതിവില്ലാത്ത കുറ്റബോധത്തിന്റെ ലാഞ്ഛന ഉണ്ടായിരുന്നു.

"ലിപികാ. നിന്നോട് ഇത് എങ്ങനെ പറയണമെന്ന് എനിക്കറിയില്ലായിരുന്നു."

ഞാൻ, വായന അവസാനിപ്പിക്കുകയോ പുസ്തകത്തിൽ നിന്നും മുഖമുയർത്തുകയോ ചെയ്തില്ല. പക്ഷേ എനിക്കയാളോട് ദേഷ്യ മുണ്ടായിരുന്നില്ല. ഞങ്ങളുടെ ബെഡ്ഡിൽ നിന്നും അവളുടെ ശരീര ത്തിലെ കടുകെണ്ണയുടെ രൂക്ഷഗന്ധം മാറിയിരുന്നില്ല.

''അവളെ മുംബൈയിൽ വെച്ചു ഞാൻ പരിചയപ്പെട്ടതാണ്. എന്തോ അവൾക്കും എനിക്കും ഇടയിൽ കോമൺ ആയിട്ട് ഒരുപാട് കാര്യ ങ്ങൾ ഉണ്ടായിരുന്നതുകൊണ്ടാകണം, ഞങ്ങൾ തമ്മിൽ എളുപ്പം അടുത്തുപോയി. അവിടെ ക്വാർട്ടേഴ്സിൽ ഒരു റൂമിൽ ആയിരുന്നു ഞങ്ങളുടെ അക്കൊമഡേഷൻ പോലും. എനിക്കറിയാം ലിപികാ, ഞങ്ങളെ അങ്ങനെ കണ്ടത് നിന്നെ ഒരുപാട് വേദനിപ്പിച്ചിട്ടുണ്ടാകണം. ബട്ട്...''

''എനിക്ക് ഒരു വേദനയും തോന്നിയില്ല ദാസ്.''

ഞാൻ പുസ്തകത്തിൽ നിന്നും മുഖമുയർത്തിക്കൊണ്ട് പറഞ്ഞു. അയാളുടെ മുഖം സംശയംകൊണ്ട് നിറഞ്ഞു.

''എനിക്ക് വേദനയുണ്ടാകാൻ മാത്രം നിങ്ങൾ എനിക്കാരാണ്? എന്നോട് നിങ്ങൾക്ക് ഇന്നേവരെയും തോന്നാത്ത എന്ത് ബന്ധമാണ് എനിക്ക് നിങ്ങളോട് തോന്നേണ്ടത്? വിവാഹമെന്ന ഉടമ്പടി, അതും നമ്മൾ തമ്മിലുള്ള ഉടമ്പടി എത്ര വിഡ്ഢിത്തരമായ തീരുമാനം ആയിരുന്നുവെന്നത്, ഞാൻ മുമ്പേ ചിന്തിച്ചതാണ്. എത്രയോ വട്ടം. ഹാ, എന്താണ് പറഞ്ഞത്, എനിക്ക് വേദന ഉണ്ടാകുമെന്ന് അറിയാ മെന്നോ? എനിക്ക് വേദന ഉണ്ടാകാൻ നിങ്ങൾ എന്റെ കാമുകന ല്ലല്ലോ ദാസ്. വെറും ഭർത്താവല്ലേ?''

അയാളുടെ മുഖം കുനിഞ്ഞു.

''പറയാൻ വന്നത് പറയൂ.''

വീണ്ടും, എന്റെ ശ്രദ്ധ പൂർണ്ണമായും പുസ്തകത്തിനുള്ളിലാക്കി.

''അവളുടെ പേര്, ദക്ഷിണ എന്നാണ്. ഞങ്ങൾ വിവാഹം ചെയ്യു വാൻ തീരുമാനിച്ചു.''

''ഉം, നല്ലത്.''

ഞാൻ അയാളിൽ നിന്നും അതിൽ കൂടുതലൊന്നും പ്രതീക്ഷി ച്ചിട്ടുണ്ടായിരുന്നില്ല. അയാളും എന്നിൽ നിന്നും മറ്റൊരു മറുപടിയും പ്രതീക്ഷിച്ചിരിക്കില്ലെന്ന് തോന്നി. ഞാൻ മറ്റൊരു മറുപടിയും പറ ഞ്ഞില്ല. അയാൾ കൂടുതൽ ഒന്നും ചോദിച്ചുമില്ല. രണ്ടുപേർക്കിടയിൽ ചോദ്യങ്ങളും മറുപടികളും അവസാനിക്കുകയെന്നാൽ അവരെ തമ്മിൽ ബന്ധിപ്പിച്ചിരുന്ന ചരടുകൾ മുറിഞ്ഞുകഴിഞ്ഞു എന്നുള്ളതു മാണ്. അയാളെ ഞാൻ വെറുതെ വിട്ടു. അന്ന് സുഖമായിട്ടുറങ്ങി.

പതിമ്മൂന്ന്

നൈനിക, അവരുടെ കഥ ശ്രവിക്കുന്നതിനോടൊപ്പം, അവളോടു തന്നെ എന്തൊക്കെയോ ചോദ്യങ്ങൾ ആവർത്തിച്ചുകൊണ്ടിരുന്നു. ദാസിനോട് ഇവർക്ക് യാതൊരുവിധ ബന്ധവും ഉണ്ടായിരുന്നില്ല? അവർ തീർത്തും ഒരു മേൽക്കൂരയ്ക്ക് കീഴിൽ കഴിഞ്ഞിരുന്ന, രണ്ടു അപരിചിതർ മാത്രമായിരുന്നു? ആ നാടകം അയാൾ അവസാനിപ്പിക്കുവാൻ തീരുമാനിക്കുകയും അവൾ അതിന് മൗനാനുവാദം നൽകുകയും ചെയ്തു? പക്ഷേ! അനിരുദ്ധൻ? അയാളോട് അവർക്ക് പ്രണയം തന്നെയായിരുന്നുവോ? അതോ ഒരിക്കൽ അയാളുടെ ജീവിതത്തിൽ മറ്റു സ്ത്രീകൾ വന്നതിനുള്ള പകയായിരുന്നുവോ? ചോദ്യങ്ങൾ അവൾക്ക് മുന്നിൽ ഫണമുയർത്തി നിന്നു. കാമാത്തിപുരയിൽ അങ്ങനെയൊരു ക്ഷേത്രം ഉണ്ടായിരിക്കുമോ? നഗ്നയായ പ്രതികാരദാഹിയായ സ്ത്രീ. അങ്ങനെയൊരുവൾക്ക് ഭക്തർ ഉണ്ടായിരിക്കുമോ? അത് ഭക്തിയാകുമോ? ഭയമാകുമോ? അതോ, എനിക്കു മുന്നിൽ ഇഥികാ ദൂതെന്ന ഇവർ, അവരെ തന്നെ കാണിച്ച് തന്നതായിരിക്കുമോ? എന്തായാലും അനിരുദ്ധന് എന്ത് സംഭവിച്ചുവെന്ന് അറിയുന്ന ഒരേ ഒരാൾ ഇവർ മാത്രമാണ്. അതുകൊണ്ട് തത്കാലം ഇവരെ ഉപേക്ഷിച്ചുപോകുവാൻ കഴിയില്ല.

''എങ്ങനെയാണ് 'നീലപ്പരുന്ത്' എന്നുള്ള ചെറുകഥയിലേക്ക് എത്തിയത്?''

ഞാൻ ചിരിച്ചു. മട്ടുപ്പാവിലെ ലൂബി മരത്തിന്റെ ചില്ലയിൽ നിന്നും പഴുത്ത ഇലകൾ, എന്റെ ഓർമ്മശകലങ്ങൾ എന്നതുപോലെ താഴേക്ക് പതിച്ചു.

ദാസിന്റെ രണ്ടാംവിവാഹത്തിന്റെ മൂന്നാമത്തെ ദിവസം ഞാനും അനിരുദ്ധനും വീണ്ടും കണ്ടുമുട്ടി. തിരുവനന്തപുരത്തെ ഞങ്ങൾ ഒരുപോലെ ഇഷ്ടപ്പെടുന്ന ഭംഗിയുള്ള ഒരു കഫേ ആയിരുന്നു അത്. ചുവന്ന അക്ഷരങ്ങൾകൊണ്ട് തീർത്ത ഭംഗിയുള്ള മേഘക്കൂട്. അയാൾ വളരെ സുന്ദരനായിരിക്കുന്നുവെന്നു തോന്നി. വൃത്തിയായി ചീകി ഒതുക്കിയ മുടി, ട്രിം ചെയ്തു ഭംഗിയാക്കിയ താടിരോമങ്ങൾ, കണ്ണുകളിൽ ശാന്തത. കറുപ്പിൽ സ്വർണ്ണവർണ്ണമുള്ള പൊട്ടുകൾ പതിപ്പിച്ച കുർത്തയും വെളുത്ത ജീൻസും. ഞാനും കറുത്ത നിറമുള്ള സാരിയാണ് ധരിച്ചിരുന്നത്. ആ സാമ്യത എന്തുകൊണ്ടോ എന്നെ കൂടുതൽ സന്തോഷിപ്പിച്ചു. ആ സന്തോഷം എന്റെ മുഖത്തെ തുടുപ്പിച്ചു.

''നീ ദാസിനോട് ഒന്നും ചോദിച്ചില്ലേ?''

''ഉം, ചോദിച്ചു. അവൾ നന്നായി സുഖിപ്പിച്ചോയെന്ന് ചോദിച്ചു.''

അയാൾ എന്നെയൊന്നു നോക്കി.

“അതല്ലാതെ, ദാസിനെ ശപിച്ച്, ഈ നഗരം ചുട്ടെരിക്കാൻ ഞാൻ പതിവ്രതയായ കണ്ണകിയൊന്നുമല്ലല്ലോ?”

ഞാൻ ചിരിച്ചു. അനിരുദ്ധന്റെ ചുണ്ടിലും ചിരിപോലെ എന്തോ ഒന്നു തെളിഞ്ഞു.

“എങ്കിലും?” അയാൾ പറഞ്ഞുതുടങ്ങിയത് നിർത്തി.

“അതെന്തൊരു വിരോധാഭാസമാണല്ലേ? പവിത്രയായവളെന്ന് സ്ത്രീകളെ കാണുന്നതും അവർക്ക് മാത്രമേ ശപിക്കുവാൻ കഴിയുള്ളൂവെന്നും അവരുടെ ശാപത്താൽ മാത്രമേ നഗരങ്ങൾ കത്തി ചാമ്പലാകൂയെന്നും സൃഷ്ടിച്ചുവെച്ചിരിക്കുന്നു. എന്തൊരു തരം ഇരട്ടത്താപ്പാണ് അത്.”

അനിരുദ്ധൻ അപ്പോഴും കോഫീക്കപ്പ് ചുണ്ടിൽ ചേർത്ത് കുടിച്ചതിനു ശേഷം ചിരിച്ചുകൊണ്ടിരുന്നു.

“എനിക്കൊരു അവസരം ലഭിക്കുമായിരുന്നെങ്കിൽ ഞാൻ ചിലപ്പതികാരത്തെ മാധവിയുടെ കാവ്യമാക്കി മാറ്റുമായിരുന്നു. കണ്ണകിയിൽ നിന്നു കോവലനെ പറിച്ചുമാറ്റി, അവളുടെ മാറിലെ മറുകിൽ ബന്ധനസ്ഥനാക്കുമായിരുന്നു.”

എന്റെ കണ്ണുകൾ എരിഞ്ഞു കാണണം. അത് കൃത്യമായി അനിരുദ്ധൻ മനസ്സിലാക്കിയിട്ടുണ്ടാകണം. അയാൾ അടുത്തുള്ള കസേരയിൽ വെച്ചിരുന്ന, ബാഗിൽ നിന്നും വാരാന്ത്യപതിപ്പ് എടുത്തു. രബീന്ദ്രനാഥടാഗോറിന്റെ, ‘ചാരുലതയെ’ക്കുറിച്ച് ഞാൻ എഴുതിയ ആസ്വാദനം അതിന്റെ ആദ്യപേജിൽ ഉണ്ടായിരുന്നു.

ചാരുലത

രബീന്ദ്രനാഥ ടാഗോർ
(വിവർത്തനം ലീലാസർക്കാർ)

ബന്ധങ്ങളുടെ വ്യത്യസ്തമായ അവസ്ഥാന്തരങ്ങളെ വ്യക്തതയോടെ അണിയിച്ചൊരുക്കുന്ന രബീന്ദ്രനാഥ ടാഗോറിന്റെ തൂലികയിലെ ജീവസ്സുറ്റ ആവിഷ്കാരമാണ് ‘ചാരുലത’ നസ്തേനീർ (തകർന്ന കൂട്) എന്നുള്ള ശീർഷകത്തിൽ ടാഗോർ എഴുതിയ ആത്മകഥാംശമുള്ള നീണ്ട കഥയുടെ പരിഭാഷയാണ് ചാരുലത. ചലച്ചിത്രാവിഷ്കൃതമായി സത്യജിത് റായ് നൽകിയ പേരാണ് ‘ചാരുലത.’

ചാരുലത... ആ പേരിൽ നിന്ന് തന്നെ തുടങ്ങാം. അഴക് ചേരുന്ന വള്ളി. അഴക് ചേരുന്ന വള്ളിയാകുന്നവൾക്ക് പടരുവാൻ എന്നുമൊരു ലോകമുണ്ടാകണം. അവളുടെ ആ ലോകം ആയിരുന്നിരിക്കണം അമൽ.

ഈ കഥയിൽ, പൊതുവേ സ്ഥാപിക്കപ്പെട്ടിട്ടുള്ള സാമൂഹ്യ പരിതസ്ഥിതിയുടെ രണ്ട് വ്യത്യസ്തമായ ആഖ്യാനങ്ങൾ ദർശിക്കുവാൻ കഴിയുന്നുണ്ട്. സദാചാരത്തിന്റെയും കുല മഹിമയുടെയും ചട്ടക്കൂടുകളിൽ നിന്നും ചാരുലതയെ വീക്ഷിക്കുന്നവർക്ക് ഈ കഥ വെറും അസംബന്ധമായി മാത്രമേ അനുഭവപ്പെടുവാൻ തരമുള്ളൂ. അതിനപ്പുറം, കടന്നു ചിന്തിക്കുമ്പോൾ മാത്രമാണ്, 'ചാരുലത' കഥയ്ക്ക് അപ്പുറം കാവ്യമായി വായനക്കാരന്റെ മനസ്സിൽ പതിയുക.

പത്രപ്രവർത്തനത്തിന്റെ തിരക്കിനിടയിൽ, ഭാര്യയെ പരി ഗണിക്കുന്നതിൽ, താൻ, പരാജിതൻ ആകുന്നു എന്നൊരു ഘട്ടത്തിലാണ്, അനുജൻ ആയ അമലിനെ, ഭൂപതി ചാരു വിന് കൂട്ടായി കൊണ്ടുവന്ന് നിർത്തുന്നത്. അമലിന്റെ, ചെറിയ കൗതുകപരമായ ആവശ്യങ്ങൾ പോലും ആദ്യ മൊക്കെ കപടകോപം കാണിക്കുന്ന ചാരു പിന്നീട് ഏറ്റവും സംതൃപ്തിയോടെ നിറവേറ്റുന്നു. എന്തുകൊണ്ടൊക്കെയോ അവൾ അതിൽ വല്ലാത്ത തരം ആനന്ദം അനുഭവിക്കുകയും ചെയ്യുന്നു. അവർ ഒന്നിച്ച് അവരുടേതായ ഇടങ്ങൾ സൃഷ്ടി ക്കുവാൻ താല്പര്യപ്പെടുന്നു. രണ്ടുപേരിലെയും മനോ ഹരമായ ആശയങ്ങളെ പങ്കുവെയ്ക്കുന്നു, അമൽ എഴുതി കഴിയുന്ന ലേഖനങ്ങൾ, ചേട്ടത്തിയെ വായിച്ച് കേൾപ്പി ക്കുന്നു. ചേട്ടത്തി എഴുതി തുടങ്ങുന്നതിനെ ആവേശത്തോടെ പ്രോത്സാഹിപ്പിക്കുന്നു.

അമൽ വായിക്കുവാനും നല്ലത് പറയുവാനും മാത്രമായി ചാരു എഴുതുന്നു. വായിക്കുവാൻ അമൽ ഇല്ലെന്ന് കാൺകെ, എഴുതിയവയെ തുണ്ടമായി വലിച്ചെറിഞ്ഞു കളയുന്നു. അമൽ വിവാഹിതനായി തിരികെ പോകുമ്പോഴും അവളെ ക്കുറിച്ച് ഓർക്കുമെന്ന് വെറുതെ കരുതി നീറുന്നു. യഥാർത്ഥ ത്തിൽ 'ചാരുലത' ഏറ്റവും ഭംഗിയുള്ള സ്ത്രീസങ്കല്പ മാണ്. പ്രണയത്തിന് എത്രമാത്രം കാല്പനിക സൗന്ദര്യ മുണ്ടെന്നും അതിൽ എത്രയോ മനോഹരമായി പരിഭവങ്ങൾ വിരിയുമെന്നും ബന്ധങ്ങളുടെ കവചങ്ങളെ മറികടന്നുകൊണ്ട്, എത്രമേൽ സ്വാർത്ഥത അലയടിക്കുമെന്നും പരസ്പരം മത്സരിച്ചു പോരാടിക്കുമെന്നും ചാരുലത പറഞ്ഞുവെയ് ക്കുന്നു.

അമൽ, തന്നെ അവഗണിക്കുന്നതോ തന്നിൽ നിന്ന് മാറി, മറ്റൊരാളെ സ്നേഹിക്കുന്നതോ ശ്രദ്ധിക്കുന്നതോ തീരെ സഹിക്കുവാൻ കഴിയാത്ത സ്വാർത്ഥമതിയായ ചാരു, പെൺ

പ്രണയങ്ങളുടെ ബിംബം തന്നെയാണ്. അവൾ എന്നും അവന്റെ വായനക്കാരിയും അവന്റെ കേൾവിക്കാരിയും അവന്റെ സേവകയും മാത്രമാകുവാൻ വാശി പിടിക്കുന്നു. അമൽ, തന്റെ ഭർത്താവിന്റെ അനുജനാണെന്നതും താൻ അവന്റെ ചേട്ടത്തിയമ്മ ആണെന്നുള്ളതും അവൾക്ക് ബോധ്യമുള്ളപ്പോഴും അവൾ എന്തുകൊണ്ടൊക്കെയോ അമലിനെ തന്റെ ചിറകുകൾക്കിടയിൽ മാത്രം ഒതുക്കുവാൻ കൊതിക്കുന്നു.

ശരീരമെന്നൊരു ബാഹ്യലോകത്തെ അവളുടെ പ്രണയം വിസ്മരിക്കുന്നു എന്നുള്ളതും ചാരുലതയെ സവിശേഷമാക്കുന്നു. തീർച്ചയായും ഈ കൃതി പ്രതിഫലിപ്പിക്കുന്നത്, തനിച്ചാക്കപ്പെടുന്ന, സ്ത്രീയുടെ സാങ്കല്പികമനസ്സിനെയാണ്. അങ്ങനെയുള്ള ഒരുവൾ ഒറ്റമരച്ചില്ലയിലെ കൂട്ടിൽ, തോരാതെ നിറഞ്ഞു പെയ്യുന്ന മഴയിൽ തണുത്തു വിറച്ചിരിക്കുന്ന പക്ഷിയാകണം. അവളുടെ ആ കൂട്ടിൽ ചേക്കേറുന്ന, അതും തന്റെ ഇഷ്ടങ്ങളിൽ നിറഞ്ഞു ചേരുന്ന മറ്റൊരു പക്ഷിയെ അവൾ തീർച്ചയായും പ്രണയിച്ചിരിക്കും. അവളുടെ സങ്കൽപ്പങ്ങൾ പങ്കുവെയ്ക്കും. സ്വപ്നങ്ങൾ വീണ്ടും തുന്നിച്ചേർക്കും സ്വാർത്ഥയാകും. ഒടുവിൽ പറന്നുപോകുന്ന ആ പക്ഷിയെ നോക്കി ദീർഘമായി നെടുവീർപ്പിടും. അതേ, കാവ്യഭംഗിയിലൂടെയാണ് ടാഗോർ ചാരുലത ഒരുക്കിയിട്ടുള്ളത്.

സ്ത്രീയുടെ മനസ്സിന്റെ ഉള്ളറകളിൽ ദീർഘമായ പ്രയാണം നടത്തുന്ന മനസ്സിനു മാത്രമേ, ഇത്തരമൊരു രചന സാധ്യമാകുകയുള്ളൂ എന്ന് കൂടി ഞാൻ ഉറച്ചു വിശ്വസിക്കുന്നു. കാരണം, ഏറ്റവും നിഗൂഢമായി, ഓരോ ശ്വാസത്തിലും മറ്റൊരാൾ കണ്ടുപിടിക്കാത്ത തരത്തിൽ മാത്രമേ ചാരുവിനെപ്പോലെ സ്ത്രീകൾ പ്രണയം സൂക്ഷിക്കുകയുള്ളൂ. ചാരു, അടിച്ചമർത്തപ്പെട്ടുപോയ അനേകം സ്ത്രീകളുടെ പ്രതിനിധി കൂടിയാണ്. തന്റെ കഴിവുകളെ തിരിച്ചറിയേണ്ട വരെ അവർ പ്രതീക്ഷിക്കുന്നു. അങ്ങനെ വരാതെയാകുമ്പോൾ സന്തോഷങ്ങളെ അടഞ്ഞുപോകുന്ന ചെപ്പിൽ പൂട്ടിവെയ്ക്കുന്നു. സ്വയം പരിത്യാഗം ചെയ്യുന്നു. ഈ കഥ അവസാനിക്കുന്നുവെന്നോ പൂർണ്ണമായെന്നോ വായനക്കാരന് തോന്നുകയില്ല.

ഒരുപക്ഷേ അതുതന്നെയാകണം ഇതിന്റെ ഭംഗിയും. 'ലീലാ സർക്കാർ' ചാരുലതയെ ഭംഗിയായി വിവർത്തനം ചെയ്തിരിക്കുന്നു എന്നുള്ളതും സന്തോഷകരമാണ്. ചാരു,

ഭൂപതിയുടെയോ അമലിന്റെയോ അല്ല അവൾ ഏകാന്ത തയുടെയും സങ്കല്പങ്ങളുടെയും ആണ്. അതിനാൽ അതിനാൽ മാത്രം, ചാരുലത കാവ്യമാകുന്നു. അത് വായിക്ക പ്പെടുന്നവൻ കവിയും ആകുന്നു.

ആസ്വാദനം

ലിപികാ നേത്ര

ഞാൻ അത് ഒരിക്കൽ കൂടി വായിച്ചു. ഞാൻ വായിക്കുന്ന നേര മത്രയും അനിരുദ്ധൻ എന്നെത്തന്നെ നോക്കിയിരിക്കുന്നുണ്ടായിരുന്നു. ഞാൻ അയാളെ നോക്കി ചിരിച്ചു.

''നിനക്ക്, ചിലപ്പതികാരം മാറ്റിയെഴുതുവാൻ കഴിയുമോയെന്ന് എനിക്കറിയില്ല. പക്ഷേ നിന്റെ ഉള്ളിൽ ഒരു എഴുത്തുകാരി ഉണ്ട്. ഞങ്ങളുടെ പബ്ലിക്കേഷൻ ഒരു ചെറുകഥാ മത്സരം നടത്തുന്നുണ്ട്. നീയും ഒരു കഥ എഴുതി തരൂ.''

''ഞാൻ എഴുതുന്ന കഥയോ? അത് തിരഞ്ഞെടുക്കാൻ മാത്രം ബോധം ഇല്ലാത്ത ആരാണ് നിങ്ങളുടെ എഡിറ്റർ വിംഗിൽ ഉള്ളത്? അനിയാകും.''

ഞാൻ അയാളെ പരിഹസിച്ചു കൊണ്ട് പറഞ്ഞു.

''എടോ, എഴുത്ത് ആരുടേയും പാരമ്പര്യസ്വത്ത് ഒന്നുമല്ല. അക്ഷര മാലകൾ അറിയാത്ത മനുഷ്യരും ഇല്ല. അക്ഷരങ്ങൾ തനിയെ വാക്കു കൾ ആകും. അത് ഭംഗിയുള്ള വാക്യങ്ങൾ ആക്കുവാൻ കഴിയുന്ന വർക്ക് മനോഹരമായി കഥകൾ എഴുതാനും കഴിയും. എന്തായാലും നീയൊന്നു ശ്രമിച്ചു നോക്ക്. ഞാൻ പറഞ്ഞെന്ന് മാത്രം.. ബാക്കി നിന്റെ ഇഷ്ടമാണ്.''

ഞാൻ അപ്പോഴും വെറുതെ, ചിരിച്ചുവെന്നതല്ലാതെ, മറുപടി യൊന്നും പറഞ്ഞില്ല. എന്നാൽ എന്റെ ഉള്ളിൽ ഞാൻ എല്ലായ് പ്പോഴും കഥകൾ എഴുതിക്കൊണ്ടിരുന്നു. പ്രസിദ്ധീകരണയോഗ്യ മല്ലാത്ത കഥകൾ.

''അങ്ങനെ എഴുതിയ കഥയാണോ നീലപ്പരുന്ത്?''

നൈനിക, എന്നോട് ചോദിച്ചു. ഞാൻ അവളെ നോക്കി അതെ യെന്ന് തലയാട്ടി.

''നീലപ്പരുന്ത് വെറുമൊരു ചെറുകഥയായിരുന്നു. പിന്നീടാണ്, അത് നോവലായി എഴുതിയത്. അതിലെ നായികയ്ക്ക് ഞാൻ എന്റെ പേര് തന്നെ കൊടുത്തു. ആളുകൾ തിരഞ്ഞു പിടിച്ച് വായിക്കുവാൻ ആ ഒരു കാരണം മാത്രം മതിയായിരുന്നു.''

''അതെന്താ?''

“സ്വാഭാവികമായും ഒരു സ്ത്രീ അവരുടെ പേര് കഥാപാത്ര ത്തിനു നൽകി എഴുതുകയെന്നാൽ, തീർച്ചയായും അത് അവരുടെ ജീവിതാനുഭവങ്ങൾ ആയേക്കുമെന്ന് വായനക്കാർ കരുതും. അതിൽ ഒരല്പം, സെക്സ് ഉണ്ടെങ്കിൽ തീർന്നു. പിന്നെ ആ സ്ത്രീയുടെ അവിഹിതബന്ധങ്ങളുടെ ചർച്ചകൾ ഓരോ മുക്കിലും മൂലയിലും പൈപ്പിൻചുവട്ടിലും അരങ്ങേറും. ലൈംഗികതയെന്നാൽ ലൈറ്റ് കെടുത്തിയ ശേഷം മാത്രം നടക്കേണ്ട എന്തോ ഒരു തരം പ്രക്രിയ യാണെന്ന് ഇന്നും മനുഷ്യർ വിശ്വസിക്കുന്നു.“

“അദ്ദേഹമാണോ ആ കഥ നോവലായിട്ട് എഴുതുവാൻ ആവശ്യ പ്പെട്ടത്?”

“അതേ. ആ മത്സരത്തിൽ എനിക്കുതന്നെ ഒന്നാംസ്ഥാനം കിട്ടി. ആ ചെറുകഥ പ്രസിദ്ധീകരിച്ചു. ഒരു പെണ്ണ് ഇങ്ങനെ ചിന്തിക്കുമോ എന്ന് ചിലരെങ്കിലും അത്ഭുതപ്പെട്ടു. മറ്റു ചിലർ ഇതൊക്കെ വെറും കഥയാണെന്ന് പറഞ്ഞു തള്ളിക്കളഞ്ഞു.”

“എന്തായിരുന്നു ആ കഥ?”

നൈനിക, ചോദിച്ചു. അവളുടെ ഉള്ളിൽ ആ കഥയുടെ ഓരോ വരികളും തെളിഞ്ഞു നിന്നു.

“ആ, കഥ... അതൊരു പെണ്ണിന്റെ മനോഹരമായ പ്രതികാരമാ യിരുന്നു. അവസാനം അവളുടെ പുരുഷനെ വേദനയില്ലാത്ത രതി യിൽ അലിയിപ്പിച്ച് മരണത്തിന്റെ മുഖങ്ങളിലേക്ക് ഭ്രമണം ചെയ്യി ക്കുന്ന അതിമനോഹരമായ കഥ.”

ഞാൻ പൊട്ടിച്ചിരിച്ചുകൊണ്ടിരുന്നു. ഉന്മാദത്തിന്റെ പേടകത്തിൽ കയറി ചുറ്റുന്ന നക്ഷത്രങ്ങളെപ്പോലെ ഞാൻ പൊട്ടിച്ചിരിച്ചുകൊണ്ടേ യിരുന്നു.

“അങ്ങനെയാണോ നിങ്ങൾ എന്റെ അച്ഛനെ കൊന്നുകളഞ്ഞത്?”

നൈനികയുടെ, ചോദ്യം എന്റെ കാതുകളിൽ വന്ന് അലയടിച്ചു നിന്നു. എന്റെ മുഖഭാവം തെല്ലുപോലും മാറിയിരുന്നില്ല. ഞാൻ അവളെ നോക്കി, മുഖാമുഖം നിന്നു. അവളുടെ മുഖം വലിഞ്ഞു മുറുകിയിരുന്നു. വെളുത്ത വട്ടമുഖത്തെ ഞെരമ്പുകൾ ത്രസിച്ചു നിന്നിരുന്നു. എനിക്ക് ഭയം തോന്നിയതേയില്ല. ഞാൻ എന്നെ തന്നെ കാണുന്നതുപോലെ അവളെ നോക്കി കൈകൾ കെട്ടി നിന്നു.

“നിങ്ങൾ എന്താണ് കരുതിയത്? ഞാൻ ഒരു വേശ്യയുടെ ചരിത്ര ത്തിന്റെ ഉല്പത്തി തിരക്കി വന്നവളാണെന്നോ? നിങ്ങളുടെ അനാ വശ്യമായ വാശികളുടെയും സ്വാർത്ഥതയുടേയും കഥയറിയാൻ വന്നവൾ ആണെന്നോ? എന്റെ, അച്ഛനെ വശീകരിച്ചെടുത്ത്, എന്റെ അമ്മയുടെയും മുത്തച്ഛന്റെയും ആത്മഹത്യയ്ക്ക് കാരണമായിട്ട്,

ഏതോ അനാഥാലയത്തിൽ അടിമയെപ്പോലെ എന്നെ ജീവിക്കാൻ വിട്ടിട്ട്, ഏതോ നഗരത്തിൽ വേഷവും പേരും മാറി ജീവിക്കാമെന്നു കരുതിയോ?''

അവളുടെ കണ്ണുകൾ കത്തുന്നുണ്ടായിരുന്നു. ഞാൻ ഏറ്റവും ശാന്തമായി അവളോട് പറഞ്ഞു.

''സമീരാ, നിന്റെ ദേഷ്യം, നിന്റെ കണ്ണുകളിലെ തീ അതെനിക്ക് മനസ്സിലാകും. പക്ഷേ, എന്നെ എരിക്കുവാൻ മാത്രമുള്ള ശക്തി യൊന്നും ഇല്ല അതിന്. നിനക്കെന്നെ ഭയപ്പെടുത്തുവാൻ കഴിയില്ല. ഭയങ്ങളെ അതിജീവിച്ചവളാണ് ഞാൻ. നിനക്കെന്നെ വേദനിപ്പിക്കാൻ കഴിയില്ല. വേദനകൾ അനുഭവിച്ച് അനുഭവിച്ച്, അതില്ലാതെയായ വളാണ് ഞാൻ.''

യഥാർത്ഥത്തിൽ, അവൾ അനിരുദ്ധന്റെ മകളായ സമീരയായി രുന്നുവെന്ന് അറിയുമ്പോൾ അത്ഭുതപ്പെടേണ്ടവൾ ഞാനായിരുന്നു. എന്നാൽ ഇത്ര ശാന്തമായി, ഇത്രയും എളുപ്പത്തിൽ ഞാൻ സംസാരി ച്ചപ്പോൾ അത്ഭുതപ്പെട്ടത് അവളായിരുന്നു. അവൾക്കുള്ളിൽ, ഒന്നല്ല, രണ്ടല്ല, നാലോ അഞ്ചോ ആറോ അല്ല. അനേകായിരം സംശയങ്ങൾ പൊട്ടിപ്പുറപ്പെട്ടിരിക്കണമെന്ന് ഞാൻ ഊഹിച്ചു.

''എന്റെ അച്ഛൻ, ജീവിച്ചിരിക്കുന്നുണ്ടോ? അതോ, ശ്യാമിന്റെ കാഴ്ച എടുത്തതുപോലെ, നിങ്ങൾ എന്റെ അച്ഛനെയും അന്ധനാക്കി എവിടെയെങ്കിലും ഉപേക്ഷിച്ചോ?''

''ഓഹ്, നീ അപ്പോൾ എനിക്ക് മുന്നേ ഒരുപാട് സഞ്ചരിച്ചിരി ക്കുന്നു. നല്ലത്. നിന്റെ അച്ഛന് എന്തു സംഭവിച്ചു എന്നറിയുന്നതിനു മുൻപ്, വിശുദ്ധനായ നിന്റെ അച്ഛനെക്കുറിച്ച്, നീ അറിയേണ്ട കുറച്ചു കാര്യങ്ങൾ കൂടിയുണ്ട്.''

അവൾ വീണ്ടും ദയനീയമായി എന്നെ നോക്കി.

ഞാൻ കലുഷിതമായ എന്റെ മനസ്സിനെ കീറിമുറിച്ചുകൊണ്ട്, എന്റെ എഴുത്തുമേശയുടെ അരികിലിരുന്നു. എന്താണ് എഴുതേണ്ടത്? എനിക്ക് രൂപമില്ലായിരുന്നു. മഷിയൊഴിഞ്ഞ പേന പോലെയോ വെളുത്ത പേപ്പറുകളെ പോലെയോ എന്റെ മനസ്സ് ഒരു ടാബുല റാസയായി. ഞാനെന്റെ കണ്ണുകൾ അടച്ചിരുന്നു. അനിരുദ്ധൻ! എല്ലാ ഭംഗികളും ചേർന്ന അയാളുടെ നിറഞ്ഞ നോട്ടം, ചിരി, ചുംബനം. ഞാൻ എഴുതിത്തുടങ്ങുന്നത് എന്റെ പ്രണയത്തെക്കുറിച്ചായിരിക്കും. ചിലപ്പോൾ എഴുതി അവസാനിപ്പിക്കുന്നതും.

ഞാൻ ആ കഥയ്ക്ക് പേരിട്ടു. 'നീലപ്പരുന്ത്' എഴുതി, അവസാനി ച്ചപ്പോൾ എന്റെ വിരലുകൾ പൊള്ളലേറ്റതുപോലെയോ വലിയ കല്ലുകൾക്കിടയിൽപ്പെട്ട് ചതഞ്ഞുവീർത്തതുപോലെയോ തോന്നി.

എന്റെ കണ്ണിൽ നിന്നും രണ്ടുതുള്ളി കണ്ണുനീർ നീലമഷിയെ പടർത്തി ഒഴുകി. ഞാൻ ഒരു കഥ എഴുതിക്കഴിഞ്ഞിരിക്കുന്നു. അതും വർഷങ്ങൾക്കിപ്പുറം. ഞാൻ എല്ലാ ആഹ്ലാദത്തോടെയും അനിരുദ്ധന്റെ നമ്പർ ഡയൽ ചെയ്തു. എന്റെ മുറിയിലെ പഴയ ഉഷാഫാനിന്റെ ചിറകടി ശബ്ദംപോലെ എന്റെ ഹൃദയവും മിടിച്ചു.

''അനീ, ഞാൻ ആ കഥ എഴുതി. മെയിൽ ചെയ്തിട്ടുണ്ട്. നോക്കൂ.''

''ഉം...''

അനിരുദ്ധൻ, അത് വായിക്കുന്ന സമയം മുഴുവൻ ഞാൻ വല്ലാത്ത പരിഭ്രമത്തിൽ ആയിരുന്നു. അയാൾ എന്ത് പറയുമെന്നത് എന്നെ അലട്ടിക്കൊണ്ടിരുന്നു. അധ്യാപകൻ, പരീക്ഷാപേപ്പർ നോക്കുമ്പോൾ ടെൻഷനടിച്ചിരിക്കുന്ന കുട്ടിയെപ്പോലെ, ഞാൻ അനിരുദ്ധന്റെ ഫോൺ കോളിന് കാത്തിരുന്നു. മൂന്നോ നാലോ നിമിഷങ്ങൾക്ക് ശേഷം, എത്തിയ ഫോൺ കോൾ ഞാൻ വളരെ വേഗം എടുത്തു.

''ഹലോ...''

അങ്ങേത്തലയ്ക്കൽ നിശ്ശബ്ദമായിരുന്നു.

''ഹലോ, അനീ.''

''ഉം...''

''നന്നായിട്ടില്ല അത് അല്ലേ?''

ഞാൻ ദുഃഖത്തോടെ ചോദിച്ചു. അങ്ങനെയൊരു ഉദ്യമത്തിനു തുനിഞ്ഞതിൽ എനിക്ക് ദേഷ്യം തോന്നി. കാമുകന് മുന്നിൽ അപമാനിക്കപ്പെടുന്നിടത്തോളം മറ്റെന്താണ് ഉള്ളത്. അയാളൊന്നും മിണ്ടിയില്ലെങ്കിൽക്കൂടിയും ഞാൻ അപമാനിക്കപ്പെട്ട്, റിസീവറും പിടിച്ചു നിന്നു.

''ലിപികാ...''

''ഉം...''

''ഞാൻ, വിയർത്തു നീ കണ്ടിട്ടുള്ളത് എപ്പോഴാണ്?''

''നമ്മുടെ നിമിഷങ്ങളിൽ! നമ്മുടെ രതിയിൽ.''

''ഉം, ഭയന്നോ?''

''ഇല്ല. അങ്ങനെ കണ്ടിട്ടില്ല.''

ഞാൻ, പറഞ്ഞത് സത്യമായിരുന്നു. ഞാനദ്ദേഹത്തെ ഭയന്നു കണ്ടിട്ടേയില്ല.

''രതിയിൽ ഒരു പുരുഷൻ വിയർക്കുന്നതിൽ അസ്വഭാവികമായ ഒന്നുമില്ല. ഭയം തരുന്ന ലഹരിയിൽ വിയർക്കുകയാണ് ഞാൻ ഇപ്പോൾ. എന്റെ അരികിൽ നീ ഉണ്ടാകാതിരുന്നത്, എന്തുകൊണ്ടും നന്നായി.

നിന്നെ ഭോഗിച്ച്, നിന്റെ യോനിയിലെ വിഷം കുടിച്ച്, എനിക്ക് മരിക്കാൻ തോന്നുന്നു ലിപികാ.''

എന്റെ കണ്ണുകൾ നിറഞ്ഞൊഴുകി. അല്ല, എന്റെ ആത്മാവ് നിറഞ്ഞൊഴുകി. എനിക്കയാളെ ഗാഢമായി പുണരണമെന്നും മതിയാവോളം ചുംബിക്കണമെന്നും തോന്നി. കാമുകനാൽ അംഗീകരിക്കപ്പെടുന്നിടത്തോളം മറ്റെന്താണ്? ഞാനെന്റെ കാമുകന്റെ പ്രശംസാവാക്യങ്ങളേറ്റ് ഉന്മാദംകൊണ്ടു നിന്നു. അനി, പറഞ്ഞതുപോലെ തന്നെ, 'നീലപ്പരുന്തിന്' ഒരുപാട് വായനക്കാർ വന്നു. വിമർശനങ്ങളും ഉയർന്നു. കുറച്ചുപേർ ഞാൻ മാധവിക്കുട്ടിയെ അനുകരിക്കുകയാണെന്നു പറഞ്ഞു. എനിക്കതിൽ അത്ഭുതമൊന്നും തോന്നിയില്ല. പ്രണയമോ രതിയോ എഴുതിത്തുടങ്ങിയാൽ, അതിനെ മാധവിക്കുട്ടിയെ അനുകരിക്കാൻ ശ്രമിക്കുന്നുവെന്ന് പറയുവാൻ അല്ലാതെ ഈ വിഡ്ഢിക്കുശ്മാണ്ഡങ്ങൾക്ക് മറ്റൊന്നും അറിയില്ല.

മറ്റു ചിലർ നിങ്ങളുടെ ശൈലിയിൽ, പുതുതായി ഒന്നുമില്ലെന്ന് ആക്ഷേപിച്ചു. എന്നാൽ അതിനെ പ്രശംസിച്ചുകൊണ്ട് അനേകം സ്നേഹപ്രവാഹങ്ങൾ ഒഴുകി. ഞാൻ അതിൽ മതിമറന്നില്ല. വിമർശനങ്ങൾ ഓർത്തു തളർന്നില്ല. എനിക്ക് എന്റെ പുരുഷന്റെ അംഗീകാരം മാത്രം മതിയായിരുന്നു. ഞാനത് എഴുതിയത്, അയാളുടെ ഭയം കാണുവാനാണ്. അയാളുടെ അഭിനന്ദനങ്ങൾ ഏറ്റുവാങ്ങുവാനാണ്, ഭയത്താൽ അയാളുടെ ശരീരത്തിൽ പൊതിയുന്ന വിയർപ്പുഗന്ധങ്ങളെ ആസ്വദിക്കുവാനാണ്. അതല്ലാതെ, സാഹിത്യകാരിയാകുക എന്റെ ലക്ഷ്യമല്ലായിരുന്നു. എനിക്കത് ആകുകയും വേണ്ടായിരുന്നു. അതിന് ശേഷമാണ്, ഒരിക്കൽ, സൈന്ധവി എന്നെ കാണുവാൻ വന്നത്. അവരുടെ ഭർത്താവിനെ വിട്ടുകൊടുക്കുവാൻ അപേക്ഷിച്ചത്. അവൾ, ഞാൻ പ്രതീക്ഷിച്ചതിലും സുന്ദരിയായിരുന്നു. അവളെ കാണുന്തോറും അനിരുദ്ധനോട് എനിക്ക് ഉള്ളിൽ ദേഷ്യം ഇരട്ടിച്ചു വന്നു. അയാളുമായി ബന്ധമുള്ള ആരെയും ഞാൻ വെറുത്തിരുന്നു.

"എനിക്കറിയാം ലിപികാ, അദ്ദേഹം എന്നെ ഒരിക്കലും സ്നേഹിച്ചിട്ടില്ല. പക്ഷേ എനിക്ക് അദ്ദേഹത്തെ ഒരുപാട് ഇഷ്ടമായിരുന്നു. ലിപിക അദ്ദേഹത്തിനു നൽകിയ പ്രണയം എന്താണെന്നോ, അതെങ്ങനെയാണെന്നോ എനിക്കറിയില്ല. പക്ഷേ, തനിച്ച് ജീവിക്കുവാൻ കഴിയാത്തവളാണ് ഞാൻ. അതുകൊണ്ട് ദയവായി അനിരുദ്ധനെ...''

അവളുടെ തൊണ്ടയിടറി. അവൾ എനിക്കു മുന്നിൽ ഇരുന്നു കരയുവാൻ തുടങ്ങി. ഞാൻ വീണ്ടും ചിലപ്പതികാരത്തെക്കുറിച്ച് ആലോചിച്ചു. ഞാൻ മാധവിയെന്ന വേശ്യയായി മാറുന്നത് ഉള്ള് നീറുന്ന പൊള്ളലോടെ അനുഭവിച്ചു. ദാസ്, പ്രാപിച്ച സ്ത്രീകളുടെ കാലുകളിൽ വീണു കരയുന്ന എന്നെ ഞാൻ, മുന്നിൽ കണ്ടു. എന്റെ

ഹൃദയം മുറിഞ്ഞു. ഞാൻ ഉള്ളിൽ അലറിക്കരഞ്ഞു. എന്റെ കണ്ണുകൾ എന്നോട് ദയ കാണിച്ചു. അത് അവൾക്ക് മുന്നിൽ നിറഞ്ഞില്ല. കണ്ണുനീരിനെ മനസ്സിന്റെ അറകളിൽ ഒളിപ്പിക്കുന്നതിൽ ഞാൻ എന്നോ വിദഗ്ധയായിക്കഴിഞ്ഞിരുന്നു. സൈസ്ഥവിയോട്, നിനക്ക്, ഞാൻ അനിരുദ്ധനെ വിട്ടുനൽകുന്നുവെന്ന് ആത്മാർത്ഥമായി പറയുവാൻ, മനസ്സ് കൊതിച്ചു. പക്ഷേ എന്റെ നാവ്, ഭർത്താവിനെ യാചിച്ച്, മറ്റൊരുവൾക്ക് മുന്നിൽ നിൽക്കുന്നവളോട് പറഞ്ഞത് ഇങ്ങനെയായിരുന്നു.

''സ്നേഹിക്കുകയെന്നാൽ, ഉപേക്ഷിക്കുവാനും മറക്കുവാനും തയ്യാറാകുക എന്നുള്ളതുകൂടിയാണ് സൈസ്ഥവി. നീ പൊയ്ക്കോളൂ, ഇനിയൊരിക്കലും നാം തമ്മിൽ കാണരുത്.''

അത്രയും പറഞ്ഞു ഞാൻ നടന്നു നീങ്ങുമ്പോഴും എന്റെയുള്ളിൽ ആ വാക്യങ്ങൾ ആവർത്തിക്കപ്പെട്ടു.

''സ്നേഹിക്കയെന്നാൽ ഉപേക്ഷിക്കുവാനും മറക്കുവാനും തയ്യാറാകുക എന്നുള്ളതുമാണ്.''

ഇല്ല! അനിരുദ്ധൻ എന്റേതാണ്. ഭൂമിയിൽ അയാൾക്ക് മറ്റാരും ഉണ്ടാകുവാൻ പാടില്ല. ഞാനല്ലാതെയുള്ള, മനുഷ്യഗന്ധം അയാൾ അറിയരുത്. ഞാൻ അല്ലാതെ അയാൾക്ക് മറ്റൊരു ബന്ധവും ഉണ്ടാകരുത്. ഭാര്യ, കുഞ്ഞ്. അവരെ ഇനിയൊരിക്കലും അയാൾ കാണരുത്.

എന്റെ സ്വാർത്ഥത എന്നെ കൂടുതൽ കീഴ്പ്പെടുത്തുവാൻ തുടങ്ങി. അയാളോടുള്ള പ്രണയമോ പകയോയെന്ന് തിരിച്ചറിയുവാൻ കഴിയാതെ. അയാൾ ജോലിയിൽ ആയിരിക്കുമ്പോഴും തിരക്കിൽ ആകുമെന്നറിഞ്ഞും ഞാൻ അയാളെ നിരന്തരം വിളിച്ചുകൊണ്ടിരുന്നു. ഫോൺ, ഓഫ് ചെയ്തു വെച്ചിരിക്കുന്ന സന്ദർഭങ്ങളിൽ അയാളെ കാണുവാൻ വേണ്ടി ഓഫീസ് വരെ പോയി. കാരണങ്ങൾ ഒന്നുമില്ലാതെ ലീവ് എഴുതിക്കൊടുത്തു. എനിക്ക് ചുറ്റും കണ്ടിരുന്ന എല്ലാ മനുഷ്യരോടും ദേഷ്യപ്പെട്ടു. നീതുവിനോടും ജ്യോതിയോടും പോലും മോശമായി പെരുമാറി. എനിക്ക് മുന്നിൽ അയാൾ അല്ലാതെ മറ്റൊരാളെയും ആവശ്യമില്ലായിരുന്നു. മറ്റെല്ലാവരും എന്നെ വെറുക്കണമെന്ന് അതികഠിനമായി ആഗ്രഹിച്ചു. അതിനിടയിൽ, 'നീലപ്പരുന്ത്' എന്നുള്ള നോവൽ ഒരു മാസത്തിനുള്ളിൽ രണ്ടായിരം കോപ്പിയോളം വിറ്റുപോയി. ശബ്ദം പബ്ലിക്കേഷൻ ജനങ്ങൾ അറിഞ്ഞു തുടങ്ങി. ലിപികാ നേത്രയെ ആരൊക്കെയോ അന്വേഷിച്ചിരിക്കണം. അതേ ചൊല്ലി എന്തൊക്കെയോ തർക്കങ്ങളും അവിഹിതവാർത്തകളും ഉണ്ടായിരിക്കണം. എനിക്ക് കൃത്യമായി അനിരുദ്ധന്റെ പ്ലാൻ മനസ്സിലാകുകയായിരുന്നു. അയാൾ എന്നെ ഉപയോഗിച്ചത് അയാളുടെ നേട്ടങ്ങൾക്ക് വേണ്ടി മാത്രമായിരുന്നു. ഞാൻ ഒരിക്കൽ ശബ്ദം പബ്ലിക്കേഷനിൽ ചെന്നു.

നീലപ്പരുന്തിന്റെ പ്രിന്റിംഗ് പൂർണ്ണമായും നിർത്തലാക്കുവാൻ ആവശ്യപ്പെട്ടു. നല്ലൊരു തുക റോയൽറ്റിയായി ഓഫർ ചെയ്തെങ്കിലും ഉള്ളിൽ അയാൾ എന്നെ തിരഞ്ഞു വരണമെന്നുള്ള വാശി മാത്രമായിരുന്നു.

''അനിരുദ്ധൻ എവിടെ?''

''അയാൾ, ലീവാണ്.''

ആ മറുപടികൾ, വിളിക്കുമ്പോൾ കേട്ടിരുന്ന സ്വിച്ച്ഓഫുകൾ എന്നെ വിഷാദത്തിന്റെ ഇരുളിലേക്ക് എത്തിച്ചു. അതിനിടയിൽ ഞാൻ അനിരുദ്ധനെ കണ്ടു. അയാൾക്കൊപ്പം മറ്റേതോ സ്ത്രീ ഉണ്ടായിരുന്നു. എന്നെ ആദ്യമായി കണ്ടതിൽ നിന്നും തുലോം വ്യത്യാസമില്ലാതെ ഇന്ത്യൻ കോഫീഹൗസ് എന്നുള്ള അതേ ഇടം, അതേ, നോട്ടം, അതേ, ചിരി, അതേ അത്ഭുതം. അവളുടെ ഇളംറോസ് സാരിയുടെ ഇടയിലൂടെ പാഞ്ഞു നീങ്ങുന്ന ഞാൻ മോഹിച്ച, പ്രണയിച്ച അയാളുടെ കണ്ണുകൾ. 'ലോകപ്രണയകവിതകളി'ലെ അവസാനവരികൾ ഞാൻ ഓർത്തെടുത്തുകൊണ്ടിരുന്നു.

''നാലാമത് ഞാൻ പ്രേമിച്ച പെണ്ണിന്റെ ഉടൽ
പട്ടുപോലെ മൃദുലവും
പൊന്നുപോലെ തിളങ്ങുന്നതുമായിരുന്നു.''

അന്തരീക്ഷം, നനുത്ത കാർമേഘങ്ങളാൽ മൂടി. അന്തരീക്ഷമോ എന്റെ മനസ്സോ എന്നതറിയാതെ, ഞാൻ അവിടെ കാൽപാദങ്ങളിൽ വേരുറച്ചു നിന്നുപോയി. പെയ്തുകൊണ്ടിരുന്ന മഴയിലൂടെ ചുവന്ന നിറമുള്ള കുടയിൽ അവർ ഇരുവരും കെട്ടിപ്പുണർന്നു നടന്നുപോകുന്നത് നോക്കി മഴയിൽ ഞാൻ നിന്നു.

അയാൾ അവളുടെ വയറിൽ ചേർത്ത് പിടിച്ചിരുന്നു. തീർച്ചയായും വിരലുകളാൽ പൊക്കിളിൽ ഉഴിയുന്നുണ്ടാകണം. തിരുവനന്തപുരമെന്ന നഗരത്തെ നനയിച്ച കനത്ത മഴയിലും ഞാൻ മാത്രം, ആ നഗരത്തിലെ ഒരേയൊരു ജീവി മാത്രം തിളച്ചുരുകിക്കൊണ്ടിരുന്നു. അന്ന്, രാത്രിയിൽ നനഞ്ഞ വസ്ത്രമൊന്ന് ഊരിപ്പിഴിയുവാനോ മാറ്റിയുടുക്കുവാനോ കൂട്ടാക്കാതെ ഡയറിയിൽ ഞാൻ എഴുതി.

> ''നവംബർ... പെറിവിങ്കിൾസ് പൂക്കളെ... നിങ്ങളോട് ആണ്... നിങ്ങൾക്കിടയിൽ... അവൻ കടന്നുവരുമോയെന്നും... നിങ്ങളുടെ ശരീരത്തിനെയും ആത്മാവിനേയും പ്രണയത്തിന്റെ ശുക്ലജലമെന്ന് വിശേഷിപ്പിക്കുന്ന വിഷത്താൽ മുക്കിയെടുക്കുമോയെന്നും ഞാൻ ഭയപ്പെടുന്നു. അതിനാൽ കേൾക്കുക. അവൻ ഒരു മിഥ്യയാണ്. ഉണ്ടെന്ന് നിങ്ങളെ ശബ്ദത്തിനാൽ മാത്രം വിശ്വസിപ്പിക്കും. അവനു മുഖമില്ലാത്തതിനാൽ

നിങ്ങളുടെ ഇഷ്ടപുരുഷനാരെന്ന്, അവന്റെ രൂപമെന്തെന്ന് നിങ്ങൾക്കുള്ളിൽ കയറിക്കൂടി കണ്ടെത്തും. സമാനമായ മുഖസാദൃശ്യമുള്ളവൻ ആണെന്ന് നിങ്ങളെ വിശ്വസിപ്പിക്കും. അവനു നഷ്ടമായ പ്രണയത്തിന്റെ കണ്ണുനീർ കൊണ്ട് നിങ്ങളുടെ മനസ്സിൽ വല്ലാത്ത സഹതാപം സൃഷ്ടിക്കും. അവന്റെ നഷ്ടപ്രണയിനിയുടെ രൂപമെന്ന് വിശ്വസിപ്പിക്കും. പതിയെ അവൻ നിങ്ങളുടെ ഹൃദയമാകുന്ന ഇതളുകളിൽ പ്രവേശിക്കും. നിങ്ങൾ അവനിൽ പൂർണ്ണമായും അടിമപ്പെടുവാൻ വിദഗ്ധമായിട്ടവൻ നടിക്കും, കരയും. നിങ്ങളെ പുകഴ്ത്തും. നിങ്ങളുടെ മേനിയാകുന്ന പച്ചത്തണ്ടുകളിലൂടെ അവന്റെ രതിയും പ്രയോഗിക്കും.

അവന്റെ രതിയെന്നാൽ സാധാരണ പുരുഷന്റേതല്ല. അവന്റെ ശബ്ദവും കള്ളങ്ങളും സാധാരണമനുഷ്യന്റേത് അല്ല. അതിനാൽ നിങ്ങൾ അതിൽ അകപ്പെടും. പതിയെ അവൻ നിങ്ങളുടെ ഓരോ ഇതളുകൾ കൊഴിക്കുവാൻ തുടങ്ങും. അതിനിടയിൽ നിങ്ങൾ അനുഭവിക്കുന്നതെന്തും അവൻ അസത്യമെന്ന് ഉറക്കെ വിളിച്ചുപറയും. അവനെ കാണാതിരിക്കുമ്പോൾ പിടയുന്ന നിങ്ങളെ മറ്റേതെങ്കിലും വിധേനെയവൻ കാണും. നിങ്ങളുടെ പിടച്ചിൽ ആസ്വദിക്കും. ഒടുവിൽ തെറ്റുകളുടെ തീരാത്ത പാപങ്ങൾ അവൻ നിങ്ങൾക്കുമേൽ ചൊരിയും. നിങ്ങൾ അവനു വേണ്ടി മുലചുരത്തുമ്പോഴും അവനു വേണ്ടി യോനി നനയ്ക്കുമ്പോഴും അവനെ പ്രണയിക്കുമ്പോഴും അവനു വേണ്ടി കവിത രചിക്കുമ്പോഴും അവനു വേണ്ടി പ്രണയലേഖനങ്ങൾ എഴുതി ചിട്ടപ്പെടുത്തുമ്പോഴും അവൻ തന്റെ അടുത്ത ഇരയെ തേടുകയായിരിക്കും.

അവനോ? അവൻ... മിഥ്യ... വെറും ശരീരങ്ങളെ ഭോഗിക്കുവാൻ വേഷം കെട്ടുന്ന ആട്ടക്കാരൻ. എന്റെ പൂക്കളേ... നിങ്ങൾ സൂക്ഷിക്കുക. നിങ്ങൾക്കിടയിൽ അവനുണ്ട്. അവന്റെ വലയിലെ അടുത്ത ഇര നിങ്ങൾ ആകാം.''

എഴുതിക്കഴിഞ്ഞതും എനിക്ക് ആശ്വാസം തോന്നി. എന്ത് ഭംഗിയായിട്ടും എത്ര വിദഗ്ധമായിട്ടുമാണ് ആളുകൾ ചതിക്കുന്നതും ചതിക്കപ്പെടുന്നതും. ഇവിടെ നിഷേധിക്കലാണല്ലോ സംഭവിച്ചത്. അയാളോട് എനിക്ക് തോന്നിയ പ്രണയത്തെ മുതലെടുത്ത് അതിഭീകരമായി നിഷേധിച്ചിരിക്കുന്നു. എന്റെ കാലുകൾ ആ നിമിഷം ചലിക്കുമായിരുന്നുവെങ്കിൽ ഞാനയാളുടെ അടുത്തേക്ക് ഓടിയെത്തുമായിരുന്നു. ഒന്നുകിൽ ഞാൻ അയാളെ കെട്ടിപ്പുണരുമായിരുന്നു. അതല്ലെങ്കിൽ അയാളെ കൊന്നുകളയുമായിരുന്നു. എന്നാൽ ആ

സമയമെന്റെ പാദങ്ങൾ ഭൂമിയിൽ ആഴ്ന്നിറങ്ങിയ മനുഷ്യന്റെയോ വൃക്ഷങ്ങളുടെയോ വേരുകൾ മാത്രം തിരഞ്ഞു.

''സമീരാ, ഞാൻ പറയുന്നത് നിന്റെ പ്രായത്തിന് എത്രത്തോളം മനസ്സിലാക്കാൻ കഴിയുമെന്ന് എനിക്കറിയില്ല. ഒരു വ്യക്തിയുടെ രണ്ടാമത്തെയോ മൂന്നാമത്തെയോ ചോയ്സ് മാത്രമാകുന്ന സ്ത്രീകളുടെ ഹൃദയം ഉണ്ടല്ലോ, മറ്റാരുമില്ലാതെ അയാളായിരുന്നു ലോകമെന്നു കരുതി, അയാൾ തന്നെ ജീവനുതുല്യം സ്നേഹിക്കുന്നുണ്ടാകും എന്ന് കരുതി ജീവിച്ചുപോയ സ്ത്രീകളുടെ ഹൃദയം, അതിന്റെ വേദനയോളം അതിന്റെ ഭാരത്തോളം അയാളിൽ നിന്നും ഇറക്കി വിടപ്പെടുമ്പോൾ, അയാൾക്ക് താൻ വെറും ഉപകരണമായിരുന്നുവെന്ന് തിരിച്ചറിയുമ്പോൾ, അവൾ എന്തായിത്തീരുമെന്ന് അറിയാമോ? നിനക്ക് അറിയുവാൻ വഴിയില്ല. നിന്റെ അച്ഛനും അറിയുവാൻ വഴിയില്ല. നിന്റെ അച്ഛനാണ് തെറ്റുകാരൻ. കണ്ടുപിടിച്ചത്, കത്തുകൾ എഴുതിയത്, എന്നെ വിദഗ്ധമായി പ്രണയത്തിന്റെ കുഴിയിൽ അകപ്പെടുത്തിയത്. അയാളെ ഓർത്ത്, നീറി നീറിക്കഴിയുവാൻ എന്നെ വലിച്ചെറിഞ്ഞത്. എല്ലാം. എല്ലാം നിന്റെ അച്ഛന്റെ മാത്രം തെറ്റാണ്.''

എന്റെ ശബ്ദം, വല്ലാതെ ഉയർന്നിരുന്നു. ഒരു പാട്ടിന്റെ താളം പോലെ അതിന്റെ അലകൾ കുറഞ്ഞും കൂടിയും ഇരുന്നു. നൈനിക, ഒന്നും മിണ്ടാതെയിരുന്നു.

''എന്റെ അച്ഛൻ തെറ്റു ചെയ്തു. എന്റെ അമ്മ? അവരെന്ത് തെറ്റാണ് ചെയ്തത്? അവർ മരിക്കുവാൻ നിങ്ങളാണ് കാരണം. എന്തിന് എന്റെ അമ്മയെ നിങ്ങളുടെ അവിഹിതങ്ങൾ അറിയിച്ചു?''

അവളുടെ ശബ്ദത്തിൽ ദേഷ്യം വിറപൂണ്ട് നിന്നു. അസുഖകരമായ മൗനം അവർക്കിടയിൽ തളംകെട്ടി നിന്നു.

''അനിരുദ്ധന്റെ അവിഹിതം ആയിരുന്നു ഞാൻ. അങ്ങനെയെങ്കിൽ നിന്റെ അമ്മയും. ഒരു സ്ത്രീയെ താലി കെട്ടിയതുകൊണ്ടോ അവളിൽ കുഞ്ഞിനെ ജനിപ്പിച്ചതുകൊണ്ടോ ഒരു ബന്ധങ്ങളും ഹിതമാകുന്നില്ല. അയാൾ സ്നേഹിച്ചത് ഒരുവളെ മാത്രമാണ്. അവിടെ എനിക്കും നിന്റെ അമ്മയ്ക്കും സ്ഥാനം ഉണ്ടായിരുന്നില്ല. നിന്റെ അമ്മയ്ക്കും നിന്റെ അച്ഛനിൽ നിന്നും നീതി കിട്ടിയിരുന്നില്ല. അതുകൊണ്ടാകും അവൾ മരണം സ്വീകരിച്ചത്.''

''അവർ, മരിച്ച ദിവസം നിങ്ങൾ അവിടെ പോയിരുന്നില്ലേ? ശ്യാം അങ്കിൾ എന്നോട് അത് പറഞ്ഞുകഴിഞ്ഞു.''

ഞാൻ ഉറക്കെ പൊട്ടിച്ചിരിച്ചു.

''അയാൾ അനിരുദ്ധന്റെ സുഹൃത്താണ് എന്നതിലുപരി എനിക്കയാളെക്കുറിച്ച് ഒന്നുമറിയില്ല. അയാൾക്കുണ്ടായ ആക്സിഡന്റും ഞാനും തമ്മിൽ എന്താണ് ബന്ധമെന്നും അറിയില്ല.''

''അപ്പോൾ നിങ്ങൾ അല്ലേ അങ്കിളിന്റെ കണ്ണ്? നിങ്ങൾ അല്ലെങ്കിൽ നിങ്ങൾക്ക് വേണ്ടി മറ്റൊരാൾ. എനിക്കത് ഉറപ്പാണ്.''

''നീ അങ്ങനെ ഉറപ്പിക്കുവാൻ കാരണം?''

ഒരു പസിൽ പോലുള്ള ഈ സംഭാഷണത്തിൽ എനിക്ക് രസം പിടിച്ച് കഴിഞ്ഞിരുന്നു.

''അയാളും നിങ്ങളുടെ ശരീരം ഉപയോഗിച്ചതുകൊണ്ട്.''

ഞാൻ, വീണ്ടും പൊട്ടിച്ചിരിച്ചു.

''നിനക്ക്, നിന്റെ അച്ഛന്റെ കുരുട്ടുബുദ്ധി കിട്ടിയില്ലല്ലോ. അയാൾക്ക് ബുദ്ധിഭ്രമം സംഭവിച്ചതാകാം. അങ്ങനെയെങ്കിൽ വേശ്യയായ എന്നെ ഉപയോഗിച്ച അന്ധന്മാരെക്കൊണ്ട് ഈ സ്ട്രീറ്റ് നിറയുമായിരുന്നില്ലേ? ചാരിത്ര്യം. അതെന്ത് തരം വസ്തുവാണെന്ന് എനിക്ക് ഒരിക്കലും ബോധ്യപ്പെട്ടിട്ടില്ല.''

എന്ത് വിശ്വസിക്കണം, ആരെ വിശ്വസിക്കണം എന്നൊക്കെ അവളുടെ മനസ്സിലൂടെ പാഞ്ഞുപോകുന്നത് അവളുടെ കണ്ണുകളിലൂടെ കണ്ടു.

''എങ്കിൽ പറയൂ. എന്റെ അച്ഛൻ. അദ്ദേഹം ജീവിച്ചിരിക്കുന്നുണ്ടോ? നിങ്ങൾക്ക് മാത്രമേ അതിനുത്തരം നൽകുവാൻ കഴിയുകയുള്ളൂ. ദയവായി പറയൂ.''

അവളോട്, ഞാൻ പറഞ്ഞുകൊണ്ടിരുന്ന എന്റെ കഥയുടെ അവസാനഭാഗമാണ് ഇതെന്ന് ഓർമ്മിച്ചുകൊണ്ട് ഞാൻ ചിരിച്ചു.

അനിരുദ്ധൻ എന്നെ ഒഴിവാക്കി തുടങ്ങിയിട്ട് കൃത്യം ഏഴ് ദിവസത്തിനകം എനിക്ക് അയാളുടെ ഫോൺകോൾ വന്നു.

''ലിപികാ, നീയെന്താണ് 'നീലപ്പരുന്ത്' ഇനിയൊരു എഡിഷനും ഇറക്കണ്ടയെന്ന് പറഞ്ഞത്?''

അയാളുടെ ശബ്ദത്തിൽ, നിധി നഷ്ടപ്പെട്ട കുറുക്കന്റെ നിരാശയുണ്ടായിരുന്നു.

''ഓഹോ, ഞാൻ അത് പറഞ്ഞിട്ട് ദിവസങ്ങൾ കഴിഞ്ഞുവല്ലോ. നിങ്ങളിത് ഇപ്പോഴാണോ അറിയുന്നത്?''

ഞാൻ പുച്ഛത്തോടെ ചോദിച്ചു.

''അത്, പിന്നെ, ഞാൻ അത്യാവശ്യമായി വീട്ടിൽ വരെയൊന്നു പോയി.''

കള്ളമാണെന്നറിഞ്ഞും ഞാൻ പതിയെ ശരിയെന്ന് മൂളി. കഴിഞ്ഞ ഒരാഴ്ചയായി ഞാനയാളെ പിന്തുടരുന്നത് അയാൾ അറിഞ്ഞതേയില്ല. അയാൾക്ക് എന്നോട് പ്രണയമുണ്ടായിരുന്നുവെങ്കിൽ അറിയാമായിരുന്നു. പ്രണയത്തിന് അത്തരത്തിൽ ഒരു ടെലിപതിക് ശക്തിയുണ്ട്. അല്ലെങ്കിൽ ഉണ്ടാവണം. പാറയിൽ വന്നടിക്കുന്ന തിരകളുടെ

ശബ്ദം പോലെയോ പൂക്കളെ തട്ടി കടന്നുപോകുന്ന കാറ്റിന്റെ ശബ്ദം പോലെയോ പ്രണയിക്കപ്പെടുന്നവന്റെ ഉള്ളിൽ കാമുകിയുടെ സാന്നിധ്യം ഇല്ലെങ്കിൽകൂടിയും അവനെ നോക്കുന്നതും അവന് വേണ്ടി ഉരുകുന്നതും ഇത്ര വിദൂരത്തായാലും അറിയുവാൻ കഴിയണം. അതല്ലാത്തതൊന്നും പ്രേമമല്ല. കാമവുമല്ല. മറ്റെന്തോ തരം അപരിചിതത്വമാണ്.

"നിന്നെയൊന്നു കാണുവാൻ തോന്നുന്നു."

"എന്നെയോ, എന്തേ?"

പതിവില്ലാത്ത എന്റെ മറുചോദ്യം അയാളെ അമ്പരപ്പിച്ചിട്ടുണ്ടാകണം. അല്പം നേരം അയാൾ, ഒന്നും മിണ്ടിയില്ല. അമ്പരപ്പുകൊണ്ടോ കുറ്റബോധം കൊണ്ടോയെന്ന് ഞാൻ സംശയിച്ചു. അമ്പരപ്പ് മാത്രമായിരിക്കുമെന്ന് സമാധാനിച്ചു.

"അതെന്താ അങ്ങനെയൊരു ചോദ്യം, നമ്മൾ തമ്മിൽ."

"നമ്മൾ തമ്മിൽ?"

"പ്രണയിക്കുന്നവരല്ലേ?"

"ഉവ്വോ, അതെനിക്കൊരു പുതിയ അറിവാണ്."

"ഓഹ്, ഞാൻ നിന്നോട് പറയാതെ മാറി നിന്നതിലുള്ള പരിഭവം അല്ലേ?"

"ഉം..."

മറ്റെന്തോ പറയുവാൻ തോന്നിയെങ്കിലും ഞാൻ മൂളുക മാത്രം ചെയ്തു.

"നിന്റെ പരിഭവങ്ങൾ എല്ലാം മാറുമല്ലോ. അതിന് നമ്മൾ തമ്മിലൊന്നു കണ്ടാൽ മതി. എന്റെ ചുണ്ടുകൾ, നിന്റെ ചുണ്ടുകളോട് മിണ്ടിയാൽ മതി. നിന്റെ കഴുത്തിലെ പച്ചഞെരമ്പിൽ എന്റെ പല്ലുകൾ പതിഞ്ഞാൽ മതി. നിന്റെ പൊക്കിളിൽ എന്റെ വിരലുകൾ വട്ടംചുഴറ്റിയാൽ മതി. നിന്റെ പിണക്കങ്ങൾ അവസാനിച്ചിരിക്കും."

അയാളുടെ ചുംബനങ്ങൾ റിസീവർ ഏറ്റുവാങ്ങിക്കൊണ്ടിരുന്നു.

മുൻപ് പലപ്പോഴും അതെന്റെ കൃസരിയെ ഉണർത്തിയിരുന്നുവെങ്കിൽ ഇപ്പോഴെനിക്ക് ചുവരിലൂടെ ഈയാംപാറ്റകളെ ഭക്ഷിക്കുവാൻ പായുന്ന മേലാസകലം ചൊറിപ്പാടുകളുള്ള പല്ലിയുടെ ശബ്ദം പോലെ മാത്രം തോന്നുന്നു. അതൊന്നും വേണ്ടിയിരുന്നില്ല അനീ. നീയെന്നെ സ്നേഹിച്ചാൽ മാത്രം മതിയായിരുന്നു. സ്നേഹമെന്നാൽ അഭിനയമാണെന്ന് ബോധ്യപ്പെടുത്താതെയിരുന്നാൽ മാത്രം മതിയായിരുന്നുവെന്ന് എന്നോടുതന്നെ പറഞ്ഞുകൊണ്ടിരുന്നു. ശരിയാണ്, എല്ലാം തെറ്റാണെന്ന് അറിഞ്ഞും അയാൾ എനിക്കു മുന്നിൽ അഭിനയിക്കുകയാണെന്നറിഞ്ഞും അയാൾക്ക് മറ്റു അവകാശികൾ

ഉണ്ടെന്ന് ബോധ്യപ്പെട്ടും ഞാൻ അയാളെ പ്രണയിച്ചുകൊണ്ടിരുന്നു. എനിക്കറിയാം, പ്രണയം അസൂയപ്പെടുകയോ സ്വാർത്ഥതപ്പെടുകയോ ചെയ്യുകയില്ല.

അയാൾ എന്നെ വഞ്ചിക്കുകയായിരുന്നുവെന്നു പൂർണ്ണമായും മനസ്സിലാക്കിയും അയാളുടെ പ്രേമം വെള്ളത്തിൽ വരച്ച രേഖ പോലെ ക്ഷണികമായതാണെന്നും ബോധ്യമുണ്ടായിരിക്കുമ്പോഴും പിന്നെയും അയാളെ പ്രണയിച്ചുകൊണ്ടിരുന്നു. എന്റെ നിരാശകളെ, എന്റെ വേദനകളെ, ഇല്ലാതാക്കുവാൻ ഈ ചുരുങ്ങിയ കാലയളവിൽ അയാൾക്ക് സാധ്യമായതെങ്ങനെയെന്നുള്ളത് മനസ്സിനെ അലട്ടുന്നു.

എനിക്ക് സ്നേഹം ആവശ്യമായിരുന്നു. എനിക്കെന്നല്ല, പ്രപഞ്ചത്തിൽ ഓരോ മനുഷ്യനും ജീവിക്കുന്നത് ആരൊക്കെയോ തന്നെ സ്നേഹിക്കാൻ ഉണ്ടായിരിക്കുമെന്നുള്ള തോന്നലാണ്. ആർക്കും ആരെയും നിസ്വാർത്ഥമായി സ്നേഹിക്കുവാൻ കഴിയുകയില്ലെന്നിരിക്കെ ആ സത്യം വലിയ മുറിവാകും. കാലങ്ങൾ കടന്നു പോകും തോറും മുറിവ് പഴുക്കും. നീറും. ഒരിക്കലും കരിയാതെ അത് സ്നേഹരാഹിത്യത്തെ ഓർമ്മിപ്പിച്ചുകൊണ്ടിരിക്കും. അത്രമേൽ സ്നേഹം കൊതിച്ചുപോയവളും തിരസ്കരിക്കപ്പെട്ടുപോയവളുമാകയാലാകും. അയാളെന്നെ പ്രണയിച്ചിരുന്നുവെന്ന് ഞാൻ വിശ്വസിച്ച് പോകുകയായിരുന്നു. എനിക്ക് ആ വിശ്വാസം മാത്രം മതിയായിരുന്നു.

ദാസിന്റെ രണ്ടാംവിവാഹത്തോടെ അയാളുടെ മാത്രം വീടായിരുന്ന ഇടത്തിൽ നിന്നും ഞാൻ ഇറങ്ങിയിരുന്നു. എവിടേക്ക് കയറി ച്ചെല്ലണമെന്ന് അറിയാതെ നിന്നപ്പോൾ എനിക്കു തോന്നി, പെണ്ണിന് വേണ്ടത്, പ്രേമമോ കാമുകനോ ഭർത്താവോ അല്ലെന്നും അവളുടെ പേരിൽ അവൾക്കുറങ്ങാൻ കഴിയുന്ന വീടായിരിക്കണമെന്നും. തമ്പാനൂരിലെ എം.എസ്.ആർ ലെയ്നിൽ, പേര് പോലും ശ്രദ്ധിക്കാത്ത ലേഡീസ്ഹോസ്റ്റലിലേക്ക് മാറിക്കഴിഞ്ഞിരുന്നു. അന്ന് രാത്രിയിൽ വീട്ടിൽ പോകുകയാണെന്ന് കള്ളം പറഞ്ഞുകൊണ്ട് ഞാൻ ഹോസ്റ്റലിൽ നിന്നും ഇറങ്ങി. മഴ, എനിക്കൊന്നു കരയണമെന്ന് ആരോടൊക്കെയോ വാശിപിടിച്ചു നിൽക്കുകയാണെന്നും തോന്നി.

അനിരുദ്ധന്റെ അരികിലേക്കാണ് ആ രാത്രി ഞാൻ പോയത്. ഒരു സ്ത്രീ രണ്ടുതരം മനസ്സുകളെ ശരീരത്തിൽ വഹിക്കുന്നിടത്തോളം അപകടം മറ്റൊന്നിനുമില്ല. ഒരു മനസ്സ് പ്രണയത്താൽ അയാളെ ആഗ്രഹിക്കുകയും മറുമനസ്സ് അയാളോടുള്ള പകയാൽ പൊള്ളുകയും ചെയ്തു. ഗ്രഹണം ബാധിച്ച ചന്ദ്രനെപ്പോലെ എന്റെ ശരീരം രണ്ടുതരം മനസ്സായി തളർന്നു. ബസ്സിലിരുന്ന അത്രയും ദൂരം, ഞാൻ അയാളെ മാത്രം ഓർമ്മിച്ചു. അയാളെന്ന, അയാളെ മാത്രം ഓർമ്മിപ്പിച്ചുവെന്ന് പറയുന്നതാണ് ശരി.

പതിന്നാല്

ബസ്സ്റ്റോപ്പിൽ അനിരുദ്ധൻ എന്നെ കാത്തുനിന്നിരുന്നു. വിശന്നു വലഞ്ഞ സിംഹത്തിന് മുൻപിൽ മാൻകുട്ടിയെ കാണുന്ന തിളക്കത്തോടെ അയാൾ എന്നെ നോക്കി. ബസ്സിൽ നിന്നുമിറങ്ങിയതും അയാൾ എനിക്കരികിലേക്കോ ഞാൻ അയാൾക്കരികിലേക്കോ എളുപ്പം എത്തി. സിംഹം. മാൻകുട്ടിയുടെ കഴുത്തിൽ ഉമ്മ വെച്ചു. അതിന്റെ വയറിൽ കൈകളാൽ തലോടി. മാൻകുട്ടി മിഴികൾ താഴ്ത്തി സിംഹത്തെ തടഞ്ഞു. സിംഹം, അതിനെ മാൻകുഞ്ഞിന്റെ പ്രണയമായി തെറ്റിദ്ധരിച്ചു. എന്നാൽ അത് പകയായിരുന്നുവെന്ന് മനസ്സിലായതേയില്ല. അനിരുദ്ധൻ ഏറ്റവും സന്തോഷത്തോടെയാണ് എന്നെ അയാളുടെ താമസസ്ഥലത്തേക്ക് കൊണ്ടുപോയത്. വഴിമദ്ധ്യേ തന്നെ ഒന്നു കരയണമെന്നുള്ള മഴയുടെ ആഗ്രഹം ആർത്തലച്ചു പെയ്തു. അനിരുദ്ധൻ കൈയിലിരുന്ന കുട നിവർത്തി. എന്റെ വയറിലൂടെ കൈയിട്ട് പിടിച്ചു നടന്നു. രാത്രി മഴയത്ത്, ഇതുപോലെ ഒരു പുരുഷനൊപ്പം നടക്കുമെന്ന് ഓർത്തതേയില്ല. അയാളുടെ നെഞ്ചിൽ പാരവശ്യത്തോടെ മുഖം ചേർത്തു. മറ്റൊരുവളുടെ ഗന്ധം ശ്വസിക്കവേ എനിക്ക് ശ്വാസം മുട്ടുന്നതുപോലെ തോന്നി. അപ്പോൾ അനുഭവപ്പെട്ട ശ്വാസംമുട്ടലിൽ പിടഞ്ഞു മരിക്കുവാനും തോന്നി. അയാളുടെ വീട്, എത്രയോ ഞാൻ വന്നുപോയി, കണ്ടു മടുത്ത അതേ വീട്. പഴയ ചുമരുകൾ, പഴയ ജാലകക്കമ്പികൾ, പഴയ കർട്ടനുകൾ. അയാൾ മാത്രം പുതിയത്. പുതിയ ഗന്ധം, പുതിയ മുഖം, പുതിയ സംസാരം, പുതിയ പ്രണയം.

‘‘നീ, ഈ നനഞ്ഞ വസ്ത്രം മാറ്റൂ. ഞാൻ കുടിക്കാൻ എന്തേലും എടുക്കാം.’’

അയാൾ പോകാൻ തുനിയവേ, ഞാൻ കൈകളിൽ പിടിച്ചു നിർത്തി. എന്റെ ദേഹത്തിനോട് ചേർത്ത്, ഞാൻ അയാളുടെ ചുണ്ടുകളിൽ കടിച്ചുമ്മവെച്ചുകൊണ്ടിരുന്നു. ഒരൊറ്റ നിമിഷത്തെ പതർച്ചയ്ക്ക് ശേഷം അയാൾ എന്നെയും ഉമ്മ വെച്ചു തുടങ്ങി. അയാളുടെ കൈകൾ എന്റെ അരക്കെട്ടിൽ മുറുകിത്തുടങ്ങി. അധരങ്ങളിൽ നിന്ന് അധരങ്ങളിലേക്ക് ഞങ്ങൾ പരസ്പരം പകർന്നു കൊടുത്തുകൊണ്ടിരുന്നു. അയാൾ കാമവും ഞാൻ പകയും. അതല്ലാതെ അവിടെ പ്രണയത്തിന്റെ നേരിയ തന്മാത്ര പോലുമുണ്ടായിരുന്നില്ല. പുരുഷനിൽ നിന്നും സ്ത്രീയിൽ നിന്നും പ്രണയം പിണങ്ങിയിറങ്ങുന്ന സന്ദർഭങ്ങൾ ഉണ്ട്. ഞങ്ങൾക്കുള്ളിൽ ആ നിമിഷം ഇറങ്ങിപ്പോകുന്ന പ്രണയത്തിന്റേതായിരുന്നു. ഞങ്ങൾക്കുള്ളിലല്ല. എനിക്കുള്ളിൽ.

‘‘ലിപികാ...’’

എന്റെ കഴുത്തിൽ അധരങ്ങൾ പതിപ്പിച്ചുകൊണ്ട്, അയാൾ കിതപ്പോടെ വിളിച്ചു.

"ഉം..."

ഞാനും അതേ കിതപ്പോടെ മൂളി. പക്ഷേ അത് കൃത്രിമമായിരുന്നു.

"ഐ ലവ് യൂ."

ഞാൻ ഉറക്കെ പൊട്ടിച്ചിരിച്ചുകൊണ്ട് അയാളെ തള്ളിമാറ്റി. അയാൾ എന്നെ ദേഷ്യവും പകപ്പും കലർന്ന നോട്ടത്തിൽ നിർത്തി.

"എന്താ അതിനർത്ഥം?"

ഞാൻ, ഊർന്നു പോയ സാരിയുടെ മുന്താണി തിരികേ ദേഹത്തേക്ക് വലിച്ചിട്ടുകൊണ്ട് ചോദിച്ചു.

"നിനക്കറിയില്ലേ, ഞാൻ നിന്നെ സ്നേഹിക്കുന്നുവെന്ന്."

അയാൾ മുഖം കുനിച്ചുകൊണ്ട് നിന്നു.

"സ്നേഹം..."

ഞാൻ, എന്റെ നാവിൽ നിന്നും പുച്ഛത്തോടെ ആ വാക്ക് കുടഞ്ഞുകളഞ്ഞ് അകത്തേക്ക് നടന്നു. കതക് അടയുന്ന ശബ്ദം അയാൾ കേട്ടുകാണും. അന്ന് രാത്രിയിൽ, ആദ്യമായും അവസാനമായും ഞാൻ അയാൾക്ക് ആഹാരം വെച്ചുവിളമ്പി. ആദ്യമായി കാമുകി, പാകം ചെയ്ത ഭക്ഷണത്തെ പുകഴ്ത്തുവാനോ ആസ്വദിക്കുവാനോ എന്തിന് ചവയ്ക്കുവാൻ പോലും മെനക്കെടാതെ അയാളത് ധൃതിയിൽ വിഴുങ്ങിക്കൊണ്ടിരുന്നു.

"വിശപ്പ് മാറിയോ?"

"ഊഹും." എന്റെ കണ്ണുകളിൽ അയാൾ പ്രണയപൂർവം നോക്കി തലയാട്ടിക്കൊണ്ട് പറഞ്ഞു.

"എനിക്ക്, നിന്നെ കഴിക്കണം. വിശപ്പ് മാറുവോളം. ഈ മഴ തീരുവോളം."

ഞാൻ ചിരിച്ചു. ആ മറുപടി ഞാൻ പ്രതീക്ഷിച്ചിരുന്നു. ഞാൻ വരുമെന്ന് വിളിച്ചു പറഞ്ഞതുകൊണ്ടായിരിക്കണം, അനിരുദ്ധന്റെ കിടക്കയിൽ മുല്ലപ്പൂക്കൾ വിതറിയിരുന്നു. ജനാലയിലൂടെ പുറത്തേക്ക് നോക്കി. കാർമേഘങ്ങൾക്ക് ഭൂമിയോടുള്ള ആർത്തി, തെല്ലും കുറയാത്തതുപോലെ, മഴ പെയ്തുകൊണ്ടേയിരുന്നു. അനിരുദ്ധൻ പുറകിലൂടെ വന്ന് എന്നെ കെട്ടിപ്പിടിച്ചു. പിൻകഴുത്തിലെ മറുകിൽ ഉമ്മ വെച്ചു. കാതുകളിൽ ചുംബിക്കുന്നതുപോലെ കടിച്ചു.

"നിനക്ക്, എന്നോട് ഇപ്പോഴും പ്രണയമുണ്ടോ അനീ?"

''അതെന്താ, ഇപ്പോഴും? ഞാനെന്നും നിന്നെയല്ലേ പ്രണയിച്ചിട്ടുള്ളത്, പ്രണയിക്കുന്നത്?''

''ഉറപ്പാണോ?''

''നിനക്കെന്താണ് സംശയം?''

അയാളുടെ മുഖത്തെ, ഞാൻ എന്നുമെന്നും പ്രണയമെന്ന് തെറ്റിദ്ധരിച്ചിരുന്ന കാമത്തിന്റെ ഭാവം മെല്ലെ മങ്ങിയതുപോലെ തോന്നി. അയാളുടെ മേശയ്ക്ക് അരികിൽ വെച്ചിരുന്ന, എന്റെ വാനിറ്ററി ബാഗിൽ നിന്നും ഞാൻ അതെടുത്തു. അയാൾക്ക് നേരെ ഉയർത്തിപ്പിടിച്ചു.

''ഇതാരാണ് അനീ?''

രണ്ടോ മൂന്നോ നിമിഷങ്ങൾ എന്റെ കൈയിലിരുന്ന ഫോട്ടോയിലേക്ക് അയാൾ ഉറ്റുനോക്കി. കഴിഞ്ഞ ദിവസങ്ങളിൽ അയാൾക്കൊപ്പം ഉണ്ടായിരുന്ന സ്ത്രീയുടെ ചിത്രമായിരുന്നു അത്. ഇൻഡിഗോ ബ്ലൂസാരിയുടുത്ത, നീണ്ട മുടിപ്പിന്നിൽ, മുല്ലപ്പൂക്കൾ ചൂടിയ അല്പം തടിച്ചു വെളുത്ത അതേ സ്ത്രീ. ഉമിനീർ അയാളുടെ തൊണ്ടയിൽ കിനിഞ്ഞിറങ്ങുന്ന ശബ്ദം വ്യക്തമായി ഞാൻ കേട്ടു.

''പറയൂ, എന്നെയാണ് നിങ്ങൾ പ്രണയിച്ചിരുന്നെങ്കിൽ ഇതാരാണ്?''

അയാൾ എന്റെ നേർക്ക് നോക്കിയിരുന്ന നോട്ടം മാറ്റി, ജനാലക്കമ്പികളിൽ പിടിച്ചു. അസുഖകരമായ മൗനം അവിടെയും തമ്പടിച്ചു നിന്നു.

''അത്... അവൾ ആണ്. ഞാൻ ഒരിക്കൽ സ്നേഹിച്ചിരുന്നവളാണ്. ആരതി.''

ഇത്തവണ ഞെട്ടിയത് ഞാനായിരുന്നു. എന്റെ കണ്ണുകൾ നിറഞ്ഞു. തൊണ്ട, മരുഭൂമിയിലെ ചുട്ട് പഴുത്ത മണൽത്തരികൾപോലെ വരണ്ടുപോയി. അയാൾ എന്നെ നോക്കി.

''ലിപികാ, അവളുടെ വിവാഹം കഴിഞ്ഞു. പക്ഷേ ഭർത്താവിന് മറ്റൊരു ബന്ധം ഉണ്ടായിരുന്നതുകൊണ്ട്, അവൾതന്നെ വിവാഹമോചനം വാങ്ങി. തമ്പാനൂരിൽ ഒരു ഫ്ളാറ്റിൽ തനിച്ചാണ് കഴിയുന്നത്.''

''ഹോ, ഓർമ്മകൾ പുതുക്കാൻ വന്നതാണോ?''

''അവളുടെ അച്ഛന് സ്ട്രോക്ക് വന്നുപോയ സമയത്തായിരുന്നു, അവളുടെ വിവാഹത്തിന് എല്ലാവരും നിർബന്ധിച്ചത്. അവൾക്കെന്നെ ഉപേക്ഷിക്കുകയല്ലാതെ മറ്റൊരു മാർഗം ഇല്ലായിരുന്നു.''

അയാളുടെ വാക്കുകളിൽ അവളോടുള്ള ദയനീയത തുളുമ്പി നിന്നിരുന്നു.

''അതുകൊണ്ട്?'' എന്റെ വാക്കുകളിലെ വിറയൽ അടക്കിപ്പിടിച്ചു കൊണ്ട് ഞാൻ ചോദിച്ചു.

''അവൾക്ക്, എന്നെയൊന്നു കാണണമെന്നും സംസാരിക്കണ മെന്നും അവൾ പറഞ്ഞു. ഒരുപാട് ശ്രമപ്പെട്ടാണ് എന്റെ നമ്പർ സംഘടിപ്പിച്ചു വിളിച്ചത്.''

''നിങ്ങൾ എന്തുപറഞ്ഞു?''

അപ്പോഴേക്കും എന്റെ ശബ്ദം തീരെ തളർന്നിരുന്നു. എന്റെയുള്ളിൽ ആ സ്ത്രീയോടുള്ള അസൂയ നുരഞ്ഞുപൊന്തുകയായിരുന്നു.

''ഞാൻ, സൈന്ധവിയെക്കുറിച്ചും മകളെക്കുറിച്ചും പറഞ്ഞു.''

''എന്നെക്കുറിച്ച്?'' അയാൾ മുഖം കുനിച്ചു.

''അനീ, എന്നെക്കുറിച്ച് എന്തേലും പറഞ്ഞോ എന്നാണ് ചോദി ച്ചത്?''

''ഇല്ല.''

''കാരണം?''

''കാരണം... ലിപികാ, ഞാൻ നീയുമായി അഫയർ ആണെന്നറി ഞ്ഞാൽ അവൾക്കൊരിക്കലും അത് സഹിക്കാൻ കഴിയില്ല. അവൾ ഒരുപാട് വിഷമിക്കും. അവളുടെ കണ്ണുകൾ നിറഞ്ഞു കാണുവാൻ ഞാൻ ആഗ്രഹിക്കുന്നില്ല.''

അയാളുടെ വാക്കുകളിൽ അവളോടുള്ള കരുതലും സ്നേഹവും നിറഞ്ഞു കവിയുന്നത് കണ്ടു. എനിക്ക് ചുറ്റും ഭൂമി പൊട്ടിപ്പിളരുക യാണെന്ന് തോന്നി. ഞാൻ, പൂർണ്ണമായും തളർന്നു കട്ടിലിലേക്ക് ഇരുന്നു.

''ലിപികാ, നീ ഒരു കാര്യം മനസ്സിലാക്കണം. അവളെ ഒരു കാലത്ത് എന്റെ ജീവനെപ്പോലെ സ്നേഹിച്ചതാണ്. എന്നോടൊന്നും പറയാതെ പോയപ്പോൾ എനിക്ക് ദേഷ്യവും തോന്നിയിരുന്നു. പക്ഷേ, അവളെ വീണ്ടും കണ്ടപ്പോൾ...''

''കണ്ടപ്പോൾ, ഇനിയും പ്രേമിക്കണമെന്നും കൂടെ കിടത്തണ മെന്നും തോന്നി അല്ലേ?''

കത്തുന്ന കണ്ണുകളോടെ ശബ്ദത്തിൽ യാതൊരു മോഡുലേഷ നുമില്ലാതെ ഞാൻ ചോദിച്ചു. അയാൾ നിശ്ശബ്ദനായിരുന്നു. ഞാൻ വിരലുകളാൽ അയാളുടെ മുഖം പിടിച്ചുയർത്തി.

''നിങ്ങൾക്ക് ഈ ഭാവം ചേരുന്നില്ല. ഞാൻ, പ്രണയിച്ച് പോയത്,

കഴിവുകെട്ട, ഭീരുവായ ഒരുവനെയാണെന്ന് ഈ ഭാവം എന്നെ ഓർമ്മപ്പെടുത്തുന്നു. ഞാൻ നിനക്ക് ആരായിരുന്നു? പറ...''

എന്റെ കൈകൾ അയാളുടെ ഷർട്ടിന്റെ കോളറിൽ ബലമായി പിടിച്ചിരുന്നു.

''ലിപികാ, എനിക്കവളെ മറക്കാനും വെറുക്കാനും കഴിയില്ല. കാരണം, അവളെന്റെ കുഞ്ഞിന്റെ അമ്മയാണ്.''

ഞാൻ, ഞെട്ടിത്തരിച്ചുകൊണ്ട് അയാളെ നോക്കി.

''അനീ?''

''അതേ, ലിപികാ. സമീരയെ പ്രസവിച്ച സ്ത്രീ ആരതിയാണ്. ഞങ്ങൾ പ്രണയത്തിലായിരുന്ന സമയം സംഭവിച്ചുപോയ തെറ്റ്. കുഞ്ഞ് മരിച്ചുപോയിരുന്നു എന്നായിരുന്നു അവൾ വിശ്വസിച്ചിരുന്നത്. പക്ഷേ, ഞാനാണ് കുഞ്ഞിനെ രഹസ്യമായി സംരക്ഷിച്ചു പോന്നിരുന്നത്. സൈന്ധവി ഒരിക്കലും അമ്മയാകാൻ കഴിയാത്ത സ്ത്രീ ആയിരുന്നു. അവളുടെ കുഞ്ഞെന്നുള്ള ദുഃഖം മറയ്ക്കുവാൻ ഞാൻ ആരോ ഉപേക്ഷിച്ച കുട്ടിയാണെന്ന് പറഞ്ഞ് സമീരയെ അവളുടെ കൈയിൽ കൊടുത്തു. എന്റെ ജീവൻ തന്നെയാണ് അതെന്ന് സൈന്ധവിയും മകൾ ജീവിച്ചിരിക്കുന്നുണ്ട് എന്ന് ആരതിയും അറിഞ്ഞില്ല.''

എന്റെ കണ്ണുകൾ കൂടുതൽ എരിഞ്ഞുകൊണ്ടിരുന്നു. എന്റെ കാലിന്നടിയിലെ മണ്ണ് പൂർണ്ണമായും ഒലിച്ചുപോകുകയാണെന്ന് മനസ്സിലായി. അയാളുടെ മുഖം ചുവന്നു തുടുത്തു.

''എന്റെ റോൾ എന്തായിരുന്നു. നിന്റെ തേവിടിച്ചിയുടേതോ?''

ഞാൻ, വീണ്ടും ചോദിച്ചു. അയാളുടെ കോളറിൽ ഇരുന്നിരുന്ന എന്റെ കൈകൾ മുറുകിയിരുന്നു. അയാൾ ബലമായി എന്റെ കൈകൾ പിടിച്ചുമാറ്റി. എന്നിട്ട് വളരെ എളുപ്പത്തിൽ പറഞ്ഞു.

''അവൾക്ക് പ്രണയിക്കുവാൻ അറിയാം. നിന്നെപ്പോലെ, ഭർത്താവ് ഉണ്ടായിട്ടും ഒരുത്തന്റെ കത്തുകൾ വായിച്ചും അവന്റെ പ്രേമകഥകൾ കേട്ടും അവനു കിടക്കാൻ പായ വിരിക്കുന്ന പെണ്ണല്ല അവൾ. അവൾക്ക് എന്നെ ഉപേക്ഷിച്ചുപോകാൻ കാരണങ്ങൾ ഉണ്ടായിരുന്നു. ഒരുപക്ഷേ തിരിച്ചുവരാനും. നിനക്ക് നീ പറഞ്ഞ പേര് തന്നെയാണ് ചേരുന്നത്, തേവിടിച്ചി.''

അയാൾ, കൊളുത്തിയ സിഗരറ്റിന്റെ പുക എന്റെ മുഖത്ത് ആഞ്ഞടിച്ചു. എന്നോട് അയാൾക്ക് ഉണ്ടായിരിക്കുമെന്ന് വിശ്വസിച്ച സ്നേഹത്തിന്റെ അവസാനകണികയും വറ്റിയ അയാളുടെ മറുപടിയിൽ ഞാൻ നിന്ന് ഉരുകി. അപമാനിക്കപ്പെട്ട് നിന്നു. ഭൂമി പിളർന്നു അന്തർദ്ധാനം ചെയ്യണമെന്നും ആ നിമിഷങ്ങളിൽ തോന്നി. ഞാൻ ഇറങ്ങി

നടന്നു. മണ്ണും മഴയും പരസ്പരം ഭോഗിക്കുമ്പോൾ അവയെ കീറിമുറിച്ചുകൊണ്ട് അവരുടെ രതിയെ തടസ്സപ്പെടുത്തി നടന്നു. അതിനുശേഷം ഞാൻ അനിരുദ്ധനെ കണ്ടിട്ടില്ല.''

ഞാൻ, സമീരയെ നോക്കി. അവളുടെ കണ്ണുകൾ നനഞ്ഞിരുന്നു.

''അതേ, സമീര, നിന്റെ അമ്മ, സൈന്ധവിയല്ല. ആരതിയാണ്. നിന്റെ അച്ഛനെ, ഞാൻ ഒരുപാട് പ്രണയിച്ചിരുന്നു. അയാളേക്കാൾ മുകളിൽ എനിക്ക് ആരും തന്നെ ഈ ഭൂമിയിൽ ഉണ്ടായിരുന്നില്ല. പക്ഷേ മറ്റൊരുവളെ മറക്കുവാൻ വേണ്ടിയോ എന്റെ ശരീരത്തിന് വേണ്ടിയോ അയാൾ എന്നെ ചതിച്ചു. പ്രണയം നടിച്ചു വഞ്ചിച്ചു. അയാൾ എന്നോട് പറഞ്ഞ കള്ളങ്ങളിൽ എനിക്ക് ഇന്നും പ്രിയപ്പെട്ടത്, എന്നെ പ്രണയിക്കുന്നു എന്നുള്ള വാക്കാണ്. എനിക്കിപ്പോഴും അറിയില്ല, സമീരാ, എന്തിനാകും അയാൾ എന്നെ... അതിനുശേഷം, ഭൂമിയിൽ എനിക്കാരുമില്ലെന്നു തോന്നിയപ്പോഴാണ് ഞാൻ മുംബൈയ്ക്ക് വരുന്നത്. വിശപ്പടക്കാൻ പത്തുരൂപ തന്നവൻ എന്റെ മടിക്കുത്ത് അഴിക്കുമ്പോൾ, ഞാൻ, പിടഞ്ഞില്ല, അറച്ചില്ല, കരഞ്ഞില്ല. സസന്തോഷം വേശ്യയായി. നിന്റെ അച്ഛൻ എന്നെ വിളിച്ചതുപോലെ തേവിടിച്ചിയായി. നിന്റെ അച്ഛൻ എവിടെയാണെന്ന് എനിക്കറിയില്ല. ഒരുപക്ഷേ നിന്റെ അമ്മയ്ക്കൊപ്പം ഇപ്പോഴും എവിടെയെങ്കിലും ജീവിക്കുന്നുണ്ടാകണം. നിന്നെ അവർ തിരയാതിരുന്നതിന്റെ കാരണവും എനിക്കറിയില്ല. നീ എന്റെ മുന്നിൽ വരുന്നതുവരെ, ഞാൻ കരുതിയിരുന്നത്, നീയും അവർക്കൊപ്പം ജീവിക്കുന്നുണ്ടാകും എന്നു തന്നെയാണ്.''

''നിങ്ങളോട് കള്ളം പറഞ്ഞു വന്നതിൽ എന്നോട് ക്ഷമിക്കൂ. ഞാൻ പോകുന്നു.''

അവൾ, എന്റെ മുഖത്ത് നോക്കാതെ പറഞ്ഞു. ഞാൻ അവളോട് ഒന്നും മിണ്ടാതെ നിന്നു.

മുംബൈ നഗരത്തിലെ തിരക്കിട്ട പാതയോരങ്ങളിലൂടെ നടന്നു നീങ്ങുമ്പോഴും അവൾ ഇഥിക പറഞ്ഞതിനെ മനസ്സിലിട്ടു ചവച്ചുകൊണ്ടിരുന്നു. അവർ കാണിച്ച ശലഭങ്ങളുടെ ആൽബം അവളോർത്തു. അതിന്റെ ആദ്യത്തെ താളുകളിൽ ഒട്ടിച്ചുചേർത്ത വാർത്തയിൽ ഉണ്ടായിരുന്നത്, വിഴിഞ്ഞത്തെ ഹോട്ടൽമുറിയിലാണ് അവർ തമ്മിൽ അവസാനമുണ്ടായിരുന്നതെന്നാണ്. ശ്യാം അങ്കിളും അതുതന്നെയാണല്ലോ പറഞ്ഞത്. അവർ അച്ഛനെ രഹസ്യമായി വിളിപ്പിച്ചിരുന്നു. പക്ഷേ അവർ, മനപ്പൂർവം ഒരുപാട് കാര്യങ്ങൾ മറച്ചു വെച്ചു. ശ്യാം അങ്കിൾ അവരെ ഉപദ്രവിച്ചതിനെക്കുറിച്ചോ അദ്ദേഹത്തിന്റെ കാഴ്ച എങ്ങനെ

നഷ്ടമായെന്നോ അവർ പറഞ്ഞില്ല. ആരതി? അവർ ഉണ്ടാക്കിയെടുത്ത വെറും കഥാപാത്രം മാത്രമായിരുന്നുവോ? അല്ല, അച്ഛന്റെ ഡയറിയിൽ ആരതിയെക്കുറിച്ച് പറയുന്നുണ്ട്. അത്... അതെന്തായിരുന്നു?

അവൾ പൊടുന്നനെ ആ ഡയറിക്ക് വേണ്ടി, തിരഞ്ഞു. അവളുടെ ബാഗിൽ നിന്നും അത് അപ്രത്യക്ഷമായിരുന്നു. അവൾ അമ്പരപ്പോടെ നിന്നു. ഇഥിക, താൻ ആരെന്ന് മനസ്സിലാക്കി പറഞ്ഞതെല്ലാം കള്ളമായിരുന്നവോ? അച്ഛന് എന്ത് സംഭവിച്ചുവെന്ന്, അവർക്ക് അറിയാമായിരിക്കുമോ? അവൾ തിരക്കുള്ള റോഡിനു നടുവിലെ ക്രോസ് ലൈനിൽ ബോധം നശിച്ചവളെപ്പോലെ നിന്നു. അവൾക്ക് എതിരെ ഒരു ലോറി ഇരച്ചുകൊണ്ട് വന്നു. അതിന്റെ മസ്തകത്തിൽ ഇടിച്ച് അവൾ അന്തരീക്ഷത്തിൽ ഉയർന്നുപൊങ്ങി നിലംപതിച്ചു. അവളുടെ ശിരസ്സിൽ നിന്നും കറുത്ത രക്തം വാർന്നുകൊണ്ടിരുന്നു. അവളുടെ കണ്ണുകളിൽ അവസാനം കണ്ട മുഖത്തിൽ ദൃഷ്ടി പതിക്കവേ അവളുടെ കണ്ണുകൾ അത്ഭുതത്താൽ വിടർന്നു. അവളുടെ മുന്നിൽ അനിരുദ്ധൻ ചോദ്യചിഹ്നമായി വന്നു നിന്നു. നിശ്ചലമായ അവളുടെ കണ്ണിൽ ലോറിക്ക് അകത്തുള്ള മിററിൽ തൂക്കിയിട്ടിരിക്കുന്ന, നീലപ്പരുന്തിന്റെ തീക്ഷ്ണമായ കണ്ണുകൾ പ്രതിഫലിച്ചു നിന്നു.

പതിനഞ്ച്

ഇഥിക, നഗ്നയായ സ്ത്രീവിഗ്രഹത്തിനു മുന്നിൽ കൈകൾ കൂപ്പി, കണ്ണുകളടച്ചു നിന്നിരുന്നു. അവളുടെ സമൃദ്ധമായ തലമുടി അഴിച്ചിട്ടിരുന്നു. രക്തച്ചുവപ്പും കറുപ്പും നിറങ്ങൾ കലർന്ന സാരിയിൽ അവൾ ഭദ്രകാളിയെ പോലെ തെളിഞ്ഞു നിന്നു.

''ദീദി... ദീദീ, കതക് തുറക്ക്.''

യാദുവിന്റെ ശബ്ദമായിരുന്നു. അല്ല. അതൊരു ഭീകരമായ അലർച്ചയായിരുന്നു. ദീനതയുള്ള രോദനമായിരുന്നു. ചുണ്ടിലൂറിയ ചിരിയോടെ അവൾ കണ്ണുകൾ തുറന്നു. അവ ചെറുതായി ചുവന്നിരുന്നു. കതക് തുറക്കുമ്പോൾ യാദു വിയർത്തുകുളിച്ചിരുന്നു. അവളുടെ കണ്ണുകളിൽ പരിഭ്രമവും പരിഭ്രാന്തിയും ഉണ്ടായിരുന്നു.

''ദീദീ, അവർ... അവര് മരിച്ചു.''

''ആര്?'' ഞാൻ ഏറ്റവും ശാന്തമായി അവളോട് ചോദിച്ചു.

''നൈനികാദീദി.'' അവൾ കരച്ചിലോടെ പറഞ്ഞു.

''നൈനികാ നഹി. സമീര.''

ഞാൻ, അവളെ തിരുത്തിക്കൊണ്ട് സോഫയിൽ കാലുകൾ ഉയർത്തിവെച്ചുകൊണ്ട് ഇരുന്നു. കൈയിൽ ഇരുന്ന ബീഡ പായ്ക്കറ്റ് പൊട്ടിച്ചു വായിലിട്ട് ചവച്ചുകൊണ്ടിരുന്നു. അവൾ എന്നെ രൂക്ഷമായി നോക്കുന്നുണ്ടായിരുന്നു. മുസാഫിർ ഭായ് അതേ നിമിഷം വാതിൽ കടന്ന് വന്നു. എനിക്കു മുന്നിൽ താക്കോൽ വെച്ചിട്ട് കഴിഞ്ഞുവെന്നുള്ള അർത്ഥത്തിൽ തലയാട്ടിക്കൊണ്ട് നിന്നു. ഞാൻ ആ കീ ചെയിനിലേക്ക് നോക്കി. അതെന്റെ കൈയിൽ എടുത്തു. പരുന്ത്, കത്തുന്ന കണ്ണുകളുള്ള നീലപ്പരുന്ത്. ഞാൻ അത് നോക്കി ചിരിച്ചു. ഒന്നും തിരിച്ചറിയാനാകാതെ പകപ്പോടെ യാദു എന്നെയും മുസാഫിർ ഭായിയെയും നോക്കി.

''മതി, ലിപികാ, ഇത്... ഇത് അവസാനിപ്പിക്കാം.''

മുസാഫിർ ഭായ് മുഖത്ത് നിഴലിച്ചിരുന്ന കുറ്റബോധത്തോടെ പറഞ്ഞു. ഞാൻ അയാളെ രൂക്ഷമായി നോക്കി. പിന്നീട് ചിരിച്ചു.

''കഴിഞ്ഞല്ലോ, എന്റെ മരണപുസ്തകത്തിലെ അവസാനപേരും ഞാൻ വെട്ടി. സമീരാ. സമീരാ അനിരുദ്ധൻ.''

പകയോടെ ഞാൻ പൊട്ടിച്ചിരിച്ചു.

''ദീദി...''

ഏറ്റവും ദയനീയമായ കരച്ചിലോടെ യാദു എന്നെ വിളിച്ചു. അവളുടെ കണ്ണിൽ അതുവരെ അവളുടെ ദൈവമായിരുന്ന ദീദി, കൊലയാളിയായി നിന്നു കത്തുന്നുണ്ടായിരുന്നു.

''ഹാ, യാദു, ഹാ, നിന്റെ ദീദി, നീ കണ്ടിരുന്ന നായികയല്ല. പ്രതിനായികയാണ്, പ്രതിനായിക മാത്രം.''

''എന്തിനാണ് ദീദി, നിങ്ങൾ അവരെ? അവരെന്ത് തെറ്റ് ചെയ്തു. ഞാൻ ഒരിക്കൽപോലും നിങ്ങളെ ഒന്നിനും ചോദ്യം ചെയ്തിട്ടില്ല. നിങ്ങളുടെ ഭൂതകാലം ചികഞ്ഞിട്ടില്ല. നിങ്ങൾ അവരോട് പറഞ്ഞതെല്ലാം ഞാൻ കേട്ടതാണ്. ദീദിയുടെ ജീവിതം ഇങ്ങനെ ആകുവാൻ അവരുടെ പിതാവ് കാരണവും ആയിരുന്നിരിക്കാം. പക്ഷേ, അയാളുടെ മകളായി ജനിച്ചു എന്നുള്ളതല്ലാതെ എന്ത് തെറ്റാണ് അവർ ചെയ്തത്?''

''യാദൂ, നീ ആരെയാണ്?''

മുസാഫിർ ഭായിയുടെ ശബ്ദം ഉയർന്നു. അവൾ അയാളെ ഞെട്ടി ത്തിരിഞ്ഞു നോക്കി.

''വേണ്ടാ, ഭായ്. അവളുടെ സുഹൃത്തിന്റെ മരണത്തിന് കാരണമായവളോട് ചോദ്യങ്ങൾ ചോദിക്കാൻ അവൾക്ക് അവകാശമുണ്ട്. തടയണ്ട.''

ഞാൻ യാദുവിനു നേർക്ക് തിരിഞ്ഞു.

''നീ പറഞ്ഞില്ലേ? അതുതന്നെയാണ് അവൾ ചെയ്ത തെറ്റ്. അയാളുടെ മകളായി, അയാളുടെ രക്തത്തിൽ ജനിച്ചു. അയാൾ, എത്രതന്നെ സൈന്ധവിയെ വെറുത്തിരുന്നുവെന്നു പറഞ്ഞാലും അയാളുടെ മകളെ അയാൾക്ക് ജീവനായിരുന്നു. ആ ജീവൻ. ആ ജീവനാണ് ഞാൻ എടുത്തത്.''

എന്റെ പൊട്ടിച്ചിരികൾക്കൊപ്പം കണ്ണുകളിലെ ചുവപ്പ് വന്നു. അതവളെ കൂടുതൽ ഭയപ്പെടുത്തിയെന്ന് എനിക്കുതന്നെ തോന്നി. അതേ സമയം ഗോവണിപ്പടിയിൽ ഒരു കാൽപെരുമാറ്റം കേട്ടു. അവർ ഗോവണി കടന്ന് മുകളിലെത്തി. ഞാൻ അവരുടെ മുഖത്തേക്ക് ഉറ്റു നോക്കി. പ്രൊഫസർ നിർമ്മല. സമീരയുടെ ഗാർഡിയൻ. അവർ കത്തുന്ന കണ്ണുകളോടെ എന്നെ നോക്കി. യാദു, അവരെ സൂക്ഷിച്ചു നോക്കി. ഒരിക്കൽ, സമീരയെ ഹോസ്റ്റലിൽ തിരിച്ചുകൊണ്ടുവിടാൻ പോകുമ്പോൾ അവിടെ വെച്ച് കണ്ടിട്ടുണ്ട്. അവർ, യാദുവിനെ പരി ചയപ്പെട്ടതുമാണ്. യാദു അവരെയും എന്നെയും മാറിമാറി നോക്കു ന്നുണ്ടായിരുന്നു.

''പ്രൊഫസർ മാഡം, സമീരാ ദീദി മരണപ്പെട്ടതല്ല. കൊന്നതാണ്. ഇവർ അവരെ കൊന്നതാണ്.''

യാദു അവരുടെ കാൽക്കൽ വീണുകൊണ്ട് കരഞ്ഞുപറഞ്ഞു. പ്രൊഫസർ നിർമ്മല യാതൊരു ഭാവമാറ്റവുമില്ലാതെ നിന്നു. ഞാൻ യാദുവിനെ നോക്കി ദയനീയമായി ചിരിച്ചു.

''ഞാൻ, എവിടെ വേണേലും വരാം. ഇവർക്കെതിരെ സാക്ഷി പറയാം. എനിക്കിപ്പോൾ ഇവരെ കാണുന്നതേ ഭയമാണ്. മാഡം, സമീരാ ദീദി മരിച്ചതല്ല. ഇവർ...''

''കൊന്നതാണ്. എനിക്കറിയാം.''

നിർമ്മലയുടെ വാക്കുകൾ നിമിഷനേരത്തേക്ക് യാദുവിനെ നിശ്ചല മാക്കി.

അന്ന്, ആ മഴയിൽ നിന്നും ഞാൻ ഇറങ്ങി നടന്നത്, വെറും വിജന മായ രാത്രിവഴികളിലേക്കായിരുന്നില്ല. എന്റെ ജീവിതത്തിന്റെ അനാഥ ത്വത്തിലേക്ക് ആയിരുന്നു. അനിരുദ്ധന്റെ വാക്കുകൾ, കടന്നലുകളെ പ്പോലെ എന്റെ തലച്ചോറിൽ മിന്നിമാഞ്ഞുകൊണ്ടിരുന്നു. അയാളെ, ആദ്യമായി കണ്ടത്, പ്രണയിച്ചത്, അയാളെ ചുംബിച്ചത്, എന്റെ ശരീരത്തിൽ അയാളുടെ വിയർപ്പും ശുക്ലവും ഗന്ധവും ഉണങ്ങിപ്പിടിച്ചു നിന്നത്. എനിക്ക് ഭ്രാന്ത് പിടിക്കുന്നതുപോലെ തോന്നി. ഹോസ്റ്റലിൽ പോകുവാനുള്ള വഴി മറന്നു ഞാൻ, അവിടെയുള്ള ഏതോ ബസ് സ്റ്റോപ്പിൽ മഴ നനഞ്ഞു നേരം വെളുപ്പിച്ചു. പിറ്റേന്ന് വരെ ഒരുപോള

കണ്ണുകൾ അടയ്ക്കാതെ ഞാൻ അവിടെ ഇരുന്നു. എന്റെയുള്ളിൽ അപ്പോഴും അയാളുടെ മുഖം, അയാളുടെ വാക്യങ്ങൾ, തേവിടിച്ചിയെന്ന് എന്നെ വിളിച്ച അയാളുടെ നാവ്. ഏകദേശം രണ്ടു മാസത്തോളം അയാൾ എന്നെ വിളിക്കുവാനോ കാണുവാനോ ശ്രമിച്ചില്ല.

എനിക്ക് അയാളെ പൂർണ്ണമായും നഷ്ടപ്പെടുകയാണെന്നുള്ള ചിന്ത എന്നെ അലട്ടിക്കൊണ്ടിരുന്നു. പതിയെ, ഞാൻ അയാളെ മറക്കുവാൻ ശ്രമിച്ചുകൊണ്ടിരുന്നു. ഒരാളെ മറക്കുവാൻ ശ്രമിക്കുമ്പോൾ അയാളുമായി ബന്ധപ്പെട്ട ഒരുപാട് കാര്യങ്ങൾ മറക്കേണ്ടിവരുമെന്ന്, അപ്പോഴാണ് ഞാൻ മനസ്സിലാക്കിയത്. എനിക്ക് അയാളുടെ ഓർമ്മകളിൽ നിന്നും മോചനം ഉണ്ടായില്ല. ഞാൻ എന്നും അയാൾക്കിഷ്ടമുള്ള നിറത്തിലെ സാരികൾ ഉടുത്തു. അയാൾക്കിഷ്ടമുള്ളപോലെ ഒരുങ്ങി, അയാൾക്കിഷ്ടമുള്ള വിഭവങ്ങൾ പാചകം ചെയ്തു. അയാൾ വരുമെന്ന് കാത്തിരുന്നു.

ഹോസ്റ്റലിൽ നിന്നും ഞാൻ അമേലിയയുടെ ഫ്ളാറ്റിലേക്ക് മാറിക്കഴിഞ്ഞിരുന്നു. അയാൾ എന്റെ കൂടെ ഉണ്ടെന്നുതന്നെ കരുതി ഞാൻ ജീവിക്കാൻ തുടങ്ങിയത് അമേലിയയെ പോലും ഭയപ്പെടുത്തി. ആദ്യമൊക്കെ അയാളോടെന്നപോലെ മനസ്സിൽ സംസാരിച്ചുകൊണ്ടിരുന്ന ഞാൻ പതിയെ ഉറക്കെ സംസാരിക്കാൻ തുടങ്ങി. അമേലിയയുടെ നിർബന്ധത്തിനു വഴങ്ങി, ഞാൻ, അവിടെയുള്ള സൈക്യാട്രിസ്റ്റ് ഡോക്ടർ ലോകേഷ് കുമാറിനെ കണ്ടു. അയാളുടെ ഉപദേശങ്ങളും യോഗയും ട്രീറ്റ്മെന്റുകളും പതിയെ പതിയെ അയാളുടെ ഓർമ്മകളിൽനിന്നും മോചനം നൽകിത്തുടങ്ങി. സെക്രട്ടേറിയേറ്റിലെ കരാർ ജോലി തീർന്നിരുന്നു. അമേലിയയുടെ കൂടെ ശലഭങ്ങളുടെ ഗവേഷണത്തിൽ ഞാനും കൂടി. അവൾ ശലഭങ്ങളിൽ നിന്നും മൃഗങ്ങൾക്ക് ഉണ്ടാകുന്ന വൈറൽ ബാധയ്ക്ക്, മരുന്ന് കണ്ടുപിടിക്കുവാനുള്ള ശ്രമത്തിൽ ആയിരുന്നു. എനിക്ക് മടുപ്പ് തോന്നുമ്പോഴൊക്കെ അവളെന്നെ സമാധാനപ്പെടുത്താൻ ഒരുപാട് സഹായിച്ചു.

പ്രണയത്തിൽ അകപ്പെടുന്നതുപോലെ അത്ര എളുപ്പമല്ല അതിൽ നിന്നും മോചിതയാകുന്നത്. മറക്കണമെന്ന് കരുതുന്നതെല്ലാം പതിയെ തെളിഞ്ഞുവരുന്ന തലച്ചോറിന്റെ വലിയ പ്രതിഭാസമാണ് മോചനം നേടുവാൻ ആഗ്രഹിക്കുന്ന കാലങ്ങളെല്ലാം. എന്തുകൊണ്ടോ അയാളെ മറന്നുവെന്നു പൂർണ്ണമായും ഞാൻ വിശ്വസിച്ചതിന്റെ മൂന്നാംപക്കം അയാൾ എന്നെത്തേടി വീണ്ടും വന്നു. അമേലിയ ഇല്ലാതിരുന്ന ഒരു ദിവസമായിരുന്നു അത്. ഡോർ ബെൽ മുഴങ്ങിയപ്പോൾ ഞാൻ വാതിൽ തുറന്നത് അവളായിരിക്കുമെന്ന് പ്രതീക്ഷിച്ചുകൊണ്ടുതന്നെയാണ്. കുറ്റബോധത്തിന്റെ നിഴൽ അയാളുടെ മുഖത്ത് പ്രതിഫലിച്ചിരുന്നു.

“ലിപികാ, നിനക്ക് എന്നോട് വെറുപ്പാണെന്ന് എനിക്കറിയാം. പക്ഷേ മോളേ, ഞാൻ ഒരു തെറ്റും ചെയ്തില്ല.”

ഞാൻ, അത്ഭുതത്തോടെ അയാളെ നോക്കി. എന്നോട് അയാൾ ചെയ്തതൊക്കെയും മറക്കുവാൻ എത്ര വേഗമാണ് അയാൾക്ക് കഴിഞ്ഞത്? അതെന്നെ അത്ഭുതപ്പെടുത്തി. ഞാനൊന്നും മിണ്ടിയില്ല.

“എല്ലാം നിന്റെ സംശയങ്ങളും തെറ്റിദ്ധാരണകളും മാത്രമാണ്. ഞാൻ നിന്നെ മാത്രമാണ് സ്നേഹിച്ചിരുന്നത്.” അയാൾ തുടർന്നു.

“കാപ്പി കുടിച്ചു കഴിഞ്ഞെങ്കിൽ അനിരുദ്ധന് പോകാം.”

ഞാൻ അയാളെ നോക്കാതെ പറഞ്ഞു.

“ഉം... ഇനിയെന്തൊക്കെ പറഞ്ഞാലും നമ്മുടെ പ്രണയം പഴയതു പോലെ ആകുകയില്ലല്ലോ. പക്ഷേ, എനിക്കറിയാം. നിനക്കൊരിക്കലും എന്നെ മറക്കുവാൻ കഴിയില്ല. നിന്റെ ഈ വേഷം പോലും എന്നെ ഓർമ്മിപ്പിക്കും. നിന്റെ മൊബൈലിൽ ഇപ്പോഴും പ്ലേലിസ്റ്റിൽ ഞാൻ നിനക്ക് പാടിത്തന്നിരുന്ന പാട്ടുകൾ ഉണ്ടാകും. ചുംബനങ്ങൾ കാണുന്ന മാത്രയിൽ നീ എന്നെയോർക്കും. സിഗരറ്റ് ഗന്ധം എവിടെ നിന്നെങ്കിലും വന്നാൽ നീ എന്നെ ഓർക്കും. ഉറങ്ങുവാൻ നേരം നിന്നെ പൊതിയുന്ന പുതപ്പുകൾപോലും എന്റെ കൈകളെ ഓർമ്മിപ്പിക്കും. കാരണം, നീ എന്റേതു മാത്രമായിരുന്നുവെന്നു പൂർണ്ണമായും എനിക്കറിയാം ലിപികാ. നിനക്കുമത് വ്യക്തമായി അറിയാം.”

അയാൾ അത്രയും പറഞ്ഞുകൊണ്ട് തിരിഞ്ഞു നടക്കുവാൻ ഒരുങ്ങി.

“അനീ...”

ഞാൻ അയാളെ കെട്ടിപ്പിടിച്ചു. എന്നിൽ അയാൾ എന്തുമാത്രം ഉൾപ്പെട്ടു കഴിഞ്ഞുവെന്ന് ഓർത്തു ഞാൻ കരഞ്ഞുകൊണ്ടേയിരുന്നു. അയാളുടെ പ്രണയം നഷ്ടപ്പെടുത്തുവാൻ കഴിയാതെ ഞാൻ കരഞ്ഞു. അയാളുടെ പാപങ്ങൾ എല്ലാം ഞാൻ ക്ഷമിച്ചു. അയാൾ എന്നെ തിരഞ്ഞു വന്നല്ലോ. എനിക്കത് മാത്രം മതിയായിരുന്നു. ഞാൻ ക്ഷമിച്ചു. അയാളെ പ്രേമിക്കുവാൻ വീണ്ടും തയ്യാറെടുത്തു കൊണ്ടിരുന്നു. അയാളുടെ നെഞ്ചിൽ ചേർന്ന് കഴിഞ്ഞിരുന്നു.

“ലിപികാ, നിന്റെ ജോലിയുടെ കരാർ അവസാനിച്ചത് ഞാൻ അറിഞ്ഞു. നീ ഒരിക്കലും ഇങ്ങനെ നശിക്കേണ്ടവൾ അല്ല. നിനക്കൊരു ജോലി വേണം.”

“എനിക്ക് നിന്നെ വേണം അനീ.”

“ഞാൻ നിന്റേതാണല്ലോ. പിന്നെ നിന്റെ കഴുത്തിൽ ഒരു താലി. അത് ഞാൻ നിനക്ക് തരും. ഞാൻ എന്നും നിന്റേത് മാത്രമായിരിക്കും. സൈന്ധവിയുമായുള്ള ഡിവോഴ്സ് ഉടനെ ശരിയാക്കണം.

അതിനുശേഷം, ഞാൻ നിന്നെ കൊണ്ടുപോകും, നമ്മുടെ സ്വർഗ ത്തിലേക്ക്.''

ഞാൻ, എന്റെ നഗ്നതയിലേക്ക് പുതപ്പ് വലിച്ചിട്ടുകൊണ്ട് അയാളെ കൂടുതൽ കെട്ടിപ്പിടിച്ചു. അയാളുടെ കൈകൾ എന്റെ മുടിയിഴകളെ തഴുകിക്കൊണ്ടിരുന്നു.

''ഞാൻ, പറഞ്ഞു വന്നത്, നാളെ ഹോട്ടൽ ഗ്രാൻഡ് പാലസിൽ ഒരു ഇന്റർവ്യൂ നടക്കുന്നുണ്ട്. കണ്ടന്റ് റൈറ്റർ ജോബിന് വേണ്ടിയുള്ള താണ്. നീ അതിന് പോകണം. എന്റെ സുഹൃത്ത് ശ്യാം മോഹനാണ് ഇന്റർവ്യൂ നടത്തുന്നത്. ഞാൻ അയാളെ വിളിച്ചു പറഞ്ഞിട്ടുണ്ട്. ജോലി നിനക്ക് തന്നെ കിട്ടും.''

''വേണോ അനീ?''

ഞാൻ സംശയത്തോടെ അയാളുടെ മുഖത്ത് നോക്കി.

''വേണം മോളേ. നീ നന്നായി എഴുതാൻ കഴിവുള്ള പെണ്ണാണ്. അത് വെറുതെ നശിപ്പിച്ചു കളയരുത്. അതുകൊണ്ട് എന്റെ മോള് പോകണം. അതിൽ പങ്കെടുക്കണം. നീ എഴുത്തിൽ ഒരുപാട് ഉയര ങ്ങൾ കീഴടക്കുന്നത്, നിന്റെ ഇന്റർവ്യൂ പത്രത്തിൽ വരുന്നത്, നീ അവാർഡുകൾ വാങ്ങുന്നത് എല്ലാം എല്ലാമെനിക്ക് കണ്ണു നിറയു വോളം കാണണം. അതാണ് എന്റെ ഏറ്റവും വലിയ ഡ്രീം.''

അയാൾ, എന്റെ നെറ്റിയിൽ ഉമ്മ വെച്ചു. ഞാൻ കണ്ണുകൾ നിറഞ്ഞ് പ്രണയിക്കപ്പെട്ട് അയാളുടെ നെഞ്ചിൽ ചേർന്ന് ഉറങ്ങി.

പതിനാറ്

''**എ**നിക്കിതൊക്കെ വിശ്വസിക്കാൻ കഴിയുന്നില്ല. നിനക്ക് ഉറപ്പാണോ ലിപികാ?''

പിറ്റേന്ന്, ഇന്റർവ്യൂവിന് പോകാൻ തയ്യാറാകുമ്പോഴാണ് അമേ ലിയ എന്നോട് ചോദിച്ചത്.

''എന്ത്, ഇന്റർവ്യൂ ആണോ? എനിക്കെന്തേലും ജോലി വേണ്ടേഡോ. എത്ര നാളെന്നു കരുതിയാണ് നിന്നെ ബുദ്ധിമുട്ടിക്കുന്നത്?''

''അതല്ല. അയാൾ, അനിരുദ്ധൻ. അയാളെ വിശ്വസിക്കാമോ?''

ഞാൻ അവളെ നോക്കി മെല്ലെ മന്ദഹസിച്ചു.

''എനിക്ക് അയാൾ അല്ലാതെ വേറെ ആരുണ്ടെടീ വിശ്വസിക്കാൻ?''

അവൾ എന്നെ ദയനീയമായി നോക്കി. ഹോട്ടലിന് മുന്നിൽ എന്നെ ഇറക്കിവിട്ട് അവൾ പോയി. ഇന്റർവ്യൂവിന് വന്ന അവസാന കാൻഡിഡേറ്റ് ആയിരുന്നു ഞാൻ എന്ന് തോന്നി. ആ ഫ്ളോറിൽ മുഴുവൻ ഇന്റർവ്യൂവിന് വന്നവർ ആയിരുന്നു. ഞാൻ അവിടെ ഒഴിഞ്ഞു കിടന്നിരുന്ന കസേരയിൽ ഇരുന്നു. ഓരോരുത്തരും തൃപ്തിയില്ലാതെ ഇറങ്ങിവരുന്നതും മറ്റുള്ളവർ ചോദ്യങ്ങൾ അറിയുവാൻ അവരെ പൊതിഞ്ഞുകൊണ്ടും ഇരുന്നു.

''ലിപികാ നേത്ര.''

കർച്ചീഫ് കൊണ്ട് വിയർപ്പ് ഒപ്പിക്കൊണ്ട് ഞാൻ അകത്തേക്ക് ചെന്നു. ഇന്റർവ്യൂ ബോർഡിൽ മൂന്നുപേർ ഉണ്ടായിരുന്നു. അതിൽ ആരായിരിക്കും ശ്യാം മോഹനെന്ന് മനസ്സിലായില്ല.

''ലിപികാ ഇരിക്കൂ.'' സുമുഖനായ ഒരു ചെറുപ്പക്കാരൻ എന്നോട് പറഞ്ഞു. അയാളുടെ കണ്ണുകൾ എന്നെ അളക്കുന്നതുപോലെ തോന്നി.

''താങ്ക്യൂ, സർ.'' ഞാൻ ഇരുന്നു.

''മുൻപ്, കണ്ടന്റ് റൈറ്റർ ആയിട്ട് ജോലി ചെയ്തിട്ടുണ്ടോ?''

''ഇല്ല. എനിക്ക് സെക്രട്ടേറിയേറ്റിൽ ആയിരുന്നു ജോലി. കരാർ ജോലി ആയതുകൊണ്ട് കാലാവധി കഴിഞ്ഞു. അതാണ് പുതിയ ജോലി നോക്കുന്നത്.''

ഞാൻ ആദ്യമേ തന്നെ പറഞ്ഞു, ചോദിച്ചേക്കാവുന്ന ഒരുപാട് ചോദ്യങ്ങൾ ഒഴിവാക്കി.

''ഓഹ്, ലിപികാ നേത്ര. അനിരുദ്ധന്റെ സുഹൃത്ത് അല്ലേ?''

''യെസ് സാർ.''

''നിങ്ങളുടെ ഒരു നോവൽ വന്നതല്ലേ? ഇറ്റ് വാസ് ബ്യൂട്ടിഫുൾ വൺ. ഞാൻ വായിച്ചതാണ്. ഐ ആം ശ്യാം മോഹൻ.''

ഞാൻ ചിരിച്ചു.

''അനിരുദ്ധൻ പറഞ്ഞിരുന്നു.''

''പ്രതാപൻ സാർ. ഇതിനിപ്പോ ആലോചിക്കുകയൊന്നും വേണ്ട. നമുക്ക് ഇയാളെ ഫിക്സ് ചെയ്യാം. ഇന്റർവ്യൂ പ്രഹസനം ആവശ്യമില്ല.''

അയാൾ, തടിച്ചു പൊക്കമുള്ള മനുഷ്യനോട് പറഞ്ഞു.

''ശ്യാമിന് അത്ര ഷുവർ ആണെങ്കിൽ, യെസ് യൂ ക്യാൻ സെലക്ട്.''

''ലിപികാ, ഒരു പത്തു മിനിറ്റ് ഇരിക്കൂ. അപ്പോയ്ന്റ്മെന്റ് ലെറ്റർ തരാം.''

‘‘ഓക്കേ.’’

ഞാൻ, അവിടെത്തന്നെ ഇരുന്നു. പത്തു മിനിറ്റിനു ശേഷം ശ്യാം മോഹൻ മാത്രം ആ മുറിയിലേക്ക് കയറിവന്നു.

‘‘ലെറ്റർ ടൈപ്പ് ചെയ്യുകയാണ് കേട്ടോ. ധൃതി ഇല്ലല്ലോ.’’

‘‘ഹേയ്.’’

‘‘നിങ്ങളുടെ മാര്യേജ് ഫിക്സ് ആയോ? അവൻ എന്നോട് എല്ലാം പറഞ്ഞിട്ടുണ്ട്.’’

അയാൾ, എനിക്ക് മുന്നിലെ കസേരയിൽ ഇരുന്നുകൊണ്ട് സിഗ രറ്റിനു തീ കൊളുത്തി വലിച്ചുകൊണ്ടിരുന്നു. എനിക്കത് എന്തു കൊണ്ടോ അരോചകമായി തോന്നിയെങ്കിലും ഞാൻ കൂടുതൽ ഒന്നും പറഞ്ഞില്ല.

‘‘ഇല്ല. അതുവരെ ഒന്നുമായില്ല.’’

‘‘ഉം്. Anyway, he is really lucky. തന്നെപ്പോലെ ഇത്ര സുന്ദരി യായ ഒരാളെ കിട്ടുകയെന്നാൽ...’’

അയാൾ എന്നെയൊന്നു നോക്കി, ഒരു പഫ് കൂടി എടുത്തു. ഞാൻ കൂടുതൽ അസ്വസ്ഥയായിക്കൊണ്ടിരുന്നു.

‘‘ഓഹ്, ഐ ആം സോറി. തനിക്കു കുടിക്കാൻ എന്താ? ടീ ഓർ കോഫീ, അതോ ജ്യൂസോ?’’

‘‘എനിക്കൊന്നും വേണ്ട.’’ ഞാൻ പെട്ടെന്നു പറഞ്ഞു.

‘‘ഹേയ്, അത് പറ്റില്ല. എന്റെ ഫ്രണ്ട് എന്നു പറഞ്ഞാൽ എന്റെ സ്പെഷ്യൽ ഗസ്റ്റ് അല്ലേ?’’

അയാൾ ജ്യൂസ് ഓർഡർ ചെയ്തു. ക്ലോക്ക് സൂചി വട്ടംകറങ്ങി ക്കൊണ്ടേയിരുന്നു. ഞാൻ സമയം പോകുന്നുവെന്നുള്ള സൂചനയിൽ വാച്ചിൽ നോക്കിക്കൊണ്ടും ഇരുന്നു. ജ്യൂസ് ഗ്ലാസുകൾ കാലിയായി. ശ്യാം മൊബൈലിൽ എന്തൊക്കെയോ ചെയ്തുകൊണ്ടിരുന്നു. ഇട യ്ക്ക് ആരോ ഡോറിൽ തട്ടി. അയാൾ പേപ്പർ കൈയിൽ എടുത്തു വന്നു.

‘‘ദാ, അപ്പോയ്ന്റ്മെന്റ് ഓർഡർ. കൈയോടെ പിടിച്ചോളൂ.’’

ഞാൻ അയാളെ നോക്കി ചിരിച്ചുകൊണ്ട് അത് വാങ്ങുവാൻ തുനിഞ്ഞു. അയാൾ എന്റെ കൈകളിൽ ബലമായി പിടിച്ചു. ഞാൻ പരിഭ്രമത്തോടെ അയാളെ നോക്കി.

‘‘ലിപികാ, പ്ലീസ്. നിന്നെക്കുറിച്ച് അനിരുദ്ധൻ പറഞ്ഞപ്പോൾ മുതലുള്ള ആഗ്രഹമാണ് ഇത്. ഒരു തവണ ഒരേയൊരു തവണ മാത്രം എനിക്ക് നിന്നെ...’’

എന്റെ കണ്ണുകളിൽ ഭയവും ക്രോധവും ഒരേപോലെ നിറഞ്ഞു.

“ഛെ, വിടടോ. ഞാൻ ആരെന്ന് കരുതി താൻ. അനിരുദ്ധൻ ഇതെങ്ങാനും അറിഞ്ഞാൽ ഉണ്ടല്ലോ.”

ഞാൻ ഉള്ളിലുണ്ടായ ഭയം മറച്ചു പിടിച്ചു ചോദിച്ചു. അയാൾ എന്റെ കൈവിട്ട് ഉറക്കെ ചിരിച്ചുകൊണ്ട് കസേരയിൽ തന്നെ ഇരുന്നു.

“അവൻ തന്നെയാടീ നിന്നെ എനിക്ക് തരാൻ വേണ്ടി ഇവിടെ എത്തിച്ചത്. പക്ഷേ നീ വിഷമിക്കണ്ട. നിനക്ക് ജോലി ഞാൻ തന്നിരിക്കും. പിന്നെ ഇടയ്ക്ക് ഇതുപോലെ ഞാൻ പറയുന്നിടത്ത് വന്നാൽ മതി. അവനെപ്പോലെ അല്ല, പാതിവഴിയിൽ ഇട്ടിട്ട് പോകില്ല.”

അയാളുടെ അട്ടഹാസങ്ങളും വർത്തമാനങ്ങളും എനിക്ക് വ്യക്തമായി കേൾക്കുന്നു കൂടിയുണ്ടായില്ല. എന്റെ മനസ്സ് തളർന്നു. ഞാൻ അവിടെ ഇരുന്നു. അയാൾ അനിരുദ്ധനെ ഡയൽ ചെയ്തു.

“അനീ, അവള് നല്ലോരു പീസ് ആണല്ലോടാ.”

“ഹ, ഹ പിന്നെ ചുമ്മാതാണോ, ഞാൻ കുറച്ചു കാലം വെച്ചോണ്ടിരുന്നത്. എങ്ങനെ എല്ലാം കഴിഞ്ഞോ?”

“ഉം, അവൾക്ക് നന്നായി സുഖിച്ചു. എനിക്കും.”

അയാൾ വിരലുകൾകൊണ്ട് എന്റെ ചുണ്ടിൽ തട്ടി. ഞാൻ മുഖം മാറ്റി.

“അവൾ തന്നെ ഒരിക്കൽ പറഞ്ഞതുപോലെ, നല്ല അടിപൊളി തേവിടിച്ചിയാണ്.”

അനിരുദ്ധന്റെ വാക്കുകൾക്കും ചിരിക്കും മുന്നിൽ തളർന്നൊടിഞ്ഞു ഞാൻ വീണുകഴിഞ്ഞിരുന്നു. എന്റെ ദേഹത്ത് ഉണ്ടായ മുറിവുകളേക്കാൾ എന്റെ മനസ്സ് മുറിഞ്ഞു നീറിക്കൊണ്ടിരുന്നു. ആ നീറ്റൽ മറക്കുവാനും ജീവൻ ഉപേക്ഷിക്കുവാനും ഞാൻ തീരുമാനിച്ചു. എന്റെ കൈയ്യിലെ ഏറ്റവും മുറിവുള്ള ആഴമാണ് ഞാൻ അവസാനമായി കണ്ണുകൾ അടയുമ്പോൾ കണ്ടത്.

“ഇനി, ഞാൻ പറയാം.”

നിർമ്മലയുടെ ശബ്ദം കേട്ട് യാദു ഞെട്ടിത്തിരിഞ്ഞു നോക്കി. അവൾ എന്നേയും അവരെയും മാറിമാറി നോക്കി.

“നിർമ്മലാ മാം?”

“അല്ല. അമേലിയ. എന്റെ സുഹൃത്ത്.”

ഞാൻ പറഞ്ഞതുകേട്ട് യാദു വീണ്ടും ഒന്നും മനസ്സിലാകാതെ നിന്നു.

“യാദൂ, നിന്റെ ദീദി ചെയ്തതിനൊക്കെ അവൾ ശിക്ഷിക്കപ്പെടുമെങ്കിൽ അവൾക്കൊപ്പം ശിക്ഷിക്കപ്പെടേണ്ടവരാണ് ഞാനും മുസാഫിർ ഭയ്യയും.”

അവൾ മെല്ലെ പറഞ്ഞു തുടങ്ങി.

''ഞാൻ, പുറത്ത് പോയിട്ട് വരുമ്പോൾ കാണുന്നത് രക്തത്തിൽ മുങ്ങിക്കിടക്കുന്ന ലിപികയെയാണ്. പിന്നെ അവളുടെ ശരീരത്തിലെ മുറിവുകൾ, മുഖത്തെ പല്ലിന്റെയും നഖത്തിന്റെയും അടയാളങ്ങൾ. അവളുടെ ജീവൻ രക്ഷിക്കുകയായിരുന്നു എനിക്ക് അപ്പോൾ ആവശ്യം. ഞാൻ അവളെ ഹോസ്പിറ്റലിൽ ആക്കുമ്പോൾ ജീവന്റെ നേരിയ ഒരു തുടിപ്പ് മാത്രമേ അവളിൽ അവശേഷിക്കുന്നുണ്ടായിരുന്നുള്ളൂ. ജീവൻ രക്ഷപ്പെടാൻ ഒരു ശതമാനം മാത്രമേ ചാൻസ് ഉള്ളൂവെന്ന് ഡോക്ടർ പറഞ്ഞപ്പോഴും അവൾ തിരിച്ചുവരുമെന്ന് ഞാൻ ഉറച്ചു വിശ്വസിച്ചിരുന്നു. ഒരു മാസത്തോളം അവൾ ഇന്റൻസീവ് കെയർ യൂണിറ്റിൽ തന്നെയായിരുന്നു. ബോധം വീണതിന് ശേഷം, അവൾ പരസ്പരബന്ധമില്ലാതെ സംസാരിച്ചുകൊണ്ടിരുന്നു. അനിരുദ്ധന്റെ പേര് വിളിച്ചു കരഞ്ഞുകൊണ്ടിരുന്നു. അങ്ങനെ ഒരു ദിവസം ഡോക്ടർ തന്നെയാണ് എന്നോട് പറഞ്ഞത്, കഴിയുമെങ്കിൽ അനിരുദ്ധനോട് അവളെ വന്നൊന്നു കാണുവാൻ പറയണമെന്ന്. ഞാൻ അയാളെ തിരക്കി, പത്രമോഫീസിൽചെന്നു. ലിപികയുടെ അവസ്ഥകൾ എല്ലാം പറഞ്ഞിട്ടും അയാളുടെ മുഖത്ത്, യാതൊരുവിധ കൂസലുകളും കുറ്റ ബോധങ്ങളും ഉണ്ടായിരുന്നില്ല.

''പ്ലീസ്, അനിരുദ്ധൻ. നിങ്ങൾ ഒന്നു വന്നു കണ്ടാൽ മതി. അവൾ ശരിയാകും.''

എന്റെ സ്വരം ദയനീയതയുടെ ഏറ്റവും താഴെയായിക്കഴിഞ്ഞി രുന്നു.

''അമേലിയ, എനിക്ക് അവളെപ്പോലെ ഒരുത്തിയെ കാണേണ്ട ആവശ്യമില്ല. കാമത്തിന് വേണ്ടി, എന്റെ സുഹൃത്തിനെ വശീകരിച്ച വളാണ്. വെറും വേശ്യ. ഇയാൾക്ക് വിശ്വാസം ഇല്ലെങ്കിൽ നോക്കൂ.''

അയാളുടെ കൈയിൽ, ലിപികയും അയാളുടെ സുഹൃത്തും തമ്മിലുള്ള നഗ്നദൃശ്യങ്ങളുടെ ചിത്രങ്ങൾ ഉണ്ടായിരുന്നു. ഞാൻ ഒരു നിമിഷം അതിലേയ്ക്ക് പകപ്പോടെ നോക്കി. അയാളുടെ കരണമടച്ച് ഒന്ന് കൊടുക്കാൻ തോന്നിയെങ്കിലും ഞാൻ ഒന്നും മിണ്ടാതെ ഇറങ്ങി. ഏകദേശം ആറു മാസത്തോളം നീണ്ടു നിന്ന, ചികിത്സകളും യോഗയും മെഡിറ്റേഷനും അവളെ വീണ്ടും പഴയ നിലയിൽ കൊണ്ടുവന്നു.

''എനിക്ക്, അയാളെ വേണം അമേലിയ.'' അവൾ എന്നോട് പറഞ്ഞ ഏകവാചകം അതായിരുന്നു.

ഞങ്ങൾ, ആറു മാസത്തോളം അതിനുള്ള പദ്ധതികൾ തയ്യാ റാക്കിക്കൊണ്ടിരുന്നു. അതിനിടയിലാണ്, സൈന്ധവിയും അവളുടെ അച്ഛനും ആത്മഹത്യ ചെയ്തുവെന്ന് ഞങ്ങൾ അറിയുന്നത്. അയാൾ

അവരെ ഇല്ലാതാക്കിയത് ആകുമെന്നുതന്നെ ഞങ്ങൾ ഉറച്ചു വിശ്വസി ച്ചിരുന്നു.

എന്റെ ശബ്ദം, ഇത്രയും രൂക്ഷമായി ഇതിനു മുൻപ് കേട്ടിട്ടില്ലാ ത്തതിനാൽ ആയിരിക്കണം, അവൾ ഏതോ യക്ഷിയെ കണ്ടതു പോലെ എന്നെ ഭയത്തോടെ നോക്കി.

"പക്ഷേ, അന്ന് അവന്റെ കുഞ്ഞ് രക്ഷപ്പെട്ടു. അവളെ സുരക്ഷിത മായി അവൻ ഏതോ അനാഥാലയത്തിൽ ഏൽപ്പിച്ചു. അതെവിടെ ആയിരുന്നുവെന്ന് എനിക്ക് കണ്ടെത്താൻ കഴിഞ്ഞില്ല. അടുത്ത ലക്ഷ്യം അനിരുദ്ധൻ തന്നെയായിരുന്നു. അയാളെ എന്റെ വരുതിയിൽ എങ്ങനെ കൊണ്ടുവരണമെന്നുള്ളത്, വ്യക്തമായി അറിയാമായി രുന്നു. എന്റെ ശരീരം തന്നെ അതിന് ആയുധമാക്കി. അയാളെ ഹോട്ടൽ മുറിയിലേക്ക് വിളിച്ചു വരുത്തി. കുറേ വർഷങ്ങൾക്ക് ശേഷവും അയാൾ എന്നെ ആദ്യത്തെ അതേ ആർത്തിയോടെ നോക്കി. പിറ്റേന്നാണ് അയാളെയും എന്നെയും കാണുവാനില്ലെന്നുള്ള വാർത്ത പ്രചരിച്ചത്. ആ വാർത്ത കൊടുത്തത് അമേലിയ തന്നെ യായിരുന്നു. തഞ്ചാവൂരിൽ നിന്നുമുള്ള ഒരു സുഹൃത്ത് വഴി, ഞങ്ങൾ ആത്മഹത്യ ചെയ്തുവെന്നുള്ള വാർത്തയും ഞാൻ തന്നെ കൊടു പ്പിച്ചു. എന്നെ കാണുവാൻ വരുന്ന വിവരം അയാൾ ശ്യാം മോഹ നോട് പറയുമെന്ന് എനിക്ക് ഉറപ്പായിരുന്നു. അതിനാൽ തന്നെ ആ കഥ പൂർണ്ണമായും എല്ലാവരും വിശ്വസിച്ചു.

"അപ്പോൾ അയാളെയും ദീദി കൊന്നുകളഞ്ഞുവല്ലേ?"

യാദുവിന്റെ ചോദ്യത്തിന് മറുപടി നൽകാതെ ഞാൻ, അവളെ നോക്കി ചിരിച്ചു.

"അടുത്ത ലക്ഷ്യം അയാളായിരുന്നു. ശ്യാം മോഹൻ. ഞാൻ ജീവിച്ചിരിക്കുന്നുവെന്ന് ഒരു കാരണവശാലും അയാൾ അറിയരു തെന്ന് ആഗ്രഹം ഉണ്ടായിരുന്നു. അങ്ങനെ അറിഞ്ഞാൽ, അനിരു ദ്ധന്റെ തിരോധാനത്തിനു പിന്നിൽ ഞാനാണെന്നുള്ള വസ്തുത അയാൾക്ക് തീർച്ചയായും മനസ്സിലാകുമെന്നുള്ളത് എന്നെ അലട്ടി യതുകൊണ്ടാണ്, എനിക്കു വേണ്ടി ചെയ്യുന്നുവെന്നു വരുത്തിത്തീർക്കു വാൻ വേണ്ടി, അമേലിയയും മുസാഫിർ ഭായ്യും അയാളുടെ കണ്ണു കൾ ചൂഴ്ന്നെടുത്തത്. അമേലിയയെ അയാൾ കണ്ടിട്ടില്ലാത്തതു കൊണ്ട് അയാൾക്ക് അവളെ മനസ്സിലായില്ല.

അയാളുടെ മരണം തന്നെയായിരുന്നു ലക്ഷ്യം. പക്ഷേ, അതി നുള്ള സാവകാശം അവർക്ക് കിട്ടിയില്ല. സമീരയുടെ കൂടെ, ഇവൾ വീണ്ടും ശ്യാം മോഹന്റെ അടുത്ത് പോകുവാനുള്ള കാരണവും അതുതന്നെയാണ്. ഇവളുടെ ശബ്ദം മുൻപ് കേട്ടിട്ടില്ലാത്തതുകൊണ്ടും അന്ധൻ ആയതുകൊണ്ടും അയാൾ തിരിച്ചറിയില്ല എന്നുള്ളതുതന്നെ.

യാദു അവിടെ നിശ്ചലയായി ഇരുന്നു.

അയാളുടെ കണ്ണുകൾ കൂടി നഷ്ടമായതിനു ശേഷമാണ്, ഞാനും അമേലിയയും മുംബൈയിൽ എത്തുന്നത്. ശ്യാം മോഹൻ പൊലീസിനോട് എന്തേലും പറയുമോ എന്നുള്ള ഭയം തീർച്ചയായും ഞങ്ങൾക്ക് ഉണ്ടായിരുന്നു. പൊലീസ് പിടിക്കുമോ എന്നുള്ള ഭയമല്ല. എന്റെ അവസാനത്തേ ലക്ഷ്യം തകരുമോ എന്നുള്ള ഭയം. സമീര, അവളെ കൂടി എനിക്ക് വേണമായിരുന്നു.

''അപ്പോൾ, സമീരാ, നിങ്ങളെ അന്വേഷിച്ചു വന്നതല്ല. നിങ്ങൾ അവരെ ഇവിടെ എത്തിച്ചതാണ്.''

യാദു ഭയപ്പാടോടെ ഞങ്ങളെ രണ്ടുപേരെയും നോക്കി.

''ഹ, ഹ, എക്സാറ്റിലി.'' അമേലിയ ചിരിച്ചുകൊണ്ട് യാദുവിനോട് തുടർന്നു പറഞ്ഞു.

''അവൾ, ഏത് ഓർഫനേജിൽ ആയിരിക്കുമെന്നുള്ളത്, ഞങ്ങളെ കുഴപ്പിച്ച ചോദ്യമായിരുന്നു. അനിരുദ്ധൻ, ലിപികയോട് അതേക്കുറിച്ച് പറഞ്ഞത് കളവായിരുന്നു. അയാൾ പറഞ്ഞ ഓർഫനേജിൽ അങ്ങനെ ഒരു കുട്ടി ഉണ്ടായിരുന്നില്ല. അയാൾ അപകടം മുൻകൂട്ടി കണ്ടു കാണണം. എന്റെ ഒരു സുഹൃത്ത്, പ്രൈവറ്റ് ഡിക്റ്ററ്റീവ് ഏജൻസിയിൽ വർക്ക് ചെയ്യുന്നുണ്ടായിരുന്നു. അവളുടെ സഹായത്തോടെ ഞങ്ങൾ സമീരയെ കണ്ടെത്തി നിരീക്ഷിച്ചുകൊണ്ടിരുന്നു. അവൾക്ക് നേരെ ചെറിയൊരു അറ്റാക്ക് പോലും ഉണ്ടായാൽ, അവളെ പിന്നെ കൃത്യമായി കൈയിൽ കിട്ടുകയില്ല എന്നുള്ളതുകൊണ്ട് ഞങ്ങൾ ക്ഷമയോടെ കാത്തിരുന്നു.

അവൾക്ക് പതിനെട്ടു വയസ്സ് പൂർത്തിയായതിനു ശേഷം, ഞാൻ, പ്രൊഫസർ നിർമ്മല എന്ന പേരിൽ അവളെ കണ്ടു. അവളുടെ മാതാപിതാക്കളെക്കുറിച്ച് പറഞ്ഞു. ഞാൻ അവളുടെ സ്പോൺസർ ആയി. ഇവിടെ മുംബൈയ്ക്ക് അവളെ കൊണ്ടുവന്നു. അധ്യാപികയെന്നുള്ള എന്റെ ജോലി അവളെ കൂടുതൽ കാര്യങ്ങൾ പറഞ്ഞു വിശ്വസിപ്പിക്കാൻ സാധിച്ചു. ലിപിക, അതിനോടകം, മധുരൈകത്തിൽ എത്തിയിരുന്നു. പ്രോസ്റ്റിറ്റ്യൂട്ട് എന്നുള്ള ഐഡന്റിറ്റിയിൽ, ഇഥികദൂത് എന്നുള്ള പേരിൽ അവൾ അവിടെ താമസിക്കുവാൻ തുടങ്ങി. സുഗന്ധിയക്ക കാശിനോട് ആർത്തിയുള്ള ഒരു സ്ത്രീയായിരുന്നു. മൂന്ന് ലക്ഷത്തോളം രൂപ അവർക്ക് മുൻകൂറായി നൽകി. ഇഥികദൂതിലേക്ക്, സമീരയെ എങ്ങനെയും എത്തിക്കണം എന്നുള്ളതിലേക്ക് ഞങ്ങൾ എത്തി. അതിനുവേണ്ടി, പ്രോജക്റ്റ് സബ്ജെക്റ്റ് എന്നുള്ള പേരിൽ ഞാൻ തന്നെ കാരണം ഉണ്ടാക്കി. അവളോട് ഇഥികാ ദൂതിനെക്കുറിച്ച് പറഞ്ഞു.

''അവൾ അതെല്ലാം വിശ്വസിച്ചോ?''

യാദുവിന്റെ ചോദ്യത്തെ ഞാൻ ചിരികൊണ്ട് വീണ്ടും കുടഞ്ഞു കളഞ്ഞു.

''യാദൂ, അവൾ, സാധാരണ പെൺകുട്ടിയല്ല. എല്ലാ കുരുട്ടുബുദ്ധികളും കിട്ടിയിട്ടുള്ള, അനിരുദ്ധന്റെ മകളാണ്. വെറുതെ ഒരു കഥ പറഞ്ഞാലൊന്നും അവൾ വിശ്വസിക്കില്ല എന്ന് അറിയാവുന്നതുകൊണ്ടുതന്നെ, ഞങ്ങൾ അനിരുദ്ധന്റെ ഡയറി അതിനുവേണ്ടി ഉപയോഗിച്ചു. അയാൾ എഴുതിയ വാക്യങ്ങൾ കൂടാതെ, അയാളുടെ അതേ കൈപ്പടയിൽ ഒരുപാട് കുറിപ്പുകൾ എഴുതിച്ചേർത്തു. എന്റെയും അയാളുടെയും പഴയ ചിത്രങ്ങൾ ഡയറിയിൽ വെച്ചു. ആ ഡയറി, അമേലിയ തന്നെ അവൾക്ക് കൊടുത്തു. പിന്നീട് അവൾ പറഞ്ഞ കഥകൾ, സമീരയെ വിശ്വസിപ്പിക്കുവാൻ എളുപ്പമായിരുന്നു.''

''ദീദീ, എനിക്ക് മനസ്സിലാകാത്ത കാര്യം, അവളെയും ഒന്നും അറിയിക്കാതെ കൊന്നുകളഞ്ഞാൽ പോരായിരുന്നോ? എന്തിനാണ് അതിന് വേണ്ടി ഇത്രയും കഷ്ടപ്പെട്ടത്?''

ഞാൻ ഉറക്കെ പൊട്ടിച്ചിരിച്ചു.

''യാദൂ, നിനക്ക് പൂച്ച, എലിയെ കൊല്ലുന്നതിനെക്കുറിച്ച് അറിയാമോ? കിട്ടിയ ഉടനെ ഇരയെ കൊല്ലുകയില്ല. അതിനെ തട്ടിക്കളിക്കും. ഒരുപാട് ഓടിക്കും. പിന്നെ മെല്ലെ മെല്ലെ കൊന്നു കളയും. കൊല്ലുന്നതിനോളം രസം മറ്റെന്തുണ്ട്? ഹ... ഹ... ഹ...''

''ദീദീ, അങ്ങനെയെങ്കിൽ അവിടെ നിന്നും എന്നെ രക്ഷപ്പെടുത്തിയത് എന്തിനാണ്?

''യാദൂ, ഈ ഭൂമിയിൽ ഞാൻ വെറുത്തത് അനിരുദ്ധനുമായി ബന്ധമുള്ളവരെ മാത്രമാണ്. അവരെ കൊന്നതിൽ എനിക്ക് കുറ്റബോധം ഇല്ല. ഉണ്ടാവുകയുമില്ല.''

''സമീര, മാത്രമായിരുന്നു നിങ്ങളുടെ ശത്രു അല്ലേ? അവളെ മാത്രമാണ് കൊന്നത്.''

ഞാൻ അല്ലെന്ന് തലയാട്ടി.

''ഊഹും, വേറെ ഒരാൾ.''

''വേറെ ഒരാളോ?''

യാദു ഞങ്ങളെ മൂന്നുപേരെയും മാറിമാറി നോക്കി.

''ഉം, അതേ യാദു. ആരതി. അയാളുടെ പ്രേമഭാജനം. അയാളുടെ കാമുകി. ഹ... ഹ...''

ഞാൻ പൊട്ടിച്ചിരിച്ചു. യാദു വീണ്ടും എന്നെ ഭയത്തോടെ നോക്കി. ഞാൻ അവളുടെ മുഖത്തേക്ക് എന്റെ മുഖം അടുപ്പിച്ചു വെച്ച് ചോദിച്ചു.

‘‘നിനക്ക്, അവരെങ്ങനെ മരണപ്പെട്ടുവെന്ന് അറിയാമോ യാദൂ. അവരുടെ പോസ്റ്റ്മോർട്ടത്തിൽ അവരുടെ മരണകാരണം വ്യക്ത മാകാതിരുന്നത് എന്തുകൊണ്ടാണെന്നറിയാമോ? ആ വിഷം ഏതെന്നു തിരിച്ചറിയാൻ മെഡിക്കൽ സയൻസിനു കഴിയാത്തതുകൊണ്ട്. ഹ... ഹ... ഹ...’’

യാദു അമ്പരപ്പോടെ നോക്കിയിരുന്നു.

‘‘നിനക്ക് മനസ്സിലായില്ല അല്ലേ? അമേലിയാ, പാവം അവൾക്ക് പറഞ്ഞുകൊടുക്ക്.’’

ഞാൻ, ദൗത്യം അമേലിയയിൽ ഏൽപ്പിച്ചുകൊണ്ട്, ഒരു ബീഡാ പാക്ക് കൂടി വായിലിട്ട് ചവച്ചു. അമേലിയ, അവളുടെ ലാപ്ടോപ് തുറന്നു വെച്ചു.

‘‘ശലഭങ്ങളെക്കുറിച്ച് ഗവേഷണം നടത്തുന്ന കാലത്താണ്, എനിക്ക് അവയിൽ നിന്നും വിഷം വേർതിരിച്ചു എടുക്കുവാൻ കഴി യുമോ എന്നുള്ള ഒരു ആശയം ഉണർന്നു വന്നത്. എന്റെ റിസർച്ച് വിഷയം അതാക്കി എടുത്തുകൊണ്ടു ഒരുപാട് തല പുകച്ചു. ശലഭ ങ്ങൾ, ലാവ ആയിട്ടിരിക്കുമ്പോൾ ഭക്ഷണമാക്കുന്ന, ചെടിയുടെ ഇലകളിൽ ഉണ്ടാകുന്ന വിഷത്തിന്റെ അംശം, ചിലയിനം, ആൽക്കലോ യിഡുകൾ, കാർഡിയാക്ക് ഗ്ലൈക്കോസൈഡുകൾ എന്നിവയെല്ലാം അതിന്റെ ശരീരത്തിൽ ഉണ്ടാകും. അതുകൊണ്ട് ശലഭങ്ങൾക്ക് ബുദ്ധി മുട്ട് ഒന്നും ഉണ്ടാകില്ല. പക്ഷികളിൽനിന്നും മൃഗങ്ങളിൽ നിന്നും രക്ഷ നേടാൻ അവർ ഉപയോഗിക്കുന്ന മാർഗങ്ങൾ മാത്രമാണ് അത്. എന്റെ റിസർച്ച്, അതേ വിഷം മനുഷ്യനിൽ എന്തെല്ലാം തകരാറു കൾ ഉണ്ടാക്കും എന്നുള്ളതായിരുന്നു. എന്റെ ഗവേഷണം പുരോ ഗമിക്കുകയും വിഷക്കൂട്ട് തയ്യാറാക്കുകയും ചെയ്തെങ്കിലും പരീ ക്ഷണം എങ്ങനെ എന്നുള്ളത് എനിക്കറിയില്ലായിരുന്നു. അങ്ങനെ അത് ഞാൻ എന്റെ ലാബിൽ തന്നെ ഉപേക്ഷിച്ചു.’’

അമേലിയ, ലാപ്ടോപ്പിൽ ശലഭങ്ങളുടെ ചിത്രങ്ങൾ ക്ലോസ് ചെയ്തിട്ട്, ഒരു ചെറിയ കുപ്പിയും അതിലെ വെളുത്ത ദ്രാവകത്തിന്റെ ചിത്രവും എടുത്തു. ഒറ്റനോട്ടത്തിൽ പച്ചവെള്ളമാണെന്ന് തോന്നി പ്പിക്കുന്നത്. അവൾ തുടർന്നു.

‘‘ലിപികാ, വെയിൻ കട്ട് ചെയ്തു ഹോസ്പിറ്റലിൽ ആയ ദിവസം, അവളെ പരിശോധിച്ച ഡോക്ടർ എന്നോട് പറഞ്ഞത്, അവളുടെ ശരീരത്തിൽ ഹാംഫുൾ ആയിട്ടുള്ള ഏതോ മയക്കുമരുന്ന് കലർന്നി ട്ടുണ്ട് എന്നായിരുന്നു. എന്റെ സംശയം, റേപ്പിന് മുൻപ്, ശ്യാം മോഹൻ അവൾക്ക് നൽകിയതാകാം എന്നതായിരുന്നു. പക്ഷേ അവൾ തന്നെ യാണ് പറഞ്ഞത്, വിഷമാണെന്ന് ഉറപ്പുള്ള, ഉള്ളിൽ എത്തിയാൽ

എന്തു സംഭവിക്കുമെന്ന് അറിയാത്ത ആ ദ്രാവകം അവളെന്റെ ലാബിൽ നിന്നും എടുത്തു കുടിച്ചിരുന്നു എന്നുള്ളത്. അവൾ കുടിച്ച അളവ്, ഏറ്റവും ചെറുതായതുകൊണ്ടായിരുന്നു അത് ഡ്രഗ് ആയിട്ട് അവൾക്കുള്ളിൽ പ്രവർത്തിച്ചത്. അവൾ, ഹോസ്പിറ്റലിൽ നിന്നു വന്ന ദിവസം ഞാൻ അതിന്റെ അളവ് കുറിച്ച് വെച്ചു.''

''അതായിരുന്നോ ആരതിയെ?''

''അതിലേക്കാണ് വരുന്നത്. അനിരുദ്ധന്റെ തകർച്ച. അത് മാത്ര മായിരുന്നു അവളുടെ ഉള്ളിൽ. അവളെന്നോട് ആദ്യം പറഞ്ഞ ഒരു പേര് അവളുടെ ആയിരുന്നു. ആരതി. അവൾ ഇല്ലാതാകണം. പക്ഷേ അത് സ്വാഭാവികമായിരിക്കണം. അവളുടെ മരണത്തിന് പിന്നിൽ നമ്മളാണെന്ന് ആരും അറിയരുത്. അത് അനിരുദ്ധനെ രക്ഷപ്പെടുത്തും. ഇതാണ് അവൾ എന്നോട് പറഞ്ഞത്.''

അമേലിയ, ബാക്കി, നീയെന്നുള്ള അർത്ഥത്തിൽ എന്നെ നോക്കി. ഞാൻ, എഴുന്നേറ്റു. ബീഡ ചപ്പ് തുപ്പിക്കൊണ്ട് തുടർന്നു.

''എനിക്ക്, അവളോട് ഉണ്ടായിരുന്ന പകയുടെ അളവ് ഇന്നും എന്റെ കണ്ണുകളിൽ നിന്നു കത്തുന്നുണ്ട്. എന്റെ ആരതിയെന്ന് അയാൾ പറഞ്ഞത്, അവളെ വിശുദ്ധയും എന്നെ വേശ്യയും ആക്കി യത്, എന്റെ ജീവിതം നശിപ്പിച്ചത്, എന്നെ തൊട്ട വിരലുകൾ അവളെ തലോടിയത്, എന്റെ പേര് ഉച്ചരിക്കേണ്ട നാവ് അവളെ പുകഴ്ത്തി യത്, എന്നെ മാത്രം പ്രണയിക്കേണ്ട അയാളുടെ ഹൃദയം അവളെ മോഹിച്ചത്, അതെല്ലാം, എല്ലാം എന്നെ കൂടുതൽ ഭ്രാന്തിയാക്കി. അവളെ ഇല്ലാതാക്കണമെന്നുള്ള എന്റെ ആഗ്രഹം കടുത്തു വന്നു.

അവളെ കൊല്ലുന്നതിനു മുൻപ് അവളുമായി സൗഹൃദം സ്ഥാപി ക്കേണ്ടത് ആവശ്യമായിരുന്നു. പക്ഷേ ഒരിക്കലും എനിക്ക് അതിന് കഴിയുമായിരുന്നില്ല. അനിരുദ്ധനേയും എന്നെയും കാണാതായെ ന്നുള്ള വാർത്ത അതിനോടകം അവൾ അറിഞ്ഞിട്ടുണ്ടാകുമെന്ന് എനിക്ക് വ്യക്തമായി അറിയാമായിരുന്നു. രണ്ടു കാര്യങ്ങളാണ് ഉണ്ടായിരുന്നത്. ഒന്ന്. അനിരുദ്ധൻ ഇല്ലാതിരുന്ന, അല്ലെങ്കിൽ അയാളെ കാണാനില്ലായിരുന്ന അവളുടെ ദയനീയമായ അവസ്ഥ. രണ്ട്. ഞാനു മായിട്ടുള്ള അയാളുടെ ബന്ധത്തെക്കുറിച്ച് അറിയുവാൻ തീർച്ചയായും അവൾ ആഗ്രഹിച്ചിരിക്കും എന്നുള്ളത്. അങ്ങനെയാണ്, ഞാൻ അമേ ലിയയെ അവളുടെ അടുത്തേക്ക് അയയ്ക്കുന്നത്. 'കിഴക്കേകോട്ട' യിലെ അവളുടെ ഫ്ളാറ്റിൽ, മാനസികമായി അവൾ തളർന്നിരുന്ന സമയത്താണ് അമേലിയ അവളെ തിരക്കി എത്തുന്നത്. ഡോർബെൽ അടിച്ച് അധികം താമസിക്കാതെ വാതിൽ തുറന്നു. മുഖത്തെ

ഘനീഭവിച്ചിരുന്ന വിഷാദത്തിനപ്പുറം പീച്ച് കളർ സാരിയിൽ അവൾ സുന്ദരിയായിരുന്നു.

''ആരാ?''

''ഹലോ, എന്റെ പേര് അമേലിയ. ആരതി അല്ലേ?''

''അതേ.''

''ഞാൻ, അനിരുദ്ധന്റെ, ഓഫീസിൽ വർക്ക് ചെയ്യുന്നതാണ്.''

അനിരുദ്ധന്റെ പേര് കേട്ടതുകൊണ്ടായിരിക്കണം, അവൾ പ്രതീക്ഷയോടെ അമേലിയയെ നോക്കി.

''അനിരുദ്ധൻ, തന്നെക്കുറിച്ച് പറഞ്ഞിട്ടുണ്ട്. ഇപ്പോൾ തന്റെ അവസ്ഥ എനിക്കറിയാവുന്നതുകൊണ്ടാണ് ഞാൻ അന്വേഷിച്ചു വന്നത്.''

അവളുടെ കണ്ണുകളിൽ അനിരുദ്ധനെക്കുറിച്ച് എന്തെങ്കിലും അറിയുവാൻ കഴിയുമെന്നുള്ള പ്രതീക്ഷയുടെ തിളക്കം ഉണ്ടായിരുന്നു.

''വരൂ.'' അവൾ അമേലിയയെ അകത്തേക്ക് ക്ഷണിച്ചു.

''അനിരുദ്ധന്, ലിപികയുമായി എന്തെങ്കിലും ബന്ധം ഉണ്ടായിരുന്നോ?''

അവൾ അമേലിയയോട് ചോദിച്ചു. അമേലിയ, അവൾ കൊടുത്ത ജ്യൂസ് ഒരിറക്ക് കുടിച്ചുകൊണ്ട് പറഞ്ഞു.

''ടു ബി വെരി ഫ്രാങ്ക്, യെസ്. അവർ തമ്മിൽ പ്രണയത്തിൽ ആയിരുന്നു.''

അമേലിയ, അവളുടെ ബാഗിൽ നിന്നും ലിപികയും അനിരുദ്ധനുമായിട്ടുള്ള ചിത്രങ്ങൾ എടുത്ത് ആരതിക്ക് കൊടുത്തു. അവൾ പൊടുന്നനെ അത് വാങ്ങി കൃത്യമായി പരിശോധിച്ചു. അവളുടെ കണ്ണുകളിൽ ലിപികയോടുള്ള പക ഉരുകിത്തിളച്ചുകൊണ്ടിരുന്നു. അമേലിയ ചുരുങ്ങിയ സമയംകൊണ്ടാണ്, അവരെക്കുറിച്ച് എല്ലാം ആരതിയോട് പറഞ്ഞു തീർത്തത്. എല്ലാം കേട്ടതിനുശേഷം, അവൾ കരഞ്ഞില്ല, അയാളെക്കുറിച്ച് ഒരക്ഷരം പറഞ്ഞില്ല. പകരം കത്തുന്ന കണ്ണുകളോടെ ചിന്തിച്ചുകൊണ്ടിരുന്നു. അമേലിയ പറഞ്ഞുനിർത്തി.

''അതേ, യാദൂ, ആ സൗഹൃദം ഉണ്ടാക്കിയെടുത്തത്, അവളെ അവസാനിപ്പിക്കുവാൻ തന്നെയായിരുന്നു. ഞങ്ങൾ പ്രതീക്ഷിച്ചതിലും വേഗം അവൾ അമേലിയയെ വിശ്വസിച്ചു. ഞാനും അനിരുദ്ധനും ആത്മഹത്യ ചെയ്തുവെന്നുള്ള വാർത്ത തെറ്റായിരുന്നു എന്ന് അമേലിയ അവളെ ബോധ്യപ്പെടുത്തി. എന്നെ കാണുവാൻ എന്ന് പറഞ്ഞുകൊണ്ട് അവളെ എന്റെ അടുത്ത് എത്തിച്ചു. അവളെ കൊല്ലുവാൻ എനിക്ക് മറ്റൊരു കാരണം കൂടി ഉണ്ടായിരുന്നു.''

"എന്താണത്?" യാദു ആകാംക്ഷയോടെ ചോദിച്ചു.

"അവളാണ് സൈന്ധവിയെയും അവളുടെ അച്ഛനെയും ഇല്ലാതാക്കിയത്. സമീരയും അമേലിയയും ശ്യാം മോഹനെ കാണുവാൻ എത്തിയപ്പോൾ, അയാൾ ആവർത്തിച്ചു പറഞ്ഞത്, അവരുടെ മരണത്തിന്റെ അന്ന് ഒരു സ്ത്രീ അവിടെ ഉണ്ടായിരുന്നുവെന്നാണ്. ഞാൻ ആയിരിക്കും അതെന്ന് അയാൾ വിശ്വസിക്കുകയും ചെയ്തിരുന്നു. എന്നാൽ ആ സ്ത്രീ ആരതിയായിരുന്നു. അതവൾ തന്റെ മരണസമയത്ത് എനിക്കുള്ള ഭീഷണിപോലെ ആവർത്തിച്ചു പറഞ്ഞിരുന്നു. അവളെ ഇല്ലാതാക്കിയതിൽ എനിക്ക് ഒട്ടും കുറ്റബോധം തോന്നുന്നില്ല. സമീര അവളുടെ മകളാണെന്ന് അറിഞ്ഞതിനു ശേഷമാണ് അവൾ സൈന്ധവിയെ ഇല്ലാതാക്കിയത്. അനിരുദ്ധനൊപ്പം സുഖമായി ജീവിക്കുവാൻ. അവൾ ജീവിക്കട്ടെയെന്ന് ഞാനും കരുതി. ഹ... ഹ..."

ദീദിയിൽ, ഇപ്പോഴും അവളോടുള്ള പക ഒടുങ്ങിയിട്ടില്ലെന്നു യാദുവിനു തോന്നി.

"അവളുടെ മരണം ഞങ്ങൾ തീരുമാനിച്ച ദിവസം തന്നെയായിരുന്നു, ആ വിഷക്കൂട്ട് ഒരു മനുഷ്യനിൽ പ്രയോഗിക്കുവാൻ തീരുമാനിച്ചതും. അതിന്റെ അളവ്, എന്റെ ശരീരത്തിൽ ചെന്നതിന്റെ നാല് ഇരട്ടിയാക്കി അവളിൽ ഇൻജെക്ട് ചെയ്തു. അവൾക്ക് പൂർണ്ണമായും ബോധം ഉണ്ടായിരുന്നു. അവളുടെ പേശികൾ വലിയുന്ന, ഞെരമ്പുകൾ മുറുകുന്ന വേദന ഞാൻ ആസ്വദിച്ചുകണ്ടുകൊണ്ടിരുന്നു. എന്റെ അനിരുദ്ധനെ മോഹിച്ച അവളുടെ ശരീരം, എന്റെ കണ്മുന്നിൽ കിടന്നു പിടഞ്ഞുകൊണ്ടിരുന്നു. കൃത്യം മൂന്ന് മണിക്കൂർ. അതിനുള്ളിൽ അവളുടെ മരണം സംഭവിച്ചു. ഞങ്ങൾ സന്തോഷിച്ചു. ഞാൻ അവളുടെ മരണത്തിലും അമേലിയ, അവളുടെ പരീക്ഷണത്തിലും."

"ഹോ."

യാദു വീണ്ടും തളർന്നിരുന്നു.

"ആരും അവളുടെ മരണത്തിന് പിന്നിലെ കാരണം അന്വേഷിച്ചുപോയില്ല. ആരതിയെ കൊന്ന ശേഷം, അവളുടെ ഡെഡ്ബോഡി രാത്രിയിൽ തന്നെയാണ്, ഞങ്ങൾ അവളുടെ വീട്ടിൽ കൊണ്ടുപോയി ഇട്ടത്. അവളുടെ കൈപ്പടയിൽ ആത്മഹത്യാക്കുറിപ്പുകൾ എഴുതുക എന്നുള്ളതും എനിക്ക് നിസ്സാരമായിരുന്നു."

"പിന്നെ എന്തുകൊണ്ട്, അതേ വിഷക്കൂട്ട്, സമീരയിൽ ഉപയോഗിച്ചില്ല, വണ്ടിയിടിപ്പിച്ച് അവളെ...?"

"വിഷക്കൂട്ട് ശരീരത്തിൽ പ്രവർത്തിക്കുമ്പോൾ അനുഭവിക്കേണ്ടി

വരുന്ന അസ്വസ്ഥതകളിൽ നിന്ന് അവളെ മോചിപ്പിച്ചതാണ്. അത് ഞാൻ അവൾക്ക് നൽകിയ ഔദാര്യം മാത്രം. സുഖമരണം.''

എന്റെ മുഖഭാവത്തിൽ കുറ്റബോധത്തിന്റെ ഒരംശം പോലും ഉണ്ടായിരുന്നില്ല.

''നിങ്ങൾക്കെങ്കിലും ദീദിയെ പിന്തിരിപ്പിക്കാമായിരുന്നു.''

യാദു ദയനീയമായി പറഞ്ഞു.

''യാദൂ, ഒരുവന്റെ മരണം, അത് മറ്റൊരുവൻ നിശ്ചയിച്ചാൽ സാക്ഷാൽ അള്ളാഹുവിനുപോലും അവനെ തടയുവാൻ കഴിയില്ല. കൊലപാതകങ്ങൾക്ക് ന്യായീകരണങ്ങൾ ഇല്ല. പക്ഷേ അവൾക്ക് അതുണ്ട്.''

''എങ്കിലും സമീരാ ദീദി...''

യാദു വീണ്ടും അവളെയോർത്തു കരഞ്ഞുകൊണ്ടിരുന്നു.

''യാദൂ, ഞാൻ, സമീരയോട് അവളുടെ മരണകാരണമാണ് കഥയായി പറഞ്ഞുകൊണ്ടിരുന്നത്. അവളുടെ അച്ഛനും അമ്മയും ചെയ്ത തെറ്റിന് അവളുടെ ജീവൻ ബലിയർപ്പിച്ചുവെന്ന് തീർച്ചയായും അവൾ ആശ്വസിക്കണം. എനിക്ക് അവളോട് പ്രതികാരമല്ലാതെ മറ്റൊന്നും ഉണ്ടായിരുന്നില്ല. ഇനിയും ഒരു പുരുഷനും ഒരു പെണ്ണിനേയും പ്രണയം എന്ന് പറഞ്ഞു കബളിപ്പിക്കരുത്. ഒരു പെണ്ണിന്റെയും ഉള്ളിലെ മുലകളിലും യോനിയിലും വിഷം നിറച്ചു വെച്ചവളെ ഉണർത്തരുത്.''

''ദീദി, അപ്പോഴും നിങ്ങൾ പറയുന്നത് രണ്ട് മരണങ്ങൾ മാത്രമാണ്. അപ്പോൾ അനിരുദ്ധൻ, അയാൾ ജീവനോടെ ഉണ്ടോ?''

ഞാൻ ആർത്ത് അട്ടഹസിച്ചുകൊണ്ടിരുന്നു.

''അവൻ.... യാദൂ... ഇങ്ങനെ എഴുതപ്പെട്ടിരിക്കുന്നു...

''നീതിമാനായി ആരുമില്ല. ഒരുവൻ പോലുമില്ല, കാര്യം ഗ്രഹിക്കുന്നവനില്ല, ദൈവത്തെ അന്വേഷിക്കുന്നവനില്ല. എല്ലാവരും വഴി തെറ്റിപ്പോയി. എല്ലാവർക്കും ഒന്നടങ്കം തെറ്റു പറ്റിയിരിക്കുന്നു. നന്മ, ചെയ്യുന്നവനില്ല, ഒരുവനുമില്ല. അവരുടെ തൊണ്ട തുറന്ന ശവക്കുഴിയാണ്. അവർ തങ്ങളുടെ നാവ്, വഞ്ചനയ്ക്ക് ഉപയോഗിക്കുന്നു. അവരുടെ അധരങ്ങൾക്ക് ചുവട്ടിൽ വിഷസർപ്പമുണ്ട്. അവരുടെ വായ് ശാപവും കയ്പും കൊണ്ട് നിറഞ്ഞിരിക്കുന്നു. അവരുടെ പാദങ്ങൾ രക്തം ചൊരിയാൻ വെമ്പുന്നു. അവരുടെ പാതകളിൽ നാശവും ക്ലേശവും പതിയിരിക്കുന്നു. സമാധാനത്തിന്റെ മാർഗം അവർക്കറിഞ്ഞുകൂടാ. അവർക്ക് ദൈവഭയമില്ല.'' (റോമ: 3: 9–20)

പതിനാറ്

ഒരുപാടൊന്നും ചെയ്യുവാനില്ലാത്ത, സന്ധ്യാസമയത്തും എന്റെ മൊബൈലിൽ, സ്വാതിതിരുനാൾ പദങ്ങൾ ആവർത്തിച്ചു പാടിക്കൊണ്ടിരുന്നു. അതിനെ തടസ്സപ്പെടുത്തി ശബ്ദിച്ച, മൊബൈലിൽ, ആ നമ്പറിൽ തന്നെ രണ്ടോ മൂന്നോ നിമിഷങ്ങൾ നോക്കിയിരുന്നു. അയാൾ തന്നെയെന്ന് ഉറപ്പിച്ച് എടുത്തു.

"ഹരിത, ഞാൻ നീലപ്പരുന്ത് ഫസ്റ്റ് ഡ്രാഫ്റ്റ് വായിച്ചു."

"ഉം... എന്ത് തോന്നി?"

"നീ... നീയെന്നെ എന്ത് ചെയ്തുവെന്ന്? അല്ല. എന്ത് ചെയ്യുവാൻ പോകുന്നുവെന്നു ഞാൻ ഭയന്നുപോയി."

"ഉം..."

"പറയൂ, ഹരിതാ, നീ എന്നെ എന്ത് ചെയ്യുവാൻ പോകുന്നു?"

"ഞാനിപ്പോൾ ഈ ആകാശത്ത് വട്ടമിട്ടു പറക്കുന്ന പക്ഷിയുടെ നിറമളക്കുകയാണ്. നീല. വിഷത്തിന്റെ കടുംനീല. മരണപ്പെടുവാൻ തയ്യാറാണെങ്കിലും അല്ലെങ്കിലും നിങ്ങളെ തേടി വന്നേക്കാവുന്ന കടുംനീല."

സംഭാഷണം അവസാനിച്ചു.

സ്വാതി തിരുനാൾ പദം വീണ്ടും മൊബൈലിൽ ഒഴുകിത്തുടങ്ങി.

■

www.ingramcontent.com/pod-product-compliance
Lightning Source LLC
LaVergne TN
LVHW100304051026
849517LV00006B/2183
* 9 7 8 9 3 9 3 5 9 6 1 1 6 *